பேட்டையான்சத்திரம்
(நாவல்)

புதுவை ரா. ரஜனி
(தேசிய விருது பெற்ற எழுத்தாளர்)

நியூ செஞ்சுரி புக் ஹவுஸ் (பி) லிட்.,
41-பி, சிட்கோ இண்டஸ்டிரியல் எஸ்டேட்,
அம்பத்தூர், சென்னை - 600 050.
☎ : 044 - 26251968, 26258410, 48601884

Language: Tamil
Pettaiyaanchathiram
(Novel)

Author: **Pudhuvai Ra. Rajani**

N.C.B.H. First Edition: July, 2024

Copyright: Publisher

No.of Pages: 216

Publisher:

New Century Book House Pvt. Ltd.,
41-B, SIDCO Industrial Estate,
Ambattur, Chennai - 600 050.
Tamilnadu State, India.
Email: info@ncbh.in
Online: www.ncbhpublisher.in

ISBN: 978 - 81 - 978363 - 8 - 1

Code No. A 5145

₹ 240/-

Branches

Ambattur 044 - 26359906 **Spenzer Plaza (Chennai)** 044-28490027 **Trichy** 0431-2700885 **Pudukkottai** 04322- 227773 **Thanjavur** 04362-231371 **Tirunelveli** 0462-4210990, 2323990 **Madurai** 0452-2344106, 4374106 **Dindigul** 0451-2432172 **Coimbatore** 0422-2380554 **Erode** 0424-2256667 **Salem** 0427-2450817 **Hosur** 04344-245726 **Krishnagiri** 04343-234387 **Ooty** 0423-2441743 **Vellore** 0416-2234495 **Villupuram** 04146-227800 **Pondicherry** 0413-2280101 **Nagercoil** 04652-234990

பேட்டையான்சத்திரம்

(நாவல்)

ஆசிரியர்: **புதுவை ரா. ரஜனி**

என்.சி.பி.எச். முதல் பதிப்பு: ஜூலை, 2024

அச்சிட்டோர்: **பாவை பிரிண்டர்ஸ் (பி) லிட்.,**
16 (142), ஜானி ஜான் கான் சாலை, இராயப்பேட்டை, சென்னை - 14
☎: 044-28482441

All rights reserved. No part of this book may be reprinted or reproduced or utilised in any form or by any electronic, mechanical, or other means, now known or hereafter invented, including photocopying and recording, or in any information storage or retrieval system, without permission in writing from the publishers.

முதற்பதிப்புக்கான மதிப்புரை
நினைத்து நினைத்துக் குளிர்ந்துகொள்ள ஒரு நாவல்...

புதுவை ரா. ரஜனி எழுதியுள்ள 'பேட்டையான்சத்திரம்' என்ற புதினம் இன்றைய சமகால வாழ்வின் யதார்த்தமான பிரதிபலிப்பு. புதுச்சேரியைச் சார்ந்த ஒரு பகுதியாக பேட்டையான்சத்திரத்தை சித்திரிக்கிறார் ஆசிரியர். அந்தப் பிரதேசத்தில் வாழ்ந்த மனிதர்களே இதில் வரும் பாத்திரங்கள்.

அந்த மனிதர்கள் பலதரப்பட்டவர்கள். அவர்களிடையே வம்புதும்பு உண்டு. வஞ்சம், குரோதம் போன்றவை உண்டு. வறுமை, வளமை எல்லாம் உண்டு. இந்துக்கள், கிறிஸ்துவர்கள் எனப் பல மதத்தவர் உண்டு. அவர்களின் நம்பிக்கைகளும் மூடநம்பிக்கைகளும் ஒருசேர உண்டு. இவற்றையெல்லாம் மீறி, தேவைப்படும்போது பொங்கும் உயர்தர மனிதாபிமானமும் உண்டு.

பேட்டையான்சத்திரத்தை நம் ஊரின் அருகே கூட நாம் பார்க்க முடியும். அங்கே வசிக்கும் மனிதர்களை நாம் தெருவிலும் ஏன் நம் வீட்டிலும் கூட நாம் காண முடியும். அப்படி உணரச் செய்திருப்பதே ஆசிரியரின் வெற்றி.

இந்தப் புதினத்தை வாசித்து முடித்தவுடன் மனத்தில் தங்குவது இதன் சரளமான நடை. தங்குதடையில்லாமல் விறுவிறுவென்று பொங்கிப் பாயும் நீரோடைபோல இதன் நடை ஓடுகிறது. சிடுக்கு முடுக்கான சொற்றொடர்கள், புரிந்துகொள்ளச் சிரமமான வாக்கிய அமைப்புகள் போன்றவை எங்கேயும் இல்லை. பாரதி கவிதையிலும் வரா., கல்கி போன்றவர்கள் உரைநடையிலும் கையாண்ட எளிமையை இயல்பாகத் தன் நடையாகக் கொண்டிருக்கிறார் ஆசிரியர்.

ஆழ்ந்த இலக்கியம் என்றால் அது சுலபத்தில் புரியக்கூடாது என்பது போன்ற ஓர் இலக்கணம் தோன்றிவிடுமோ என்று அஞ்சுகிற காலம் இது. தி. ஜானகிராமன், கு. அழகிரிசாமி போன்றோரெல்லாம் என்ன அழகாகத் தமிழை எளிமையாக எழுதினார்கள்! தமிழ்த்தாத்தா

உ.வே.சா. பெரும் பண்டிதராக இருந்தும் கூட, அவரது 'என் சரிதம்' போன்ற உரைநடை நூல்களில் எத்தகைய எளிமையான தமிழ் நடையைப் பின்பற்றுகிறார்!

தெளிவுறவே அறிந்திடுதல், தெளிவுதர மொழிந்திடுதல் என்று பாரதி சொன்னவற்றில் தெளிவுதர மொழிந்திடுதல் என்பது எளிமை பற்றிய கோட்பாடு தானே! தாம் தெளிவுற அறிந்தவற்றை இந்த நாவலாசிரியர், நாம் தெளிவுதர மொழிகிறார். இந்த எளிமையும் அதனால் விளையும் இத்தகைய தெளிவும் இந்த நாவலில் படிந்துள்ள நற்குணங்கள் எனக்கண்டு, இவை பிற நாவலாசிரியர்களாலும் பின்பற்றத்தக்கன.

தீவிர மத நம்பிக்கை காரணமாகத் தன் குழந்தைக்கு வைத்தியம் பார்க்காமல் அதைச் சாகக் கொடுக்கும் ஒரு கொடுமையான செயல் இந்நாவலில் இடையே வர்ணிக்கப்படுகிறது. அறியாமையால் விளையும் கொடுமை அது. கடவுள் கை கால்களையும் மூளையையும் தந்திருப்பது சிந்தித்துச் செயல்படுவதன் பொருட்டே. தம்மை மட்டுமே நம்பிச் செயல்படாமல் இருக்க வேண்டும் என்பது கடவுளின் சித்தமானால், கடவுள் மனிதர்களுக்குக் கை கால் முதலிய உறுப்புகளைத் தரத்தேவையே இல்லை.

மக்கள் தொண்டே மகேசன் தொண்டு என்ற தத்துவத்தை விவேகானந்தர், தெரசா போன்றோர் வாழ்ந்து காட்டியிருக்கிறார்கள். உண்மையான மதம் என்றால் என்ன, உண்மையான ஆன்மீகம் என்றால் என்ன என்பதைப் புரிந்து கொள்ளாமல் மதத்தை அரைவேக் காட்டுத்தன மாகப் பின்பற்றுவதால் விளையும் அவலமே மேற்கண்ட சம்பவத்தில் கோடிட்டுக் காட்டப்பட்டுள்ளது.

போலித் துறவிகளும் போலி ஆன்மீகவாதிகளும் ஒரு மதத்தில் மட்டும் இல்லை. எல்லா மதத்திலும் ஊடுருவியிருக்கிறார்கள். ஒரு மதத்தைச் சார்ந்து சொன்னாலும் கூட மேற்கண்ட சம்பவத்தை எல்லா மதங்களின் ஒட்டுமொத்தக் குறியீடாகவே கொள்ள வேண்டும்.

மதங்களின் எதிரி அல்லர் ஆசிரியர். ஆன்மீகத்தின் எதிரியும் அல்லர் அவர். ஆனால் மதம் சார்ந்தும் ஆன்மீகம் சார்ந்தும் பொய்யாக இட்டுக் கட்டப்படும் எல்லா மூடநம்பிக்கைகளையும் தீவிரமாக எதிர்க்கும் ஒரு தார்மீகக் கோபம் அவரிடம் இருக்கிறது. இத்தகைய அறநெறி சார்ந்த சீற்றம் பகுத்தறிவுள்ள எல்லா ஆன்மீகவாதிகளிடமும் இருப்பது இயல்பு தானே!

மிகக் கட்டுக்கோப்பான ஒரே இழையைக் கொண்ட கதை என்று இந்த நாவலைச் சொல்ல முடியாது. பல காட்சிகளின் சித்திரிப்பை இணைத்து நாவலாக்கியிருக்கிறார் என்பதே பொருந்தும். ஓர் ஊருக்கு நேரில் போய்வந்து பல்வேறு குடும்பங்களைப் பற்றி அறிந்து கொண்டது போன்ற உணர்வையே இந்நாவல் தருகிறது. நாவல் வடிவாக்கத்தில் இவ்விதம் அமைப்பதும் பல உயர்தரத் தமிழ் நாவல்களில் காணக்கிடைக்கும் போக்குதான்.

கூர்மையான பார்வையோடு தன் இளமைக்கால மனப் பதிவுகளை நாவலில் இடையிடையே சித்திரங்களாகத் தருகிறார். இயற்கை வர்ணனைகளிலும் இயற்கை சார்ந்து வாழ்ந்த சிறிய பிராயத்து நிகழ்வுகளிலும் ஆசிரியர் மனம் பறிகொடுக்கிறார். தென்னை மரங்களைப் பற்றி விவரிக்கும் இடம் ஒரு சான்று:

'பச்சைப் பசிய பாளைகள் வரிவரியாய்க் காட்சியளிக்கும். புதிய குருத்தோலைகள் மிருதுவாய் அசைந்தாடும். ஒற்றை ஓலையைப் பிய்த்து அடிப்பாகத்தைப் பிடித்தபடி மறுபாதியை வேகமாய்க் கிழித்தால் ராக்கெட் பறக்கும் அல்லது முழு ஓலையையும் கொண்டு சடை பின்னலாம்!' (பக். 25)

பொதுவாகச் சரித்திர நாவல்களில் மட்டுமே இடம்பெறும் அடிக்குறிப்புகள் ஆங்காங்கே இந்த சமூக நாவலும் தென்படுகின்றன. நாவலின் நம்பகத் தன்மைக்கு அவை உதவுகின்றன. சமகாலச் சரித்திரமாக நாவல் தோற்றம் கொள்கிறது.

'இந்திக்காரியும் திகிலான ஒருவளாய் இருந்தாள்' என்ற வரி (பக். 45) திகிலான ஒருத்தியாய் இருந்தாள் என்றிருக்க வேண்டும். ஒருவள் என்ற பெண்பால் ஒருமையாய் இலக்கண வழக்கு, பேச்சு வழக்கு இரண்டிலுமே எங்கும் இல்லை. (எஸ்.வெங்கடராமன் என்ற எழுத்தாளர் தாம் எழுதிய பிரயாணம் என்ற குறுநாவல் தொகுதியில் இதே போல் ஒருவள் என்ற சொல்லைக் கையாண்டார். அது தவறு என்று தீபம் நா. பார்த்தசாரதி சொல்ல, அப்படிக் கையாண்டால் என்ன என்று வினாக்கள் எழுந்தன. எஸ். வெங்கடராமன் அவ்விதம் கையாண்டது தன் அறியாமையே என்றும் மறுபதிப்பில் திருத்துவதாகவும் சொல்லிவிட்டார். ஜெயகாந்தன் இலக்கணத்தை மீறுவதாக இருந்தால் இலக்கணம் அறிந்து ஒரு காரணத்தோடு மீற வேண்டும், அறியாமையால் மீறலாகாது என்று வலியுறுத்தினார். பின்னர் ஜெயகாந்தன் ஒரு மனிதன் ஒரு வீடு ஒரு உலகம் என்ற நாவலை விகடனில் எழுதினார். ஓர் உலகம் என்றே வரவேண்டும். அதை ஒரு

உலகம் என்று தாம் எழுதியது ஏன் என்ற காரணத்தையும் அவர் அந்த நாவலின் முன்னுரையில் விளக்கினார். இதெல்லாம் ஒருத்தி தொடர்பான கடந்த கால இலக்கிய வரலாறு).

இந்த நாவல் எந்த காலத்தைச் சித்திரிக்கிறது என்பது ஆங்காங்கே சொல்லப்படும் சினிமாக்களால் உணர்த்தப்படுகிறது. ஷோலே சினிமா வந்திருந்த சமயம் என்று சொல்லும்போது, காசேதான் கடவுளடா சினிமா பற்றி சொல்லும்போது ஏறக்குறை நாவலின் காலம் பிடிபட்டுவிடுகிறது.

மெல்லிய நகைச்சுவைக்கு நாவலில் பஞ்சமில்லை.

'டூரிங் டாக்கீசில் நிறைய சினிமாக்களில் வரும் கடிதங்களில் நாயகன் கடிதத்தைப் பார்த்தால் வட்ட வடிவத்தில் கதாநாயகியே அதில் தோன்றிப் படித்தும் காட்டிவிடுவாள். ஆனால் சிவப்பிரகாசம் எட்டிப் பார்த்தும் ரஸியா பேகம் தோன்றவேயில்லை.' (பக். 82)

'அந்தம்மா அக்காவின் வயிற்றில் தன் கையை வைத்துப் பார்த்தாள். அக்காவின் வயிறு சற்று உப்பியிருந்தது. கல்யாணமானதும் நிறைய சாப்பிடுகிறதோ அக்கா?' (பக். 90)

புத்தம்புதிய உவமைகள் ஆங்காங்கே தென்படுகின்றன. கிழவி பூசியிருந்த விபூதிப் பட்டைகளைப் பற்றி 'பெல்ட்டுகள் போன்று விபூதிப் பட்டைகள் பூசியிருந்தாள்' என்று சொல்லும் இடம் அத்தகையது (பக். 69).

பெரிய வாத்தியாரின் தற்கொலை போன்ற செய்திகள் நம்மை அதிர்ச்சியிலும் யோசனையிலும் ஆழ்த்துகின்றன. திடீர் திருப்பங்கள் போல வரும் நிகழ்வுகள் சாதாரண வாழ்விலும்கூட நடந்துவிடத்தான் செய்கின்றன.

நாவலின் முடிவு மனதில் பாரத்தை ஏற்றுவதாய், நெடுநேரம் யோசிக்க வைப்பதாய் உள்ளது. ஒரு முழுவாழ்வை வாழ்ந்த உணர்வு நாவலை முடிக்கும்போது எழுகிறது.

'மண்ணில் சிறுபுல்லைக் கண்டால்... மழைக்குப் பிறகு மறுநாள் காலை பூவரசு மரத்தடியில் பூத்திருக்கும் நாய்க்குடைகள்... வெள்ளிக் கிழமை தோறும் பிள்ளையார் கட்டிக்கொள்ளும் ஆரஞ்சுக் கோடுகள் கொண்ட வேட்டி... தம்பு தரும் வழவழ ஒற்றைக் காகிதம்... பங்க் கடை மிட்டாய்... சிகரெட் பெட்டி வாசம்... அண்ணன் ஆலையிலிருந்து கொண்டுவரும் சுண்டல் பொட்டலம்... அபூர்வமாய் அம்மா தன்னிடம்

அழைத்து மடியில் இருத்திக் கொள்ளும் தருணம்... நினைத்து நினைத்துக் குளிர்ந்து கொள்ளத்தான் எத்தனையெத்தனை விஷயங்கள் இந்த உலகில்?' (பக். 29)

இந்த நாவல் நெடுக ஆசிரியர் பல்வேறிடங்களில் தன் இளமைக் காலத்தை மற்ற பாத்திரங்களின் மேல் ஏற்றி நினைத்து நினைத்துக் குளிர்ந்து கொள்கிறார் என்பதை நாம் படிக்கும்போது நாவல் நெடுகப் புரிந்து கொள்ள முடிகிறது. அவரின் இளமை நினைவுகள் நமது இளமை நினைவுகளாகவும் தோற்றம் கொள்வதால், நாமும் இந்த நாவலை நினைத்துக் குளிர்ந்துகொள்கிறோம். தமிழின் அண்மைக் கால வரவுகளில் ஒரு குறிப்பிடத்தக்க வரவு இந்தப் படைப்பு. புதுவை ரஜனிக்கு அன்பான நல்வாழ்த்துகள்.

டாக்டர். திருப்பூர் கிருஷ்ணன்,

ஆசிரியர்

அமுதசுரபி மாத இதழ்,

57-பி, பத்மாவதி நகர், விருகம்பாக்கம்,

சென்னை - 600 002.

கைபேசி: 9282234525

முதற் பதிப்புக்கான என்னுரை

அன்புடன்...

சிறுகதை எழுத்தாளரிடமிருந்து ஒரு நாவலை அனைவரும் எதிர்பார்ப்பது தவிர்க்க இயலாதது. அந்த வாய்ப்பு எனக்கும் கிடைத்திருப்பது மகிழ்ச்சியே.

என் சிறுவயது வாழ்க்கை பல குடியிருப்புகளைக் கொண்ட காலனி வாழ்க்கை. அதில்தான் எத்தனையெத்தனை மனிதர்கள், அவர்களின் வாழ்வின் புதிர்கள்! அந்த அனுபவங்களை வைத்து, சில வருடங்களுக்கு முன் திரு. மானாமதுரை மாசி நடத்தி வந்த 'இலக்கியக் குடும்பம்' சிற்றிதழுக்கு 'ஞாபகம்' என்ற சிறுகதையை எழுதினேன். அக்கதை பலருக்குப் பிடித்திருந்தது. அதில் எங்கள் அன்புக்குகந்த எழுத்தாளர் ராஜ்ஜாவும் ஒருவர்.

"ரஜனி, இந்தக் கதையை நீங்க பெரிய நாவலாக எழுதணும்.....!" என்று அன்றே எதை எழுத வேண்டும் என்று கூறிவிட்டார். என் சக எழுத்தாள நண்பர்கள் புதுவைத் தமிழ்நெஞ்சனும் செந்தமிழினியனும் அடிக்கடி என்னை நாவல் எழுதத் தூண்டிக் கொண்டிருந்தார்கள்.

சிறுகதைகளில் ஓரளவு அனுபவம் பெற்றுவிட்டு எழுதத் தீர்மானித்திருந்து, அதன்படி சில வருடங்களுக்குப் பிறகு எழுத ஆரம்பித்தேன். கடந்தகாலத்தின் பல்வேறு காலகட்டங்களில் பயணித்து நாவலை முடித்து விட்டேன்.

இந்நூலுக்கு தனது இடைவிடாத பணியிலும் நேரம் ஒதுக்கி, மதிப்புரை வழங்கியிருக்கிறார்கள் 'அமுதசுரபி' ஆசிரியர் டாக்டர். திருப்பூர் கிருஷ்ணன். அவருக்கு என் நன்றி.

மேலும், நான் எழுதுகையில் எனக்கு வேறு பொறுப்புகளைச் சுமத்தாமல் உதவி புரியும் என் ரீட்டாவுக்கும்... சோர்வுற்ற பொழுதில் என்னை உற்சாகப்படுத்தும் என் செல்ல மகள் ஐஸ்வர்யாவுக்கும்...

எனது அனைத்துப் படைப்புகளையும் உடனுக்குடன் படித்து, தன் விமர்சனங்களை உடனடியாகப் பகிர்ந்துகொள்ளும் அருமை நண்பர் இலக்கியப் பிரியர் திரு. அமரநாதன்அவர்களுக்கும்...

என்மீதும் என் எழுத்துகளின் மீதும் அளவிலா அன்பு கொண்டிருக்கும் எழுத்தாளர்கள் திரு.மாலன், திரு.பா.ராகவன், திரு.இளம்பாரதி, திருமதி.கமலினி சிவநாதன் (இலங்கை), திரு. கிரிஜா ராமச்சந்திரன், திரு. வெ.கலிவரதன், திரு. வ.பழனி, திரு. பாரதிவாணர் சிவா, திரு.நாகசுந்தரம், திரு. ஞா.ஆண்ட்டோ... இவர்கள் அனைவருக்கும் என் அன்பான நன்றிகள் பல.

"அற்புதமான உலகம் ஒன்றிற்கு அழைத்துச் செல்லப் போகிறேன். வாழ்வின் சுவடுகளைத் தொலைத்துவிட்ட எனக்கும் உங்களைப் போன்ற பலருக்கும் அந்த உலகம் அற்புதம்தான்! என்னோடு முப்பத்தைந்து வருடங்கள் பின்னோக்கி அந்த 'சைக்கிள் கால' நகரத்திற்கு வாருங்கள்!"

புதுவை ரா. ரஜனி

9443484820

pudhuvairajani @ gmail.com

பாகம் : ஒன்று

1

'பேட்டையான்சத்திரம்' என்ற திகிலான பெயரைக் கொண்ட அந்தப் பகுதியில் மேகநாத பத்தர் காலனியும் புற்றுக்கோயிலும் பிரசித்தம் பெற்றவை. அந்தக் கோயில்தான் காலனிக்குச் செல்லும் வழிக்கு அடையாள மாகச் சொல்லப்படும். ஒல்லியான வேப்ப மரம் முதலில் வளர்ந்தது. பிறகு, அதனைச் சுற்றி கரையான்புற்று உருவாகியது. கைக்குழந்தை அளவிற்குப் புற்று வளர்ந்து நின்றதும் மாரியாத்தாவின் செல்லக் குழந்தையான பாம்பு ஒன்று தஞ்சம் புகுந்து, அந்த 'வீட்டை'தனதாக்கிக் கொண்டது. முட்டையும் பாலும் அது கேட்காமலேயே வைக்கப்பட்டன. அதற்கும் அவை ருசிகரமாக இருந்தன.

மரத்தின் அடிப்பகுதியில் ஒரு மஞ்சள் துணியை கட்டி, அதற்கும் மேலே குழைவாக, மஞ்சள் பூசி பெரிய குங்குமப் பொட்டொன்றை வைத்தார்கள். சின்ன பூச்சரத்தைச் சூடி, சூடம் ஏற்றத் தொடங்கி, மரத்தை வலம்வரத் தொடங்கினார்கள்.

வலது புறம்... விறகுகடைக் கிழவியின் ஓலை வேய்ந்த விறகுக் கடை. அவளின் சுருட்டுப்பிடிக்கும் ஒல்லிக் கிழவனும்... தேங்காய் நார்க் கட்டிலும் கடையின் வாசலோரமாகக் காணப்படுகின்றன. காந்தி நகரிலிருந்து காலையிலேயே தம்பதிகள் வந்து விடுவார்கள். கிழவனாரின் புகைச்சல் இருமல் சாம்ராஜ்யம் கயிற்றுக் கட்டிலில் ஆரம்பமாகிவிடும்.

இடதுபுறம் பங்க் கடை. அதிலும் கொக்கு போன்று நெடு நெடுவென ஒரு கிழவிதான் சாம்ராஜ்யம் நடத்தி வந்தாள். தலையும் மீசையும் வெண்பஞ்சாய் இருக்கும் கிழக்கணவர் ஒருவர் உண்டு. அவருக்கு கடைக்கு வரும் பெண்மணிகளிடம் பெரும் அக்கறை உண்டு. அவர்கள் சென்றவுடன் கிழவியின் பெரும் வசவுகள் உண்டு! அப்புறம், இவர்களை யடுத்து கரும்பச்சை வர்ணம் அடித்த டீ, காபி, டிபன் ஓட்டல். நாகர்கோவில் நாயருடையது. மசால் வடையின் வாசம் நாசியைத் துளைக்கும்!

இவைகளுக்குப் பின்புறம் தென்னை மரங்கள் உயர்ந்திருக்க... மரங்களிடையே கோரிமேடு செல்லும் சாலை தெரியும்.

புற்றுக்கோயிலுக்கு நேரே நின்றுகொண்டால் முகத்துக்கு நேரே தெற்கு பார்த்து ஓடும் செம்மண் பாதை. இருபதடிகள் அந்தச் செம்மண் பாதையில் நடைபோட்டால், இடதாக சிறிய தெருவொன்று ஆரம்பித்து நாலைந்து வீடுகளோடு முடியும். அங்கிருந்து மேற்கே பார்த்தால் முதலில் தென்படுவது பச்சம்பசும் 'தோப்புத்தாத்தா' வாழைக் கொல்லைகள். அதனைத் தவிர்த்து கண்களைத் தாழ்த்தினால், கருங்கல் மேடையில், சிறுகுடிசைத் தடுப்பின்கீழ் வீற்றிருக்கும் ஒரு பிள்ளையார் சாமியைக் காணலாம். அச்சிலை செட்டியார் வீடு அஸ்திவாரம் தோண்டுகையில் கிடைத்ததாக ஒரு செய்தி உண்டு. எனவே, செட்டியார் எண்ணெய் ஆலையைத் தவிர, பிள்ளையார் சாமிக்கு மிகுந்த நெருக்கமாகி அந்தப் பகுதியில் பிரபலமான பக்திமான்.

கோயிலையொட்டி இடதுபுறம் தொடங்கும் மஞ்சள் வர்ணம் பூசப்பட்ட பகுதி வீடுகள்தாம், மேகநாத பத்தர் காலனியின் தொடக்கம். மொத்தம் மூன்று பகுதிகள். நான்கு நான்கு வீடுகள். இரண்டாவது பகுதியில் பரந்த மொட்டை மாடிக்குச் செல்லும் மாடிப்படிக்கட்டுகள். ஒவ்வொரு காலனியிலும் துணிதுவைக்கவும் பிற உபயோகங்களுக் காகவும் நடைபாதையிலிருந்து இரண்டடிக்கு உயர்ந்த மேடை. ஒரு தண்ணீர்க் குழாய். அந்தப் பகுதியை ஒட்டி ஒரு பாம்பே கழிவறை, ஒரு குளியலறை...

நாம் முதலில் மூன்றாவது காலனிக்குள் நுழைந்து பார்க்கலாம். வலப்பக்கம் வீடுகளில் முதலில் ஐயர் வீடு. இரண்டாவது எங்கள் வீடு. இடப்பக்கம் ஓய்வு பெற்ற ராணுவ அதிகாரி சந்திரநாத் வீடு. அதற்கடுத்தது இந்திக்காரி வீடு.

ஐயர் வெடவெடவென்று உயரம். பட்டைப்பட்டையாய் சொத்தை - மஞ்சள் பற்கள் தெரிய அனேகமாய் களைத்துப்போய் காணப்படுவார். ஐயர் வீட்டம்மாவை யார் கட்டிக் கொண்டிருந்தாலும் அந்த நிலைதான் ஏற்பட்டிருக்கும் என்று ஜாஹீர் அம்மா சொல்லியிருக்கிறாள். ஆத்தில் ஐயரம்மா அதிகாரதான். அந்தத் தம்பதிகளுக்கு 12, 9 வயதுகளில் மகன்களும் 10 வயதில் மகளும் உண்டு. மகள் அச்சு அடித்ததுபோல அம்மாவைப் போலவே. ஆண்டவன் எப்படி கடைக்கோடி முக்கோணப் பல்லைக்கூட மறக்கவில்லை என்பது வியப்பு!

எங்களது பெரிய குடும்பம். அம்மா, பெரிய-நடு-சின்ன அண்ணன்கள். இரண்டு அக்காக்கள். இலவச இணைப்பாய் கடைசியாய் நான். அப்பா ஆடுதுறையிலிருந்து அபூர்வமாய் வருவார். சாடை மாடையாய் அம்மாவிற்கு செய்திகள் எங்கள்மூலம் வெளிப்படுத்துவார். அம்மா கதவு பார்த்து புலம்பிக்கொண்டிருப்பாள். அப்பா இரண்டு மூன்று நாட்களிலேயே விபூதி வாசனைத் தெறிக்க முதலாளிப் பண்ணையை நிர்வாகிக்கக் கிளம்பிவிடுவார். சொந்தக் கதை, சோகக்கதை.

ராணுவ அதிகாரி சந்திரநாத், அவரது நீண்ட மூக்கு மனைவி, சுரேந்திரநாத், கோபால்நாத், கந்தநாத் என்ற பெரிய மகன்கள். சந்திரநாத், மனைவியை 'மணி!' என்று கூப்பிடுவார். நான், 'அவங்களோட பேர் "மணிநாத்" என்றிருந்தால் நன்றாயிருக்கும்' என்று எண்ணுவேன். காலனியில் மணிக்கு மறைமுகமான பெயர் ஒன்று உண்டு. அது - மூக்குநீட்டி!

இந்திக்காரி வீடு. காலனி மக்கள் ராட்சசி என்ற சொல்லை அவளை வைத்துதான் உருவகப்படுத்தியிருந்தார்கள். இந்திக்கார புருஷனையும் பார்த்தால் பயமாகத்தான் இருக்கும். அவர்களுக்கும் அடுக்கடுக்காய் நான்கு ஆண் மகன்கள். கடைசி மகனுக்கு ஏழு வயதிருக்கும். கொழு கொழுவென்றிருப்பான். அவனை இன்னும் குழந்தைப்பட்டியலில் அவள் வைத்துக்கொண்டு, தன் பெரிய மார்பகத்தைத் திறந்து பிருமாண்டமாகப் பால் புகட்டிக் கொண்டிருப்பதை காலனியே அதிர்ச்சியில் பார்க்கும். ஐயர் வீட்டம்மா, "சனியன், சனியன்!" என்று புலம்புவாள். "நிறுத்தித் தொலை!" என்றால், அவளும் கேட்க மாட்டாள். அவளது கணவன் கொசு ஒழிக்கும் நிறுவனத்தில் அதிகாரியாம். கோட், சூட், பூட்டெல்லாம் போட்டுக் கொண்டு வேலைக்குச் செல்வார். கடந்து சென்றாலே சிகரெட் புகையிலை நாற்றம் வீசும். அவருக்கு நான்கே நான்கு கெட்டப்பழக்கங்கள் உண்டு. 1.சிகரெட்டுகளை ஊதித் தள்ளுவது, 2.மாலையானால் மதுவில் மயங்குவது, 3.சீட்டாடுவது, 4. பிள்ளைகளை இழுத்துப்போட்டு சாத்துவது.

இப்போது இரண்டாவது காலனிக்கு வருவோம். அங்கு எனக்கு ஒரேயொரு வீடுதான் ஞாபகமிருக்கிறது. தம்புதான் என் நெருங்கிய நண்பன். அவனும் அவனது அப்பா, அம்மாவும் வசித்தார்கள். அப்பா குண்டு; அம்மா படு ஒல்லி. தம்புவும் குண்டு. பளபள கறுப்பில்

கண்களை உருட்டிக் கொண்டிருக்கும் அவனை எனக்கு மிகவும் பிடிக்கும். நானும் அவனும் மூன்றாம் வகுப்பில். ஆனால் வேறு வேறு பள்ளிக்கூடங்கள்.

மற்ற வீடுகள் நான் பார்க்கும்போதெல்லாம் பூட்டிதான் இருந்திருக்கின்றன.

மூன்றாம் காலனியில் ஒரு அழுக்கு குடும்பம் இருந்தது. கண்கள் மட்டும் வெள்ளையாய்த் தெரியும்படி அப்படியொரு கறுப்பு மனிதர்கள். அந்தக் காலனிக்குள் மட்டும் நாங்கள் யாருமே நுழைவதில்லை. ஒரே சண்டை, நாற்றம். மேலும் அவர்களும் யாரிடமும் முகங் கொடுத்துப் பேசுவதில்லை. அந்தக் குடும்பத்தில் தொப்பையைத் தள்ளிக்கொண்டு ஒரு தலைவர் இருந்தார். சதாநேரமும் வெற்றிலையை அதக்கிக் கொண்டிருக்கும் அழுக்குப் புடவை தலைவி, தலைக்குமேல் வளர்ந்த இரண்டு முரட்டுப் பிள்ளைகள்... அந்த இரு எருமைகளும் காலையில் எழுந்ததும் முற்றத்திலேயே நின்றுகொண்டு சிறுநீர் கழித்துக் கொண்டிருக்கும். மற்ற மூன்று வீடுகளிலும் அலுமினியப் பாத்திரங்கள் விற்கும் தனிநபர்கள் தங்கியிருந்தார்கள். காலையிலேயே, சைக்கிளில் பெரிய கூடைகளில் பாத்திரங்களை அடுக்கிக்கொண்டு வெளியே கிளம்பி விடுவார்கள். அல்லது அந்த அழுக்கு மனிதர்களிடம் தப்பித்துச் செல்வதாகவும் இருக்கலாம். சனிக்கிழமை மாலையில் சேலத்திற்கு குழந்தை குட்டிகளைப் பார்க்க கிளம்பி விடுவார்கள்.

எனவே முழு இட ஒதுக்கீட்டையும் தம்மிடம் வைத்துக் கொண்டார். அழுக்கு குடும்பத்து தலைவர்.

மேகநாத பத்தர் காலனி மனிதர்கள் அனேகம்பேர் வாழ்வை வலைவீசித் தேடிக் கொண்டிருக்கும் பாவப்பட்ட ஜீவன்கள். பணம் என்னும் பயங்கரப் பேய் சிக்காமல் பயமுறுத்திக்கொண்டே இருந்தது அவர்களை.

2

ஒரு நாளின் இருபத்து நான்கு மணி நேரங்கள் ஓட்டுவது என்பது காலனி மக்களுக்கு நீண்ட போராட்டமாய்த்தான் இருந்தது. சிறுவர்களான நாங்கள் மட்டுமே ஜாலியாய் இருந்தோம்.

வீட்டினைவிட்டு வெளியே காலடியெடுத்து வைத்தால், கொள்ளையோ கொள்ளை இன்பம்தான்! ஓடி விளையாடிய காலங்கள். வியர்வை ஆறு பெருகி ஓடிய கும்மாள வயசு. பட்டாம் பூச்சியாய்ப் பறந்த சமயங்கள்!

பிள்ளையாரும் தோப்புத்தாத்தாவின் வாழைக்கொல்லையும் எங்களுக்கு மிகவும் பிடித்தமானவை. பிள்ளையார்சிலை நல்ல அமைப்பாக இருக்கும். கொழுக்மொழுக்கென்ற நல்ல புஷ்டியான பிள்ளையார் சிவப்புக்கரை வேட்டி கட்டிக்கொண்டு, கழுத்தில் ஏதேனும் மாலையோடு அமர்ந்திருப்பார். வேட்டியின் இடுப்பில் சோதித்தால், நாணயங்கள் தட்டுப்படும். எனவே, அடிக்கடி எங்கள் கைகள் இடுப்பைத் தடவுவதுண்டு. எங்கள் செயலுக்கு பிள்ளையார் ஏதும் மறுப்பு தெரிவிப்பதில்லை. அமைதியாய் இருப்பார். கிடைக்கும் ஐந்து பைசாக்களை சாதாரணமாய் 'எடை' போட்டுவிடக்கூடாது. தேன் ஜீரா மிதக்கும் ஐந்து தேன்மிட்டாய்கள் (அ) ஐந்து கஜீராக்கள் (அ) ஐந்து பால்பன்கள் வாங்கலாம்.

ஓடிப்பிடித்து விளையாடுவதும், ஐஸ் பாய்ஸ் விளையாட்டெல்லாம் பிள்ளையார் சாமியைச் சுற்றித்தான். அவர் எண்ணெய்க் குளியல் குளித்து பளபள கருப்பாக இருப்பார். முகர்ந்து பார்த்தால் வித்தியாசமான வாசம் வரும். கருங்கல் மேடையில் வீற்றிருக்கும் அவரை சிறு கீற்றுக் கொட்டகை வெய்யிலினின்றும் மழையினின்றும் காக்கும். காக்கும் கடவுள் கணேசன் பக்தர்களை எதிர்நோக்கிக் காத்திருப்பார்.

ஏதும் வரைமுறையோ, கால நிர்ணயமோ கிடையாது. பஸ் விளையாட்டுதான் எங்கள் முதல் ஆட்டமாய் இருக்கும். சிகரெட் பக்கைகள் பயணச்சீட்டு. கூழாங்கற்கள்தாம் கட்டணம். நான் கொஞ்ச நேரம் டிரைவர்; தம்பு கொஞ்ச நேரம் டிரைவர்; அப்புறம் ராதாகூட டிரைவர் முதல் பெண் ஓட்டுநரை நாங்கள் தான் கண்டுபிடித்தது.

'ஓவியக்கிழவி' வீட்டின் வாசல் எதிரே இருக்கும் சிறிய பால்கனி எங்கள் வாகனம். நீண்ட சிமெண்ட் கட்டையில் டிரைவரான நான் முதலில் ஏறி இருபக்கமும் கால்களைப் போட்டுக்கொண்டு அமர்வேன். தம்பு டிக்கெட் கொடுத்து ஒவ்வொருவராக அனுப்பவான். ராதா, மணி, கோபி, ராமு, ஜாஹீர், நீட்டு எல்லோரும் ஏறிக் கொண்டபின், தம்பு பின்னால் நின்றுகொண்டு " ரை.....ரை...!" என்பான். 'ரைட்... ரைட்...!'-ன் சரியான உச்சரிப்பு அதுதான்.

நான் வண்டியைக் கிளப்புவேன். இரண்டு கைகளாலும் உயர்ந்த தூணைப் பிடித்துக் கொண்டு, உதடுகள் துடிக்க... "புர்" என்று குரல் கொடுத்து வேகமாய் ஓட்டுவேன். வாயிலிருந்து தெறிக்கும் தொடர் எச்சில் தூறல்கள் மூக்குக்குக் கீழே சில்லென்று படிந்து பிறகு, ஏனோ அரிப்பெடுக்க ஆரம்பிக்கும். சப்தம் நிறுத்தி, துடைத்துக் கொண்டு மறுபடி ஓட்டுவேன். பயணிகள் அனைவரும் 'ஹோய்... ஹோய்...' என்று கும்மாளமாய்க் குரல் கொடுப்பார்கள். ஒருவரை ஒருவர் பிடித்தபடி இருக்கும் அவர்கள் சிலசமயம் பேலன்ஸ் தாங்காமல் 'தொபுகடீர்' என்று மண் தரையில் ஓவியக் கிழவரின் பீடித்துண்டுகள் மீது விழுவதுண்டு.

கண்டக்டர், "ராஜா தியேட்டர் இறங்கு...!" என்று குரல் கொடுப்பார்.

ஆட்டம் படுசுவாரஸ்யமாய் நடைபெற்றுக் கொண்டிருக்கையில், ஓவியக்கிழவி சடாரென்று கதவைத் திறந்து வெளிப்படுவாள். குளித்து முடித்து உருண்டையான முகத்தில் நிறைய மஞ்சளை அப்பிக்கொண்டு பெரிய அளவிலான பொட்டு வைத்திருப்பாள். "லேய்...!" என்ற வெளிப் பாட்டைத் தொடர்ந்து, "எல்லோரும் எறங்கிப் போங்கடா... ஒரே சத்தம்! மஹா...!" என்பாள் கண்களை உருட்டியும் ஆட்காட்டி விரலை உயர்தியும். அவள் எப்பொழுதும் இப்படித்தான். ஏதாவது சொல்லி முடிக்கையில் கடைசியா 'மஹா' என்றுதான் முடிப்பாள்.

அனைவரும் குதித்து பிள்ளையார் கோயிலில் மறைவோம்!

ஆட்டம் இப்படி கலைந்து போவதுண்டு. அல்லாவிடில், வாகனத்தை ஓட்டிக்கொண்டிருக்கும் எனக்கே ஆட்டத்தை முடித்துவிடும் எண்ணம் உதிக்கும். பஸ்ஸில் அமர்ந்தபடியே கேட்பேன்; "யார்... யார்... ஐஸ் பாய்ஸ்?"

விளையாட்டு மாறிவிடும்.

'ஓவியக்கிழவர்' தினமும் காலையில் கம்பெனி திறக்க கிளம்பி விடுவார். வெள்ளை வெளேரென்ற வேட்டி, சட்டை, எண்ணெய் நிறைய விட்டு வாரிய தலை, சிவப்பு பழமாய் ஜொலிக்கும் முகம், ஏறக்குறைய ஆறடி உயரம். தோள்பட்டையில் நீண்ட பிளாஸ்க் ஒன்று தொங்கும். வலது கையில் குடை. இடது கையில் எக்கச்சக்கமாய் பெரிய பெரிய சாவிகள் கொண்ட கொத்து. எஸ்டேட்டுக்கு நடையைக் கட்டுவார். அவர் பின்னால்... சில கோப்புகள், புத்தகக் கட்டுகளைச் சுமந்து செல்லும் தெற்றுப்பல் வாட்ச்மேன் ஒருவர் ஏறக்குறைய துரத்தியபடி பின் தொடர்வார். கிழவர் கிளம்பிச் சென்றவுடன் எங்கள் விளையாட்டு ஆரம்பமாகும். அவர் இருந்தால், துரத்தி அடிப்பார். "ஏய்...! என்ற வெண்கலக்குரல், பயமாய் இருக்கும்.

ஓவியக்கிழவிக்கு என்னை மட்டும் பிடிக்கும். கூப்பிடுவாள். பெருமையாய்ப் போய் நிற்பேன்.

"என்ன ஆயா...?"

"செட்டியார் கடைக்கிப் போயி, பத்துப் பைசாவுக்குப் பட்டை, பத்துப் பைசாவுக்கு ஏலக்கா வாங்கிட்டு வா, மஹா...!"

"பட்டை பத்து: ஏலக்கா பத்து..." என்று சொல்லியபடியே காசை மடக்கிக் கொண்டு ஓடுவேன்.

பொருட்களைக் கையில் கொடுக்கும்போது ஒரு பைசா அல்லது இரண்டு பைசா நாணயமொன்று மிட்டாய்க்காக கைகளில் விழும். அல்லது "உள்ளே வா..." என்பாள். கிண்ணத்தில் வெண்புட்டு அல்லது மசால்வடை இருக்கும். சாப்பிடச் சொல்வாள். நன்றியோடு சாப்பிட்டுவிட்டு, சமையலில் ஒத்தாசை செய்வேன். தண்ணீர் பிடிப்பது, பெருங்காய டப்பாவைத் தேடிக்கொடுப்பதுதான் உதவி.

அவள் சமையல் செய்வது விந்தையாக இருக்கும்.

வட்டமான எவர்சில்வர் தட்டில் ஏழெட்டுப் பெரிய மீன்கள் சோகமாய்க் காட்சியளிக்கும். கிழவி ஒரு மீனை எடுத்து அதன் வயிற்றின் பக்கவாட்டில் கத்தியால் பிளப்பாள். பர்ஸ் மாதிரி திறந்து கொள்ளும். அதன் உள்ளே மாவு கலந்த மசாலாவைத் திணிப்பாள். எல்லா மீன்களிலும் இதுமாதிரிச் செய்துவிட்டு, ஊசி நூல் கொண்டு அவற்றின் வயிறுகளைத் தைப்பாள். தோசைக்கல்லில் எண்ணெய்விட்டு பக்குவமாய்ச் சுடுவாள். வெந்து 'செட்டான' உடன்... நூலின் ஒரு முனையைப் பிடித்து மெதுவாய் இழுத்துவிடுவாள். எனக்கு இதெல்லாம் பார்க்க பிரமிப்பாய் இருக்கும். அம்மா இதுபோல ஒருமுறை கூட செய்ததில்லை.

"அதெல்லாம் பெரிய பெரிய பணக்காரங்க சாப்பிடறது...!" என்று அம்மா சொல்லியிருக்கிறாள்.

பன்னிரெண்டு மணிக்கு வரப்போகும் தாத்தாவுக்காக மேசையில் உணவு வகைகளை அழகாக எடுத்து வைப்பாள். சாதம், பருப்பு, சாம்பார், தயிர், மீன் வறுவல், முட்டைப்பொரியல், பப்படம், ஊறுகாய் என தயாராய் இருக்கும். "போயிட்டு வா, மஹா!" என்று அனுப்பி கதவை மூடிவிடுவாள்.

தம்பு என்றால் எனக்கு உயிர். என்னையும் அவனுக்கு ரொம்பப் பிடிக்கும். அதைவிட, அவனது பெற்றோர்கள் விரும்பும் ஒரே 'நல்ல பிள்ளையாக' நான் மட்டுமே. விளையாடுகையில் எனது பாதுகாப்பில் தான் விடுவார்கள். அவன் எது சொன்னாலும் கேட்டுக்கொள்வேன். தம்புவின் அப்பாவும் அம்மாவும் கருப்பாக இருப்பதால் அவனும் கருப்பாக இருக்கிறான் என்று நம்பினேன். அவர்கள் சிவப்பாக இருந்திருந்தால் அவனும் சிவப்பாக இருந்திருப்பான். அவன் ஒரே பிள்ளை. மாற்றி மாற்றி அவனைக் கொஞ்சுவார்கள். அப்பா இன்ஜினீயராம். அம்மா ஊசி போடும் நர்சாம்!

அவனது அப்பா பழுப்புநிற ஸ்கூட்டரெல்லாம் வைத்திருந்தார். பாலியெஸ்டர் சட்டை போட்டுக் கொண்டு பெருமையாய் வண்டியில் ஏறிக் கொள்வான், தம்பு. நான் ஒரு தடவைகூட ஸ்கூட்டரில் போனதே இல்லை!

மனதினுள், 'அப்பா, அம்மா ஏன் அவங்களை மாதிரி இருக்க மாட்டேங்கிறாங்க?' என்று கேள்வி நிற்கும். எனது அம்மா அப்பா ஜோடியாய் நின்று நான் பார்த்ததேயில்லை.

ஞாயிற்றுக்கிழமைகளில் கோயிலுக்குச் செல்வார்கள். அனைவரும் வெள்ளைவெளேரென்று உடைகள் போட்டிருப்பார்கள். அல்லது நிறைய வெள்ளுடை அணிந்த அண்ணன்கள், அக்காக்கள், மாமாக்கள் அவர்களது வீட்டிற்கே வந்து பாட்டுப் பாடி இசைவெள்ளம் எழுப்பி காலனியை உலுக்கி எடுத்து விடுவார்கள்.

தம்பு இல்லாப் பொழுதுகளில், நான் அவனுக்காக 'தோப்புத்தாத்தா' தோட்டத்தில் தைரியமாக நுழைந்து பொன்வண்டு பிடித்து வைத் திருப்பேன். வாழைக் குருத்து இலை தின்பதற்கு ருசியாக இருக்கும். நறுக்கறுக்கென்று மென்றுகொண்டே எனது தேடல் தொடரும். சரசரவென சப்தம் கேட்கும். வாழை வரப்புகளில்

தேங்கிக்கிடக்கும் நீர்ப்பரப்பில் மெல்லிய பாம்புக்குட்டிகள் நீந்திப் பாயும். சொத்தென்று தவளைகள் காலில்பட்டு எகிறும். மனதிற்குள் திகில் இருந்தாலும் அந்த எரியும் வெய்யிலில் இருள் சூழ்ந்த தோட்டம் இனிமையாகவே இருக்கும். வாழை மரங்களுக்கு ஊடாக வெற்றிலைக் கொடிகள் சிலுசிலுவென்று தலையாட்டிக் கொண்டிருக்கும். கொழுந்தாகப் பறித்துச் சுவைப்பேன். மதியம் அம்மா குழம்பு ஊற்றிய சாதம் தருகையில் நாக்கெல்லாம் எரியும்.

ஏனோ தெரியவில்லை. சின்ன அண்ணனுக்குத் தம்புவை அறவே பிடிக்கவில்லை. “டேய்! கருப்பா...!” என்று துரத்த ஆரம்பித்து விடுவான். அண்ணனது தலைமையில் ஏதேனும் ஒரு விளையாட்டுக்கு தம்பு சேர்த்துக் கொள்ளப்படுவான். ஆனால், இறுதியில் அவன் அழுது கொண்டுதான் வீடுபோய்ச் சேரவேண்டும். சில சமயங்களில் நான் அம்மாவிடம் முறையிட்டு, தம்புவை அடியிலிருந்து காத்திருக்கிறேன்.

தம்புவிற்கு அவனது அம்மா ஆரஞ்சுப் பழங்களைப் பிழிந்து ஜூஸ் கொடுப்பாள். எனக்கும் கூட பலாச்சுளைகளில் பங்கு கிடைக்கும். அவர்கள் மண்டியிட்டு ஆண்டவரிடம் வேண்டும் பொழுது, நானும் அமர்ந்து கொள்வேன்.

“எல்லாம் வல்ல ஆண்டவரே! நீரே எம்மை வழி நடத்திச் செல்லும்; எல்லாச் சர்வ வல்லமையும் எங்களுக்குத் தாரும். இதோ இந்த குட்டி வெள்ளாடு உங்களுடையது. நீவிரின் அடைக்கலமும் பெலனும் இவனுக்கு உண்டாக்கக்கடவும்...!” என்று தம்பு அம்மா மனமுருகுவாள். மூடியிருக்கும் கண் இமைகளின் வழியே கண்ணீர் கோடுகளாய் அவள் கன்னப்பகுதிகளில். எனக்கு தம்புவை ‘வெள்ளைக் குட்டியாடு’ என்று சொல்வது மிகவும் பிடித்தது.

3

காலனி ஒவ்வொரு காலநிலையிலும் அற்புதமாய் இருக்கும். சடால்... சடால்... என்று பெய்யும் மழையை அப்பொழுது காண முடிந் திருக்கிறது. வெய்யில், மழை, பனி காலங்கள் தவறாது முறைவைத்து வரும்.

திறந்த பெரிய பெட்டிக்குள் விழுவதுபோன்று, காலனிக்குள் விழும் மழைக்கயிறுகள். கதவினை மூடிக்கொண்டு சன்னல் வழியே மழையை ரசிக்க வேண்டும். நீண்ட தண்ணீர்ப் போக்குவரத்து. மொட்டை மாடியி லிருந்து கீழே இறங்கும் பெரிய சிமெண்ட் குழாயிலிருந்து தண்ணீர் தரையில் பட்டு எகிறும்... ஓசைகள்... அமைதியோ அடிபட்டுப் போகும். இந்திக்காரி தன் புத்திரர்களுடன் கத்திக் கொண்டிருந்தாலும் மழைதான் வெல்லும். பள்ளிக்குச் சுலபமாய் 'மட்டம்' அடிக்கலாம். அல்லது அடைமழையானால் *மிசேக்கள், "ஓரமா வீடுபோய்ச் சேருங்கடா...!" என்றும் அனுப்பி விடுவார்கள். மழையென்றால் மகிழ்ச்சியோ மகிழ்ச்சிதான். அம்மாவுக்குத் தெரியாமல் கதவைத்திறந்து ஆசைதீர காகிதக் கப்பல்கள் விடலாம். முதலில் நேராகச் சென்று பிறகு குடை சாய்ந்தபடி அவை சாக்கடையைச் சென்றுசேரும்.

இரண்டு கைகளால் 'சும்மனாச்சுக்கும்' தலையைப் பாதுகாத்துக் கொண்டு ஓடி, பாதி நனைந்து கொண்டு தெருவைப் பார்ப்பது அலாதி. மழையில் ஆட்கள் நடமாட்டமின்றி தெரு அமைதியாய் இருக்கும். தடுப்புக் கூரையிலிருந்து ஊற்றும் மழைநீர்ச் சப்தத்தில் பிள்ளையார் இருளில் யோசித்தபடி அமர்ந்திருப்பார். செம்மண் சாக்கடை அடித்துக் கொண்டு ஓடியபடியிருக்கும். சின்னஞ்சிறார்கள் ஒவ்வொருவராய் காளான்கள் மாதிரி முளைப்பார்கள்.

தன் சப்தத்தை நிலைநாட்டி, மற்ற அசைவுகளை அமைதி படுத்தியிருக்கும் மழையைத் தோற்கடிக்கும் வகையில் எங்கள் நட வடிக்கைகள் மெல்ல மெல்ல ஆரம்பமாகும். யாரும் காதில் கை வைக்காமல் இருந்தால் சரி. இருந்தாலும் இறுதியில் அடி நிச்சயம்!

---

* மிசே - ஐயா, வாத்தியார் (பாண்டிச்சேரி பிரெஞ்சுக்காரர் வசமிருந்த ஆட்சியினால் இரண்டறக்கலந்த வார்த்தைப் புழக்கம்.)

முதலில் மெல்ல தலையை நனைத்துக் கொள்ள வேண்டும். பிறகு ஓடும் நீரில் 'ஜிலீரிட' குதிக்க வேண்டும். அப்புறம், ஜாஹீரை தண்ணீரில் திடுமெனத் தள்ளிவிட்டு நாமும் வேண்டுமென்றே விழ வேண்டும். காலனிக்கும் பிள்ளையார் குடிசைக்கும் மாறி மாறி ஓடிட வேண்டும். மழையை நிமிர்ந்து பார்க்கும் போட்டி, கண்களில் விழும் துளிகளின் இன்ப இம்சையின் தன்மையைத் தாங்கிக்கொள்ள வேண்டும். சொதசொதவென்று நனைந்தவுடன் மழையும் நாமும் ஒன்று.

ஆனால், இந்த விளையாட்டுக்கெல்லாம் தம்பு வருவதேயில்லை! முதல் தூறலுக்கே தம்பு அம்மா கதவைத் தாழ்ப்பாள் போட்டுவிடுவாள். அடாது பெய்யும் மழையிலும் தம்பு அப்பா மகனை பள்ளிக்கு அழைத்துச் செல்வார். அவர்களிருவரும் அழகாய் சிவப்பு வண்ண மழைக்கோட் போட்டிருப்பார்கள்.

அன்றைய மழை நேரத்தில் இந்திக்காரி துணி துவைத்துக் கொண்டி ருந்தாள். போர் போராய் துணிகள். சோப்பு போட்டு அவைகளைத் தூக்கி தரையில் அடித்து துவைப்பதில்லை அவள். குண்டாந்தடிப்போல் ஒரு கட்டை அவளிடம் உண்டு (பிறந்த வீட்டுச் சீதனங்களில் ஒன்று). அதன் மூலம்தான் துணியைப் 'பொடேர்... பொடேர்' என்று அடிப்பாள். இப்படி துவைத்துக் கொண்டிருந்த அவள் பக்கம் ராணுவ அதிகாரி சந்திரநாத் வந்தார். அவளைப் பார்த்துப் புன்னகைத்தார். மிலிடெரி கட்டிங், கருப்புநிற வசீகர முகத்தில் மீசையும் கிருதாக்களும் திட்டுத் திட்டாய் நரைத்திருக்கும். உதடுகள் பளபளக்கும். ஆஜானு பாகுவாய் இருப்பார். பீரங்கிச் சுடுகுழாயை ஒரு கையால் சுலபமாய்த் திருப்புவாராம்!

இந்திக்காரியும் புன்னகைத்தாள். அதன்பிறகு, அவர் இந்தியில் ஏதோ கேள்வி கேட்டார். அவள் உடம்பைக் குலுக்கிச் சிரித்தாள். அப்புறம், துணியடிக்கும் தடியைத் தூக்கிக் காட்டினாள். அவரும் சிரித்தார். தண்ணீர்க் குழாயில் முகத்தைக் கழுவுவதுபோல அவளைப் பக்கவாட்டில் பார்த்தார். இரண்டுகைகளிலும் நீரைத் தேக்கி சுற்றுமுற்றும் ஒருமுறை பார்த்துவிட்டு 'சொத்தென்று' அவள் ஒதுங்கியிருந்த நெஞ்சில் அடித்தார். பிறகு இறங்கிச் சென்று விட்டார். தூரத்திலிருந்து அதைப் பார்த்த எனக்கு மனசுக்குள் சுரீரென்றது. இதுமாதிரியெல்லாம் மூக்கு நீட்டி மணியிடம் அவர் விளையாடிப் பார்த்ததே கிடையாது. அதன் பிறகு எனக்கு மழை பெய்கின்ற போதெல்லாம் அந்நிகழ்ச்சி மனதில் ஆடிவிட்டுப் போகும்!

மழை பெய்கையிலும் அழகு; பெய்து ஓய்ந்த அமைதிப் பொழுதும் அழகோ அழகு. கருஞ்சாக்கடை மழைநீரில் குளித்து, 'சுத்த பத்தமாய்' ஓடும். காலனி மொட்டை மாடி மழைநீர் வெளியேற்றுக் குழாயினால் ஏற்பட்ட நீர்வீழ்ச்சியின் காரணமாக சாலையில் பளிங்கு கூழாங்கற்கள் பளிச்சென்று பொறுக்கிக் கொள்ள காத்துக் கிடக்கும். தோப்புத்தாத்தா வாழைமரங்கள், அடித்த காற்றில் சற்று சாய்ந்திருக்க, வெற்றிலைக் கொடிகள் அறுந்துபோய் எங்களிடம் அடைக்கலமாகத் தயாராய் இருக்கும். பழுதடைந்த வேலியைத் தாண்டலாம்.

சின்ன வரப்பு நீர்போக்குகளில் பாம்புக்குட்டிகள் நீச்சலடித்துக் கொண்டிருக்கும். தவளைகளோ குதித்தோடிக் கொண்டிருக்கும்.

இப்பொழுது பிள்ளையார் புதிய கழுவி விடப்பட்ட தெருவை நோக்குவார். மூன்றாம் தெருவிலிருக்கும் பால்காரப்பாட்டி சாமி கும்பிட்டு விட்டு, பத்து பைசாவை தொப்பை வேட்டியில் வைத்துப் போனாள். 'பெரியவன் ஆனதும் இருபது பைசாவாகத் திருப்பித் தந்துவிடுவேன்' என்று வேண்டியபடி அந்தப் பைசாவை 'மீசைக்கடையில்' கஜீரா பிஸ்கெட்டுக்குச் சமர்ப்பித்து விடுவேன்.

ஆங்காங்கே புதிய தடங்களை ஏற்படுத்தியிருக்கும் நீர்ப்பரப்பு களோடு நம்மை ஆலிங்கனம் செய்து கொள்ளும் சுகம்; வாயிலும் கையிலும் பால்பன். தேன்மிட்டாய், கஜீரா வகைகள் இருந்தால் சுகமோ சுகம். சதுரமாய் ஒரு பைசா, ஐந்து மற்றும் இரண்டு, மூன்று பைசாக்களும் புழங்கிய காலமது. ஒரு பைசாவுக்கு ஒரு மிட்டாய் கிடைத்த வசதியான காலம். தேன் மிட்டாயின் உள்ளே சிவப்பு ஜீரா ஒட்டாமல் மிதக்கும் ருசியே தனி. ஐந்து பைசாவுக்கு பெரியதாய் ஒரு தேன் மிட்டாய். அதை இரண்டு விரல்களில் பிடித்து நுனியில் கடித்து ஓட்டைப் போட்டுவிட்டு, பிதுக்கிப் பிதுக்கி தேன் ஜீரா அருந்தலாம். எனக்கு பிள்ளையார் நிறைய தடவை மிட்டாய்கள் வாங்கிக் கொடுத்திருக்கிறார்.

சேர்த்த பளபள கூழாங்கற்களை அட்டைப் பெட்டியில் சேகரித்துக் கொள்ளலாம். அப்புறம் இன்னொரு புதையல் சமாச்சாரம்கூட உண்டு. அடித்து வரப்பட்ட சாக்கடை வண்டல் மணற் பகுதியில் ஆராய்ச்சி மேற்கொண்டால் நிறைய கோலிகுண்டுகள், காசுகள் கிடைக்கும். இதற்காகவே தனித்தனி குழுக்கள் அலைந்து கொண்டிருக்கும்.

மழைக்கால மதிய நேரங்களில் எல்லா வீடும் அமைதியாய் உறங்கிக் கொண்டிருக்கும். சேகரித்து வைத்திருக்கும் தீப்பெட்டிப் படங்களையும் சோடா மூடிகளையும் வைத்து தனியாகவே மகிழ்ந்து போய் விளையாடலாம். சோடா மூடியை முகர்ந்தால் 'கலர்' வாசனையடிக்கும். 'சிங்கம் ஒயின்ஸ்' கடைக்கு ஒருமுறை ஜாஹீர் கூப்பிட்டுச் சென்றான். ஆற்று மணற்பரப்புச் சூழ்ந்த ஒயின் கடை. எனக்கு காலெல்லாம் உதற ஆரம்பித்து விட்டது. நிறையப்பேர் மணலிலும் நாற்காலிகளிளும் அமர்ந்து கொண்டு மயக்க மருந்து குடித்துக் கொண்டிருந்தார்கள். சூழ்நிலையில் அழுகிய பழங்களின் நாற்றம். ஜாஹீர், "அங்கிட்டுப் பாரு. ஓடிப்போய் பொறுக்கிக்கோ...!" என்றான். அவன் குச்சிக்கை காட்டிய திசையில் பார்த்தேன். குவிக்கப் பட்ட மணற்குன்றுமேல் ஒரு அட்டைப்பெட்டி நிறைய சோடா மூடிகள் ரொம்பி வழிந்திருந்தன.

வருடம்பூராவும் மழை பெய்தால், ஜாலியாக இருக்கும் என்று ஆசைப்படுவேன். கதகதப்பாய் நான்கு சுவர்களுக்குள் போர்வையில் முடங்கிக் கொள்ளலாம். ஆனால், மழை பெய்யும்பொழுது அந்த 'வைக்கோல் பைத்தியம்' என்ன செய்யும் என்று கேள்வி எழுந்து மனம் குழப்பத்தில் ஆழ்ந்துபோகும். அவள் மழையில் சொட்டச் சொட்ட நனைந்து போவாள்; அவளது உடைமைகள் சொதசொதவென்று ஆகும். அவள் ருசிக்கும் வைக்கோல் வதவதவென்று ஆகிப்போகும். நாள் முழுதும் காக்கைக் குருவிகளின் ஒலிகள் அற்றுப்போய், இரவில் அபரிமிதமாய் முழங்கும் தவளைகள் சுவர்க் கோழிகளின் சப்தத்தில் படுத்திருக்கையில் அந்தப் பைத்தியத்தின் நினைவாகவே இருக்கும். இடிகள் முழங்குகையில் பயத்தோடு அதனின் முகமும் நெஞ்சில் நிறையும். பளீர் பளீர் மின்னல்கள் சன்னல்களின் இடுக்குகளில் வழிந்து அறையில் சிதறும்.

பயத்திலும் தூக்கம் வெற்றி கொள்ளும்.

4

'அப்பா ஏன் எப்போதாவது வந்து போகிறாங்க?' எனக்குள் குடிகொண்டுவிட்ட கேள்வி இது. எனக்கும்கூட தம்பு, அவனது அப்பாவுடன் ஸ்கூட்டரில் செல்வதுபோலச் செல்ல ஆசை உண்டு. அப்பாவோ அண்ணனின் சைக்கிளை ஊரிலிருந்து வந்ததும் வாங்கிக் கொள்வார். வேட்டியை மடித்துக் கட்டிக்கொண்டு சைக்கிளில் செல்வதைத்தான் பார்த்திருக்கிறேன். தம்பு அப்பா கருப்புதான். பூப்போட்ட பாலியெஸ்டர் சட்டை அணிந்து, பேண்டுக்குள் திணித்துக் கொள்வார். கால்களைக் கவ்வும் வலைப்பின்னல் செருப்புகளோ, பூட்சுகளோ அணிந்திருப்பார். பெல்ட் நடுவில் தீப்பெட்டியளவில் தங்கமுலாம் பூசப்பட்ட தகடு பளபளக்கும். அதிலொரு கழுகு 'விர்ரென்று' உயரே எழும்பும்!

அப்பா நல்ல சிவப்பு. தூக்கிச் சீவிய முடிகளில் சேமியாவைப் போல் தெரியும் வெள்ளை முடிகள். நெற்றி பூராவும் திருநீர் அணிந்திருப்பார். குளித்து முடித்தவுடன் ஈரக்கையால் பொட்டலத்தைப் பிரித்து வாசனையாய் உள்ளங்கையில் கொட்டிக்கொண்டு சிறிது தண்ணீர் தெளித்து கருப்பாய்க் குழைத்து, நெற்றி, கைகள், இடுப்புகளின் இரு பக்கங்களும் முதுகின் பின்பக்கமும் இருபக்கங்களும் வேகமாய் விரல்களை இழுப்பதுதான் தெரியும். என்ன ஆச்சரியம்... இரண்டு மூன்று நிமிடங்களில் வெள்ளை வெளேரென்று பட்டைக்கோடுகள் மின்னும். கண்ணிமைக்கும் நேரத்தில் லங்கோடு மாட்டுவார். தம்பு அப்பாவோ முக்கோணம் முக்கோணமாய் வீட்டில் காயவைத்திருப்பார். தம்பு, அதன் பெயர் 'ஜட்டி' என்றான். அவனும்கூட அதனை மாட்டிக் கொண்ட பிறகுதான் கால்ச்சட்டையோ அல்லது முழுக்கால்ச் சட்டையோ அணிவான். அப்பா வெள்ளை வேட்டியை உதறிக் கட்டிக்கொள்வார். மேலே திறந்த மார்புடன் வாசனையோடு வலம் வருவார். ஊருக்குச் செல்கையில் வெள்ளைக் கதர்ச்சட்டையைப் போட்டுக் கொள்வார்.

"என்ன, செட்டியார் ஊருக்கு உடனே கிளம்பிட்டார்?" என்று கிண்டலாகக் கேட்கும் ஐயர் வீட்டம்மாவை அம்மா அவளுக்குத் தெரியாமல் முறைப்பாள்.

எனக்குள் இரண்டாவது கேள்விகூட ஒன்று உண்டு. 'அப்பா ஏன் அம்மாட்ட பேசவே மாட்டேங்கிறாங்க?'

அவருக்கு எல்லாமே சாடைமாடைதான்! அம்மா கதவுக்குப்பின் சமையற்கட்டில் நின்றிருப்பாள். அப்பா கதவிடம் சொல்வார். "கும்மோணத்துக்குப் போறேன். பெரியபாலு ஊருலயில்லை. வந்ததும் பணம் வாங்கி அனுப்புறேன்...!"

(அல்லது)

அக்காவைக் கூப்பிட்டு, "பசங்களைப் பார்த்துக்கோ. காலைல காரஅடை நல்லாயிருந்ததுன்னு உங்கமாட்ட சொல்லிடு...!" என்பார்.

"வீட்டில அரிசி, மளிகை ஒண்ணுமில்லை; பத்தர் பையன் வாடகைக்கு ஏழெட்டுமுறை வந்துட்டுப் போயிட்டாரு. ஏதாவது பொறுப்பு இருக்கா...?" - கதவு கேள்வி கேட்கும்.

"பெரியவன் வேலக்கிப் போறானா, இல்லியா?"

"அவனும் இல்லையன்னா இதுங்களை உயிரோட வச்சிருக்க முடியுமா?"

"ரெண்டு நாள்லே பணம் அனுப்புறேன்..."

கதவு மவுனமாகும்.

"நான் போயிட்டு வர்றேன்..." எங்கள் எல்லோரிடமும் தலையாட்டிப் புறப்படுவார். தெருவில் பிள்ளையாரைப் பார்த்து, காதைப் பிடித்து இரண்டு குதிகுதித்து ரெக்சின் பையோடு பயணமாவார்.

எனக்கு இரண்டு மூன்று நாட்களுக்கு அப்பாவின் வாசனை ஞாபகத்தில் வந்து கொண்டேயிருக்கும். மொட்டை மாடியில் தன்னோடு வைத்துக் கொள்வார். கொஞ்சநேரம் 'எத்தனை நட்சத்திரங்கள்' என்று எண்ணச் சொல்வார். எண்ணி முடித்ததும் 'ராஜா தேசிங்கு' கதை சொல்வார். கோட்டையும் கொத்தளமும் குதிரையும் உயிரோடு உருப்பெறும். பாதிக் கதையைக் கேட்டும் பாதி அப்பாவின் உடம்பு வாசனையையும் இழுத்துக் கொண்டும் கிடப்பேன். மாடி தடுப்புச் சுவரையொட்டிய பகுதியில் தென்னை மரத்தலை மிக அருகில் கூந்தல் விரித்தாடும். புதிய குருத்துகள் எட்டிப் பார்க்கும். பச்சைப்பசியப் பாளைகள் வரிவரியாய்க் காட்சியளிக்கும். புதிய குருத்தோலைகள் மிருதுவாய் அசைந்தாடும். ஒற்றை ஓலையைப்

பிய்த்து, அடிப்பாகத்தைப் பிடித்தபடி, மறு பாதியை வேகமாய்க் கிழித்தால் 'ராக்கெட்' பறக்கும் அல்லது முழு ஓலையையும் கொண்டு சடை பின்னலாம்!

அப்பாவின் இதமான வெப்பத்தையுடைய உடம்பும் தென்னங் காற்றும் தூக்கத்தை கைப்பிடித்து அழைத்து வரும்.

நான் கடைக்குட்டி. எனக்கும்மேலே மூன்று அண்ணன்கள். இரண்டு அக்காக்கள். எங்கள் எல்லோரோடும் அம்மா. வீடு, 'ஜே... ஜே...'வென நிறைந்திருக்கும். வறுமையும் சோகமும் சிரிப்பும் கலந்திருக்கும் எங்கள் வீடு. விக்டர் அண்ணன் ஞாயிற்றுக்கிழமைகளில் தபேலா, கிடாரோடு வந்து விடுவார். "ஆட்டுவித்தால் யாரொருவர் ஆடாதாரே கண்ணா...!" என்று அவர் பாட, அண்ணன்கள் இசை உதவி புரிவர். பாடிமுடிக் கையில் பாடலின் சோகம் அனைவரின் முகத்திலும் நிறைந்திருக்கும். "நண்பனிடம் தோற்றுவிட்டேன், பாசத்தாலே...!" விக்டர் உயிர் உருகப்பாடி பெரிய அண்ணனை கண்ணீர் வழியப் பார்ப்பார்.

அப்புறம் இறுக்கத்தைக் கலைக்க... "சின்ன மாமியே, உன் சின்ன மகளெங்கே?" இலங்கை 'பொப்'பாட்டு தூள் பறக்கும். எங்கள் வீட்டு சன்னலுக்குப்பின் காலனியின் மக்கள் தலைகள் இருக்கும்.

அம்மா வாய்விட்டுச் சிரிப்பாள். "அண்ணன்... அண்ணன்..." என்று அவரிடம் நாங்கள் மிகுந்த அன்பு செலுத்துவோம். விக்டர் அண்ணனுக்கு ஆடுதுறை. பெரிய அண்ணனின் பள்ளிக்கால நண்பன். அண்ணன்தான் பஞ்சாலையில் அவருக்கு தினக்கூலியாக ஒரு வேலை வாங்கித் தந்திருந்தார்.

விக்டர் காலனியின் மிகப் பிரபலம்! எல்லோருடனும் அன்பொழுகப் பேசுவார். "ஏசு மகான் இன்னிக்கு ஏன் உலகமே விரும்புகிற மனிதனா இருக்கிறார்? அவர் போதித்த அன்பும் கருணையும்தான்!" அவர் அடிக்கடி இதைக் குறிப்பிட்டுச் சொல்வார். என்னவோ பத்து வருடப் பழக்கம் என்பதுபோல காலனி மக்களிடம் அன்யோன்யமாய் இருப்பார். சின்ன பிரச்சினையெனினும் அதைத் தீர்க்கத் தயாராகி விடுவார். சாக்கடைகள் அடைத்துக்கொள்வது, அடித்த காற்றில் முருங்கை மரமோ; பூவரசு மரமோ சாய்ந்தால், கிளைகள்வேறு இலைகள் வேறாக ஆக்குவது போன்ற வேலைகளைச் சரி செய்வது அவர்தான்.

எந்த நல்ல மனிதர்களும் ஐயர் வீட்டம்மாவைப் பாதிப்பதில்லை. “என்ன கண்டவாளை ஆத்துக்குள்ளாற விட்டுண்டு இருக்கிறீங்க? ரெண்டு பொட்டப்புள்ளைங்க இருக்கிற இடம்...!”

“அதானே...?” இது மூக்குநீட்டி.

அம்மா இயல்பாய் அமைதியோ அமைதி. ஆனால் தவறாய் ஏதாவது ஒரு சொல் விழுந்தால் நச்சென்று ‘பொட்டில்’ போட்டு விடுவாள்.

“இந்தக் கேள்வியெல்லாம் என்கிட்டே வேண்டாம்! எங்களுக்கு அவனைப்பத்தி தெரியும். நீங்க சொல்லி நான் தெரிஞ்சுக்க வேண்டாம்....!” விருட்டென்று சொல்லிவிட்டுப் போய்விட்டாள்.

என்ன இரண்டு மூன்று நாட்களுக்கு அவர்களிடம் கடுகு, வெந்தயம், அரைபடி அரிசி கேட்க முடியாது. சமாதான சகவாழ்வுக்கு பிறகுதான் வருவார்கள்.

இருந்தாலும் ‘விக்டர்’ என்ற தலைப்பில் அவர்கள் பிறகு தனியாக விவாதம் செய்வார்கள். என்னைப் பார்த்ததும் மூக்குநீட்டி சொல்வாள்; “அடக்கி வாசி. கொடுக்கு போய் மூட்டிடப் போகுது!”. எனக்கு அதிலெல்லாம் சுவாரஸ்யம் இல்லை. ஒரு சில வினாடிகள் நடையை நிறுத்திவிட்டு மூக்குநீட்டியின் நீண்ட கிளிமூக்கை ரசித்துவிட்டு ஓடுவேன். ஆனால், “மீட்டிங்கில்’ ஜாஹீர் அம்மா எல்லாவற்றுக்கும் ‘ஆமா’ கொட்டிவிட்டு, பிறகு அம்மாவிடம் வத்தி வைத்துவிட்டு, “எம்பேரச் சொல்லிப் புடாதீக!” என்பாள். அம்மா ஒரு வார காலம் அவர்களிடம் ‘பேசாமலே’ இருந்து விடுவாள். அவள் பேசாவிட்டால் காலனி சூன்யம் பிடித்தாற் போலாகிவிடும். மேலும் மூக்குநீட்டிக்கும் வயதில் மூத்தவளாம் அம்மா. எனவே, அங்கிருந்த குடும்ப நல ஆலோசனை களை, அறிவுரை களை அவள்தான் வழங்குவது வழக்கம். எனவே, விரைவில் மன்னிப்பு கோரி விடுவார்கள்.

அம்மாவைப்போல் யாரால் ஆறுதல் சொல்ல இயலும்?

கண்களைக் கசக்கிக் கொண்டு வரும் ஜாஹீர் அம்மாவாகட்டும் ஐயர் வீட்டம்மாவாகட்டும்... துன்பம் நேர்கையில் இன்பம் சேர்ப்பவள் அம்மா! வாழ்க்கையின் சுகதுக்கங்களை அம்மாவைப்போல் யாரும் அனுபவித்திருக்க முடியாது. தன் கதையைச் சொல்லியே மற்றவர்களின் கவலைகளைப் பஞ்சாக்கிவிடுவாள். அம்மாவிற்கு உண்மையான அன்புமட்டும் மற்றவர்கள் செலுத்தினால் போதும். இந்த உலகில் வேறெதுவும் வேண்டாம்.

கொய்யாப்பழம் விற்கும் பெண்மணிகூட அம்மாவிடம் அளவு கடந்த பாசம் வைத்து, தன் சோகங்களைப் பகிர்ந்து கொள்வாள்.

'**ஐ**யாரெட்டு' என்ற பட்டப்பெயருடைய காய்கறி வியாபாரி காலனிக்கு வழக்கமாய் வருவார். ஆராய்ச்சி அரிசியான *ஐ.ஆர். 8-ப் போல் அளவில் சிறியவராக இருந்ததால் மக்கள் பெயரைச் சூடிவிட்டனர். சாக்குப்பை வண்ணத்தில் கெண்டைக்கால் வரை தொங்கும் சட்டை, தூக்கிப் பாய்ச்சிய அழுக்கு வேட்டி உட்காரும்போது மட்டுமே வெளியில் தெரியும். பற்களெல்லாம் முக்கால்வாசி போய், கன்னங்களில் 'டொக்கு' விழுந்த கிழவர். வட்ட வடிவிலான பெரிய கூடையைத் தலையில் சுமந்து வருவார். ஒற்றைக்கட்டை தராசும் உயரமான ஒரு 'பெண்சாதிக் கிழவியோடும்' வருவார். காலனியே அவரிடம்தான் காய்கறிகளைப் பெற்றுக் கொள்ளும். பாதி காசு கொடுத்து; பாதி திருடிக் கொண்டு.

கொத்தவரங்காயைக் குத்தாக அள்ளி, கழித் தராசில் நிறுத்து ஐயர் வீட்டம்மாவின் சேலைத் தலைப்பில் கொட்டிவிட்டு, வேறொரு நபருக்கு காதுகொடுத்து கொஞ்சம் திரும்பினால்போதும், அவள் தெரியாமல் இன்னொரு குத்து அள்ளிப்போட்டுக் கொள்வாள். மூக்குநீட்டி ஒரு பீர்க்கங்காயை உருட்டிக் கொள்வாள். இந்திக்காரி டீட்டுவுக்கு இரண்டு தக்காளிகளை எடுத்துக் கொடுத்து விடுவாள்.

அம்மா, அவர் போனபிறகு எத்தனையோ முறை புலம்பியிருக்கிறாள்.

"ஏங்கம்மா, அந்தாளைப் பார்த்து எப்படி உங்களுக்கெல்லாம் ஏமாத்தத் தோணுது? பாவம், விக்கிறது பாதி; பறிகொடுக்கிறது பாதி... பாவமில்லியா?"

"நீங்க சும்மாயிருங்க. அந்தாளு வெலையைக் கூட்டிகூட்டில்ல சொல்றாரு...?"

"கழுத்து வலிக்க கூடையைச் சுமந்துகிட்டு வந்தாத் தெரியும்!"

---

* ஐ.ஆர்.8-பிலிப்பைன்ஸின் 'லாஸ்பனோஸ் ஊரில் பன்னாட்டு நெல் ஆராய்ச்சிக்கழகத்தில் கண்டுபிடிக்கப்பட்ட நெல் ரகம், இது இந்தோனேசிய 'பேடா' ரகம். தைவான் குட்டை ரகமான டீ-ஜீயோ-வூ-ஜென் ரகம் கலந்து உருவானது. தமிழகத்தில் ஆற்காடு கலம்பூர் கிராமத்தைச் சேர்ந்த கணேசன் என்ற விவசாயி 1967இல் ஐ.ஆர்.8 ரகத்தைத் தனது வயல்களில் நட்டு, உயர் விளைச்சல் பெற்றார்.

- நன்றி: என்.பி.டி.

“ஆமா, நீங்க சும்மாயிருங்கம்மா, ஐயாரெட்டாவது சாதாரண ஆளாவது?”

அம்மா சாடைமாடையாய் அவரிடம் களவு போவதைச் சொல்லியிருக்கிறாள். அதற்கு அவர் தன் பொக்கைவாயைத் திறந்து, சிரித்து, சைகையிலே ‘போயிட்டுப் போகட்டும் போ...!’ என்று மவுனமாகத் தெரிவிப்பார். ஆனால், அம்மாவின் ஆதங்கம் வீட்டிலும் தொடரும். பிறகு, அக்காவிடம் சொல்வாள்:

“ஏண்டி பாப்பா, ஐயர் அம்மாட்ட நான் ரெண்டு கத்திரிக்கா கடனா கேட்டேன்னு வாங்கிட்டு வா...!”

“வாழ்க்கை ஓர் புதிர்” என்பது எனக்கு அப்போது எங்கே தெரிந்திருக்கப் போகிறது?

என்னுள் சந்தோஷம் மட்டும்தான் பிரதானமாய் இருந்திருக்கிறது. எல்லாவற்றிலும் குதூகலத்தை எட்டிப் பார்க்கும் வயசு அது. ஆகா, அதே பருவத்தில் என்றும் இருந்திருந்தால் எப்படியிருந்திருக்கும்? சைக்கிள் தகர ரிம்மில் சிறு குச்சியை வைத்து அழுத்தித் தள்ளுகையில்... டரடரவென்று சப்தமெழுப்பி ஓடும்... அந்த வாழ்க்கை எத்தனை இனிது!

மண்ணில் சிறு புல்லைக் கண்டால்... மழைக்குப் பிறகு மறுநாள் காலை பூவரசு மரத்தடியில் பூத்திருக்கும் நாய்க் குடைகள்.... வெள்ளிக் கிழமைதோறும் பிள்ளையார் கட்டிக் கொள்ளும் ஆரஞ்சு கோடுகள் கொண்ட வேட்டி... தம்பு தரும் வழவழ ஒற்றைக் காகிதம்... பங்க் கடை மிட்டாய்... சிகரெட் பெட்டி வாசம்... அண்ணன் ஆலையிலிருந்து கொண்டுவரும் சுண்டல் பொட்டலம்... அபூர்வமாய் அம்மா தன்னிடம் அழைத்து மடியில் இருத்திக்கொள்ளும் தருணம்... நினைத்து நினைத்து குளிர்ந்து கொள்ளத்தான் எத்தனையெத்தனை விஷயங்கள் இந்த உலகில்...?

‘அப்பா இரண்டு நாட்களில் மணியார்டர் அனுப்புவதாகச் சொன்னாரே?’

ஏழெட்டு நாட்களாகியும் தபால்காரர் அம்மாவை அழைக்கவில்லை!

5

ராணுவ அதிகாரி சந்திரநாத், பெரிய பெரிய பீரங்கிகளை வைத்து எதிரிகளைச் சுட்டு வீழ்த்தியவர் என்ற ‘பேச்சு’ அங்கு உண்டு. ஐயர் வீட்டம்மாவோ முகத்தை ஒரு சுளிப்பு சுளித்து, இலேசாக “ஹ்ஹே...!” என்று நக்கல் சிரிப்பைத் தொடுத்துச் சொல்வாள்: “ஆமா, இந்த மனுஷன் எங்க பீரங்கி வச்சு சுட்டிருக்கப் போறாரு? வேனா, சிப்பாய்ங்களுக்கு சுக்காரொட்டி சுட்டுத்தான் போட்டிருப்பாரு...!” - இதொரு விதண்டாவாது ஆராய்ச்சி எனினும் அவள் சொல்வதைப் பிறர் சுவாரசியமாய்க் கேட்டுக் கொண்டிருப்பார்கள். இதை அவள் எல்லோரும் ‘ஊர்க்கதை’ பேசிக் கொண்டிருக்கையில் சொல்வாள். அதுவும் அதிகாரி மனைவி மணி, தன் கடந்தகால வாழ்க்கையில் நுழைந்து ராணுவக் கணவனின் பெருமையைச் சொல்கையில், அவளுக்கு மட்டும் கேட்காதவாறு மற்றவர்களிடம் சொல்வாள் ஐயர் வீட்டம்மா. மணிக்கு காதுகள் மட்டும் மந்தம். ரகசியமாய் ஏதாவது சொல்ல நினைத்தால் அவளுக்கு சைகையால்தான் புரியவைக்க வேண்டும். சுக்கா ரொட்டி பற்றிச் சொல்லி முடித்ததும் அனைவரும் ‘கொல்லென்றுச்’ சிரித்தார்கள். மணியோ திருதிருவென்று விழித்தாள். ‘என்ன என்ன’ என்று கட்டைவிரல் உயர்த்தி கேட்டாள்.

“உங்க வீட்டு ஐயா எவ்வளவு பெரியவகன்னு... வெளக்கிச் சொன்னாக ஐயரம்மா...!” - ஜாஹீர் அம்மா சப்தம் போட்டுச் சொன்னாள்.

“ஆஹேன்...!” - இது மணி.

மறுபடியும் அனைவரும் ஆசைதீர சிரித்தனர்.

சந்திரநாத் வீட்டில் நுழைந்து, சட்டென்று நிமிர்ந்தீர்களானால் உங்களுக்கு நேரே இராணுவ உடையுடன் சிரித்துக் கொண்டிருப்பார் அவர் - புகைப்படத்தில்! தொப்பியெல்லாம் போட்டுக் கொண்டு, விரைத்த சட்டைப் பாக்கெட்மேல் வண்ண வண்ணச் சில்லுகளாய் மெடல்கள் ஜொலிக்கும். ‘ஜெய் ஹிந்த்!’ என்றால் போட்டோவும் உணர்ச்சிபெறும் வகையில் அவர் காட்சியளித்தார். அது புகைப்படக் காரரின் திறமையாகக் கூட இருக்கலாம்.

மேலும், ஒரு கண்ணாடி அலமாரியில் விதவிதமான மதுபாட்டில் களை அடுக்கி வைத்திருப்பார். அவைகளுடன் காலிபுட்டிகளும் அணிவகுக்கும். கழுகுபோன்று ஒரு புட்டி. அதன் தலையைத் தனியாகக் கழட்டலாம். கலர்கலராய் கண்ணாடி தம்ளர்களில் ஊற்றுவார், குடிப்பார். பக்கத்தில் கோழி வறுவலாய் இருக்கும் அல்லது அதன் முட்டைகள் பொரியலாய் இருக்கும். அந்தநேரங்களில் நானோ, அண்ணனோ அவர்கள் வீட்டில் நுழையத்தடை. அம்மாவிடம் தொடைக் கிள்ளல் நிச்சயம்.

“அவரு என்னம்மா குடிக்கிறாரு...?” என்று அண்ணனிடம் விளக்கம் கேட்டு அம்மாவிடம் உதை பெற்றுக் கொண்டேன்.

அவர் இரண்டு, மூன்று மிடறுகள் குடித்து விட்டாரெனில் இந்திக்காரரைத் தேடுவார். இந்தியில் உரையாடல் சந்திச்சிரிக்கும். மொட்டை மாடிக்கு வஸ்துகளை எடுத்துக்கொள்வார்கள். சீட்டுக் கட்டு ஜமுக்காளத்தில் பரவிக்கொள்ளும்.

இந்திக்காரி சப்பாத்தி, குருமா, கச்சோரி வகைகளை இருவருக்கும் சுடச்சுட பரிமாறுவாள். அப்பொழுது அவளிடம் மிக மரியாதையுடன் சந்திரநாத் நடந்து கொள்வார். எனக்கு அவள் துணிதுவைக்கையில் அவர் அவள்மேல் தண்ணீர்தெளித்து விளையாடிய காட்சி நினைவுக்கு வரும். என்னிடம், “சப்பாத்தி காவோ...!” என்று ஒரு சப்பாத்தியைக் கையில் தருவார். அதைப் பெருமையாய்க் கடித்துக்கொண்டு மீதியை மடித்து கால்சட்டைப் பையிலும் வைத்துக்கொள்வேன். அம்மா அப்படியொரு ருசியைத் தந்ததேயில்லை. சப்பாத்தி மூன்று அடுக்கு களாய்ப் பிரியும். வாசனையாய், சுவையாய் இருக்கும். சீக்கிரம் தீர்ந்து விடக்கூடாது என்பதில் கவனமாய் இருப்பேன்.

ராணுவ அதிகாரி குஷி ஏறிப்போய்... தங்களது புகைக்கூண்டின் வழியே குரலெழுப்புவார். “ஏ... மணி, ஏ... மணி...!” மூக்குநீட்டி சமையற்கட்டிலிருந்து மேலே பார்த்து, “என்ன...?” என்று குரல் கொடுக்க, “பச்சைக்கலர் பாட்டிலை மேலே அனுப்பு...!” என்பார்.

அவள் புலம்பிக் கொண்டே பெரிய மகனிடம் கொடுத்தனுப்புவாள். அவனும் தூக்கிச் சீவிய தலையோடு, திறந்தால் பட்டை பட்டையாய் தெரியும் பற்களோடு பரிமாறிவிட்டு வருவான்.

“இந்திக்காரன் மேலே இருக்கானா...?”

“ஆமாம்மா! அப்பா சப்பாத்தி சாப்டறார்...!”

“அவளும் நிக்கிறாளா...?”

“யாரு...?”

“இந்திக்காரி...!”

“நான் போனப்போ, இறங்கிப் போச்சு...!”

“சரி, இந்த வத்தக்குழம்பை பதம் வந்ததும் இறக்கிடு...!” ஏதோ சமையற்காரரிடம் சொல்வது மாதிரி சொல்லிவிட்டு நகர்வாள் மணி.

அவனும் சிரத்தையாய்க் கிண்டி, கிளறி எடுத்து வைப்பான். அவனுக்கோ படிப்பைவிட, சமைப்பதில் ஆர்வம் அதிகம். ஆனால், அவனது தம்பிகள் மட்டும் (கோபால்நாத், கந்தநாத்) சளைக்காது படித்துக் கொண்டிருப்பார்கள். காலனி மக்கள் பெரியவனுக்கு சூட்டியிருந்த பெயர்: மு.க. முத்து. ‘சமையல்காரன்’ சினிமாவினால் அவனுக்கு அந்தப் பெயர்.

அம்மா மணி (நாத்), ஜுரத்தில் படுத்துவிட்டால் அவன்தான் சமைப்பான். மற்ற இரு சகோதரரர்களும் துரும்பைக்கூட கிள்ளிப்போட மாட்டார்கள். குளித்து முழுகி, தலைசீவி, வாசனைத் திரவியம், பவுடர் போட்டுக் கொண்டு நாற்காலியில் அமர்ந்து படிப்பு... படிப்பு... அதில் கந்தநாத் மட்டும் ராணுவ அதிகாரிபோல அட்டைக்கரி. அவன் இன்னும் அதிகமாக மாவு பூசிக்கொண்டு கணக்கு போட்டுக் கொண்டி ருப்பான். இடையே “டேய் சுரேந்தர் டீ போடுடா! பக்கோடா கொஞ்சம் குடுடா...!” என்று சாப்பிட்டபடியிருப்பார்கள். நான் உள்ளே சென்றால், கந்தநாத் பெரிய கண்களை உருட்டி, “போடா வெளியே...!” என்பான். இளங்கன்றுக்கு என்று பயம் வந்திருக்கிறது? நான் புன்னகையை நட்புச் சின்னமாக ஆக்குவேன்.

“வெளியே போடான்னா... இன்னா சிரிப்பு?”

“டேய் கந்தா சும்மாயிருடா. அவன் உன்னை என்ன செய்யிறான்?” என்று கோபால் எனக்கு ஆதரவாகப் பேசுவார்.

“அது சும்மாயிருக்காது. கைய, கால வச்சுகினு...”

கோபால்நாத் ஒரு பக்கோடா துண்டைக் கொடுத்து அனுப்புவார். எனக்கு கந்தநாத்தை மட்டும் பிடிக்காது.

எனக்கும் அவர்களைப் போல் மேசை, நாற்காலி, விளக்கு வைத்துக் கொண்டு உட்கார்ந்து கொள்ளவேண்டும் என்ற ஆவல் பிறக்கும். ஆனால், எழுதவோ - படிக்கவோ கூடாது!

'**கா**லனிப் போர்' என்றால் என்னவென்று உங்களுக்குத் தெரியுமா? கேள்வியாவது பட்டுள்ளீர்களா? நான் நேரிடையாக நிறைய தடவைப் பார்த்திருக்கிறேன்.

குடியிருப்பு அமைதியாகத்தான் சென்று கொண்டிருக்கும். ஆனால், சில சமயம் தப்பான புரிதல்கள், அறிதல்களால் சண்டை மூண்டுவிடும். இந்திக்காரிக்கும் அந்த அப்பாவி தமிழ்பேசும் மக்களுக்கும் இப்படிதான் சோடாபாட்டில் வெடித்தது போன்று வாய்ப்போர் மூளும். அது விபரீதமாக சிலசமயம் முடிந்துவிடும்.

இரண்டு தமிழச்சிகள் பேசிக்கொண்டு சிரித்தால் அவளுக்கும் பொறுக்காது. அவள் 'தன்னைப் பற்றிதான் அவர்கள் "கமெண்ட்" அடிக்கிறார்கள்' என்ற எண்ணத்தால் நேருக்கு நேர் மோத வந்து விடுவாள்.

"ஏய்... நீ என்னப்பத்தி என்ன பேசிச்சி..?"

ஐயர் வீட்டம்மாவும் மூக்குநீட்டியும் பலிகிடாக்கள்.

"நா ஏன் உன்னைப்பத்தி பேசணும்...?"

"இல்ல நீ என்னப்பத்தி பேசி, சிரிச்சுச்சு...!" சொன்னதைப் பிடித்துக் கொண்டு சண்டையை வலுக்க ஆரம்பித்து விட்டாள். இந்தியில் "கரே, முரே" என்று அவளது ஏசல்கள் தொடரும். கையை தூக்கியபடி அடிக்கவும் துணிவாள்.

ஒரு தடி ராட்சசி மினுக்கு புடவை கட்டிக் கொண்டு சண்டை போடுவது போல் ஐயர் வீட்டம்மாவுக்குத் தெரியும். அவளுக்கும் ரத்தக் கொதிப்பாகிவிடும். நியாயம் கேட்டுக்கொண்டு போராடுவாள். ஆனால், காலனி மக்கள் இந்திக்காரி ஆடும் 'காளி' ஆட்டத்திற்குப் பயந்து, "நீங்க உள்ளே போங்க ஐயர் வீட்டம்மா...!" என்று சொல்லிக் கொண்டிருக்க சுவாரசியம் கூடிக் கொண்டே இருக்கும்.

பெரிய பெரிய மார்பகங்களைக் 'கன்னாபின்னாவென' காட்டிக் கொண்டு கூட்டத்தை மிரள வைத்தாள் இந்திக்காரி.

"நீ பொம்பளையா நீ...?" ஐயர் வீட்டம்மா கேட்டதுதான் தாமதம்.

"பொம்பளை சொல்றே நீ? காலைலே பாத்ரூம்ல நாலு காலு பாத்தேன்! உன்னது ரெண்டு காலு; அவுர் ரெண்டு காலு யாருது...?" என்று இந்திக்காரி ஒரு கேள்வியை வீசியதும் அவள் ஆடிப்போய் விட்டாள்.

“என்னடி… என்னடி பேயே சொன்னே?”

“ஆமாம் சொல்லுச்சு. அந்த ரெண்டு காலு மூக்குநீட்டி ஆளோடது…!” என்று மணியைக் கை காட்டினாள்.

“ஈஸ்வரா…!” என்று ஓலமிட்ட ஐயர் வீட்டம்மா தரையில் அமர்ந்து அழத் தொடங்கி விட்டாள்.

“என்னையும் கோபால் அப்பாவையும்…” மூக்கைச் சிந்தி, “இவோ நல்லாயிருப்பாளா…? ஆண்டவன்தான் கேப்பான்…” இரண்டு கைகளையும் தூக்கிச் சாபமிட்டாள்.

“என்னடி சொல்றே… அராம்…” என்று இந்தியில் பொழிந்தபடி இந்திக்காரி, அவள் கையைப்பிடித்து தரதரவென்று இழுக்க, அம்மாவும் ஜாஹீர் அம்மாவும் ஓடிப்போய் அவளைத் தடுத்து இழுத்தனர்.

எனக்கு மிகவும் பயமாயிருந்தது.

மூக்குநீட்டி இரண்டு அதிர்ச்சிகளில் உறைந்து விட்டாள். முதல் அதிர்ச்சி: தன்னை ‘மூக்கு நீட்டி’ என்று விளித்தது. இரண்டாவது: கணவனின் இரண்டு கால்கள்!

தம்பு அம்மா கதவுகளைச் சாத்திக் கொண்டு விட்டாள். அவள் இந்தச் செய்திகளையெல்லாம் கேட்பதற்குத் தயாராய் இல்லை. இயேசுராஜா அவதரிக்கப்போகும் நாள் அதான் இழுத்துக் கொண்டே போகிறது.

எனக்கோ பாத்ரூம் விஷயம்பற்றி ஒன்றும் புரிந்திருக்கவில்லை. ஆனால், அது ஏதோ சொல்லக்கூடாத கதை என்பது புரிந்தது. ஐயர் வீட்டம்மா இப்படி காணசகிக்காது அழுததை நான் கண்டதே கிடையாது.

ராட்சசியை நாலைந்துபேர் இழுத்துக் கொண்டு போய் அவள் வீட்டில் அடைத்தார்கள். இதனிடையில் களேபரச் சத்தத்தில் ஏழுவயது ‘குழந்தை’ டீட்டு விழித்துக் கொண்டு அலற, ராட்சசி தாய்ப்பாசத்திற்கு மாறினாள்.

காலனியில் இப்போது குண்டூசியைப் போடலாம்! மக்கள் பரிதாபப்பட்டு வக்காலத்து வாங்கினாலும், அந்த விஷயம் அவர்களுக்குப் புத்துணர்ச்சியை அளித்தது. ஜாஹீர் அம்மா, லக்ஷ்மி ஆகியோர் சிறு குழுவாகப் பிரிந்து கிசுகிசுவெனப் பேசினார்கள்.

அம்மா அவர்களை "வேலையைப் பார்த்துக்கிட்டுப் போங்க..." என்று உரிமையோடு விரட்டினாள். பிறகு அம்மா, ஐயர் வீட்டிற்குள் நுழைந்தாள். நான் சின்ன வராந்தாவில் நின்று கொண்டேன்.

ஐயர்வீட்டம்மா, அம்மாவைப் பார்த்ததும் ஓடிவந்து கட்டிக் கொண்டாள். 'ஓ'வென்று அழுதாள். மூக்கிலிருந்து வடிந்த நீரை புடைவைத் தலைப்பில் சேகரித்துக் கொண்டு, "என் நிலைமையைப் பார்த்தீங்களாம்மா...?"

"சரி, சரி விடுங்க...!"

"விடமாட்டேம்மா! அந்த கடவுளே விட்டாகூட நான் விட மாட்டேம்மா. ஆத்துக்காரர் வரட்டும்...! அவளை சும்மா விடக்கூடாது...!"

"அட, இந்த விஷயத்தை அப்படியே வாங்காம விடுங்க. அவ ஏதோ புத்திக்கெட்டு சொல்லிட்டா...!"

"நாய் மனுஷியா... அவோ...?"

"வாயை மூடுங்க ஐயரம்மா! நான் கோபால் அம்மாட்ட பேசி சமாதானம் பண்ணிடறேன்...!"

"காலனியையே நாறடிச்சுட்டாளே, முண்ட...?"

"லக்ஷ்மியையும் ஜாஹீர் அம்மாவையும் வைச்சு... பேசி முடிப்பேன். ஒண்ணுமில்லாத விஷயத்தை ஊதிப் பெரிசாக்க வேண்டாம். நீங்க புள்ளைங்களைக் கவனியுங்க. எல்லாத்தையும் நான் பார்த்துக்கிறேன்..."

"என்னைப்பத்தி அந்த ஆண்டவனுக்கு தெரியும்மா! என் வயத்தெரிச்சல் சும்மா விடாது...!"

"சரி, சரி, அமைதி, அமைதி...!"

ஐயர் வீட்டம்மா, அம்மாவின் கைகளைப் பிடித்துக் கொண்டாள்.

அப்புறம், அம்மா மூக்குநீட்டி வீட்டிற்குச் சென்றாள். நானும் ஆவலோடு சென்றேன். மூன்று அண்ணன்களும் அப்போது வீட்டிலில்லை. மணிநாத் மட்டும் தான் கட்டிலில் ஒருக்களித்தப்படி கசிந்து கொண்டிருந்தாள். நான் சோபாவில் ஸ்பிரிங் குதிக்க அமர்ந்து, புத்தகம் ஒன்றில் படம் பார்த்தேன்.

ஆள் அரவம் கண்டு மணி நிமிர்ந்தாள். அம்மா அவளிடம் நெருங்கியமர்ந்து கைகளைப் பிடித்துக் கொண்டாள்.

சமாதான உடன்படிக்கை செய்து முடித்தாள்.

அம்மாவின் வார்த்தைகளுக்கு அந்தக் காலனி கட்டுப்படும். அனாவசிய சச்சரவுகள் அவளுக்குப் பிடிக்காது. மேலும் யாருக்கும் கெடுதல் நினைக்காதவள். தன்னைக் கண்டு வந்தவர்களுக்கும் பிறர்க்கும் கூட நம்பிக்கையாய் ஆறுதலாய் இருந்திருக்கிறாள். இந்திக்காரியை ஒரு துச்சமாய் எண்ணுவதில்லை. இருப்பினும் அவள் வழிக்கு போவதில்லை. அவளும் பாஷையும் முரடுதான்.

ஜாஹீர் அம்மாவும் லஷ்மியும் விடாப்பிடியாய் மறுத்தனர். "நாளைக்கு அவ எங்களையும் இப்படி சொல்லிப்பிட்டா...?" என்று ஒரு கேள்வியையும் முன் வைத்தனர். அம்மா செய்வதறியாது திகைத்தாள். வாசலில் சைக்கிளின் தேய்மானச் சத்தம் வந்து நின்றது. அப்படியெனில் பாய் வந்து விட்டார். அவர் பின்னால் கள்ளிப்பெட்டியும் ஆடி நின்றது.

அனைவரும் பேச்சை நிறுத்தினர்.

பாய், கழுத்தில் கிடந்த பெரிய கைக்குட்டையால் நெற்றியைத் துடைத்துக் கொண்டார். அம்மாவைப் பார்த்ததும், "வாங்கம்மா...!" என்று வரவேற்றார். பிறகு, கள்ளிப் பெட்டியைத் தூக்கிக்கொண்டு வீட்டிற்குள் வைத்தார்.

களைப்பாய் சிறு திண்ணையில் அமர்ந்தார். "என்னம்மா ஏதோ பேசிட்டு இருந்தீக போலிருக்கு. ஏன் நிறுத்திட்டீக...?" என்றார்.

லஷ்மி கிளம்ப ஆயத்தமானாள். ஜாஹீர் அம்மா திருதிருவென விழித்தாள். குவளையில் குடிநீர் கொண்டு வந்தாள்.

அம்மா லஷ்மியை தடுத்து நிறுத்தினாள். "பாய் நானொரு சேதி சொல்றேன். நீங்க நியாயம் சொல்லுங்க...!"

"சொல்லுங்கம்மா...!"

அம்மா நடந்தவைகளை விவரித்தாள். தன் கருத்துக்களையும் முன் வைத்தாள்.

நான் பெட்டியிலிருந்த விதவிதமான மெழுகு வர்த்திகளையும் நாப்தலின் உருண்டைகளையும் ஆர்வமாய்ப் பார்த்தேன்.

இப்போது பாய் சொன்னார்: "அம்மா சொன்னா சரியாத்தான் சொல்வாக. ஏண்டி, அறிவு கெட்ட முண்டம்? நியாயம் கேக்கப் போறியளா, நியாயம்? பல்லை ஒடச்சிப்புடுவேன். இனிமே காலனியில் அம்மாவைத் தவிர யாருகிட்டயும் பேச்சு வச்சிக்கப்படாது, ஆமா..."

பிறகு லஷ்மியைப் பார்த்தார். "போம்மா நீயும். இவகிட்ட சேராதே. நல்லதைத் தவிர எல்லாத்தையும் கத்துக் குடுத்துப்பிடுவா…!"

லஷ்மி அரண்டுபோய், "நான் வரேண்ணே, நான் வரேன்மா…" என்று ஓடிப்போனாள்.

"ஏலேய்… அம்மாவுக்கும் எனக்கும் கொஞ்சம் தேத் தண்ணீர் போடு…!"

"தேத் தண்ணீர்" என்றால் கருப்பு டீ, பால் கலக்காதது. நான் நாக்கைச் சப்புக்கொட்டிக்கொண்டு அவரைச் சினேகமாய்ப் பார்த்தேன்.

"என்னடா பள்ளிக்கூடம் இல்லியா?"

"ரெண்டு நாளா அவனுக்க விட்டுவிட்டு காய்ச்சல்… ஆமா, உங்க வியாபாரமெல்லாம் எப்படிப் போகுது, பாய்…?"

"நாய்ப் பொழப்புதா…!" என்றார்.

அம்மா, வீட்டைக் கடக்கையில் ஐயர்வீட்டம்மா திரும்பிப் பார்த்தாள். அம்மா 'ஜெயம்' என்று தலையாட்டி நகர்ந்தாள். நான் கவனித்தேன்.

ஐயர் அம்மாவின் மையிட்டக் கண்கள், அழுது அழுது பிசிறு தட்டிப் போயிருந்தன. இருப்பினும் அவைகளில் நிம்மதி தெரிந்தது.

6

ஞாயிற்றுக்கிழமை. காலனி ஜே... ஜே...! என்று காணப்படும்.

ஆப்பம், தேங்காய்ப்பால், உடைத்த அரிசி உப்புமா, பூரி-கிழங்கு என்று உணவு வகைகள் வீட்டுக்குவீடு மாறிவரும். சுவையான காலைதான். பத்துமணிவரை குளித்துக் கொண்டிருப்பார்கள். சைக்கிள்கள், சுவேகாக்கள், ஸ்கூட்டர் எல்லாம் குளிக்கத் தயாராகும் அல்லது அழுக்குத் தீர துடைக்கப்பட்டு மின்னும்!

எனக்கோ பத்து மணிவரை விளையாட தம்பு கிடைக்க மாட்டான். அவர்களது வீடு மிகவும் கலகலவென்றிருக்கும். கொஞ்சநாளைக்கு அது எங்களுக்கும் இடைஞ்சலாய் இருந்தது. பிறகு அதுவும் ஒரு அங்கமாகிப் போனது.

ஆர்மோனியப் பெட்டி, கித்தார், வண்ண மணிகள் கொண்ட கைப்பிடிவைத்த தேங்காய் வாத்தியம் சகிதமாக வெள்ளை வேட்டி, ஜிப்பா... வெள்ளைப்புடைவை, ஜாக்கெட் அணிந்த குழுவொன்று 'ஜிப்புகள்' வைத்த புத்தகங்களுடன் வந்து சேருவார்கள்.

கண்ணீர்விட்டு ஜெபம் செய்வார்கள். இடையிடையே வித்தியாசமான கூச்சல்களை இடுவார்கள். பாடல்கள் பாடி பக்தியை வளர்ப்பார்கள். தம்புவும் தன் பெற்றோருடன் பாடல்களை மனம்விட்டு பாடுவான். காலனியே இசைவெள்ளத்தில் நிறையும். எட்டு மணிக்கு ஆரம்பமாகும் இந்நிகழ்ச்சி பத்து மணிக்கு முடியும். மந்தையில் தவறிய வெள்ளாட்டு குட்டிமூலம் மனிதநேயம் வெளிப்படும். பத்துமணிக்குப் பிறகு, தம்பு அப்பா ஆட்டிறைச்சியோ (அ) மீன்களோ வாங்கச் செல்வார்.

ஒருநாள் தம்புவிடம் அந்த ஜிப் வைத்த புத்தகம் கிடைக்குமா என்று கேட்டுப் பார்த்தேன். தொட்டுப் பார்க்கவும் இழுத்துப் பார்க்கவும் அனுமதி தந்தான். ஏறக்குறைய ஆயிரம் பக்கங்களுக்கும் மேல் சருகுத் தாள்களில் குட்டிக்குட்டி எழுத்துகளால் நேர்த்தியாக அச்சிடப் பட்டிருந்தது. புத்தகத்தில் மூன்று பக்கவாட்டுப் பக்கங்களிலும் ரோஸ் வண்ணம் பூசியிருந்தது. இந்த வண்ணம் முழுப்புத்தகத்தோடு பார்த்தால் தான் தெரியும். ஒவ்வொரு தாளாய் பிரித்து பார்த்தால் தெரியாது. பக்கங்களை அடையாளப்படுத்த பட்டுக் கயிறு ஒன்றும் தவழ்ந்தது.

"இதை எனக்கு கொடேன்...!"

"ஊஹுூம், இது பூசை செய்யிறது... உனக்கெல்லாம் கொடுக்க முடியாது...!" என்றவன் வீட்டினுள் மறுபடியும் பத்திரப்படுத்தினான். எனக்கு மட்டும் அது கிடைத்தால், ஜில்லென்றிருக்கும் ஜிப்பை சர்... சர்ரென்று இழுத்து திறந்து மூடி விளையாடலாம்!

விசேஷமான சில பொழுதுகளில் வெண் ஜிப்பாக்காரர்கள், புடவைகள் கண்களில் கருணையோடு காத்திருப்பார்கள். அப்பொழுதைய சமயங்களிலே 'பெரிய சாமியார்கள்' விசேஷ பூசைகள் கொடுக்க வருவார்கள். அப்பொழுது ஆவேசமாய் கைதட்டி, பாட்டும்பாடி நாலைந்து தெருக்களுக்கும் குழுவாக வலம் செல்வார்கள்.

ஒருமுறை, இங்கிலாந்திலிருந்து ஒரு கோட்சூட் போட்ட ஆரஞ்சுப் பழநிற 'சாமி' வந்திருந்தார். தம்பு அப்பா, அம்மா, தம்பு - அனைவரும் அவரிடம் மிகுந்த பணிவைச் செலுத்தினர். அவர் கண்களை இறுக மூடிக் கொண்டு, கண்ணீர்வழிய அவர்களை ஆசீர்வதித்தார். சிறிது நேரத்தில் பிள்ளையார் குடிசை எதிரில் பாடல்கள் ஆரம்பமாயின. இங்கிலாந்து சாமி இங்கிலீஷில் சப்தம்போட்டு ஆண்டவரை அழைக்க, வெள்ளை ஜிப்பா ஒன்று வித்தியாசமான தமிழில் மொழிபெயர்த்து தானும் சப்தம் போட்டார். இரண்டு தெரு கூட்டம் கூடிவிட்டது. ஆங்கிலத்தில் இறைவனின் செய்திகள் சொல்லப்பட, தொடர்ந்து தமிழில் விளக்கிச் சொல்லப்பட்டது.

ஜாஹீர் அம்மா, முக்காட்டை நன்கு இழுத்துப் போர்த்திக் கொண்டு திறந்தவாய் மூடாமல் பார்த்தபடி நின்றாள்.

கடகடவென்று மஞ்சள்நிற வேன் ஒன்று வந்து நின்றது. அதில் நிறைய மனிதர்கள், ஆண்களும், பெண்களும் குழந்தைகளுமாய். ஜிப்பாக் காரர்கள் அவர்களை கனிவுடன் அன்பொழுகப் பார்த்துப் பார்த்து கைகளைக் கொடுத்து இறக்கி விட்டனர். கண்கள் தெரியாமல் தட்டுத் தடுமாறியும் கால்கள் ஊனமுற்று நிற்கத் தடுமாறியும் வாய் பேச முடியாமல் "பே... பே..." என்ற சொல்லியபடியும் கை, கால்களில் குஷ்டம் கொண்டு விரல்களை மூடிவைத்துக் கொண்டும் அவர்களைப் பார்க்கப் பரிதாபமாக இருந்தது.

அனைவரும் அணிவகுத்து நின்றனர்.

இப்பொழுது இங்கிலாந்துக்காரர் அவர்களருகில் கண்களை மூடிக்கொண்டு நின்றார். கைகளைத் தூக்கிக் கொண்டு உரத்த செய்திகள். தமிழாக்கம் செய்யப்பெற்றன. தாரைதாரையாய் கண்ணீர்... "ஆவி... தூது..." என்ற சொற்பிரயோகங்கள் நிறைய தெறித்தன. இடையிடையே "ரத்தம் பூசு... ரத்தம் பூசு...!" என்றனர். உடன் குலவையிடுவதைப் போன்ற விசித்திரமான ஓசைகள் தொண்டைகளைக் கிழித்தபடி வெளிப்பட்டன.

சுற்றி வேடிக்கைப் பார்த்துக் கொண்டிருந்த மக்களுக்கு மிகவும் ஆர்வம். ஏதோ 'கழைக்கூத்து' நடப்பதுபோல் நின்றனர். பிள்ளையார் கூட அமைதியாய்ப் பார்த்துக் கொண்டிருந்தார்.

இந்திக்காரி நடப்பனவற்றை மிக ஆர்வமாய்க் கவனித்தாள். டீட்டு அவளது பரந்த இடுப்பில் அமர்ந்துகொண்டு சேலைத் தலைப்பை இழுத்தபடி பாலுக்காக ஏங்கிக் கொண்டிருந்தான். அம்மா ஒரு யோசனை சொல்லிக் கொடுத்தாள். படுக்கும்பொழுது வேப்பிலையை அரைத்து தடவிவிட்டுக் கொள்ள வேண்டும். அப்புறம், டீட்டு ஏழேழு ஜென்மத்துக்கும் மறந்து விடுவான். அவள் கேட்கவில்லை. இந்தியில் ஏதேதோ சொல்லி, செய்கைகள் எல்லாம் காட்டியும் அம்மாவுக்கு விளங்கவில்லை. இறுதியில் ஐயர்வீட்டம்மா கண்டுபிடித்துச் சொன்னாள்: "கருமம்! புள்ளை ஏங்கிப் போயிடும்னு சொல்றா இவோ! இது ஏங்கிப் போற வயசா இது...?" அவளுக்கே உரிய நொடிப்பு. அம்மா, "ஓஹோ" என்று தலையாட்ட, வட மாநிலம் தாய்மை பொங்கி நின்றது.

இங்கிலாந்துக்காரர் ஒரு கண்ணில்லாதவரை தன் பக்கத்தில் அழைத்தார்.

"வாட் ஈஸ் யுவர் பிராப்ளம்...?"

"உங்களுக்கு என்ன குறை...?" மொ. பெ.

அந்த ஆள் பிள்ளையார் இருக்கும் திசையைப் பார்த்தபடி சொன்னார். "ஐயா, நான் பக்கத்து கிராமம்க...! எனக்கு பெறவியிலேர்ந்தே கண்ணு தெரியாதுங்க. வேண்டாத தெய்வம் கெடையாதுங்க. போகாத கோயிலு இல்லீங்க. ஐயாதாங்க நல்லது செய்யணும்க...!"

இங்கிலாந்துக்காரர் அவரது தலையைப்பிடித்து தன் பக்கம் திருப்பினார். தோள்களில் இருகைகளையும் போட்டபடி ஏதோ உரத்துச் சொன்னார். வாயினால் அந்த மனிதரின் கண்களை ஊதினார். கண்களில் கண்ணீர். கண்களை விரல்களால் தடவினார்.

ஆ, என்ன ஆச்சரியம்! அந்த மனிதருக்கு கண்கள் வந்துவிட்டன. ஆனந்தக் கூத்தாடினார். "நாமம் வாழ்க!" என்று அழுதார். தம்பு அம்மாவும் கண்ணீர் விட்டாள். தம்பு என்னைப் பெருமையுடன் பார்த்தான்.

பிறகு, நடக்க முடியாதவர்கள் நடந்தனர், ஓடினர். பேசவே முடியாத ஊமைகள் பேசினார்கள். காது கேளாதவர்கள் ஒலிகளைக் கேட்கத் துவங்கினார்கள். மடங்கியிருந்த விரல்கள் நிமிர்ந்தன.

அப்புறம், பெரிய பெரிய பெட்டிகள் திறக்கப்பட்டு வந்திருந்தவர் களுக்கு பரிசுப் பொருட்கள், அரிசிப் பைகள் கொடுக்கப்பட்டன. கூடியிருந்த மக்களக்கும் சின்ன சின்ன வெகுமதிகள். எங்களைப் போன்ற சிறுவர்களுக்கும் பொம்மைகள். எனக்கு உடம்பு சிலிர்த்துப் போனது. துண்டுப் பிரசுரங்களும் சிறு புத்தகங்களும் வழங்கப்பட்டன.

வேன் கிளம்பியது. அற்புதத்தை நிகழ்த்தியவரும் படகுக் காரில் கிளம்பினார்.

ராணுவ அதிகாரி. "இப்ச்...!" என்றார்.

"என்ன அதிசயம்!" என்றாள் ஜாஹீர் அம்மா.

"என்னால் நம்ப முடியல..." - கந்தநாத்.

மூக்குநீட்டி முக்கில் விரலை வைத்துக் கொண்டாள்.

"என்ன பாய்... என்ன இது...?"

"எல்லாம் தெய்வ நம்பிக்கைதான்...!"

"பாஞ்சாலிக்கு கிருஷ்ணன் சேலை தர்ரலியா...?"

"கல்வியா? செல்வமா? வீரமான்னு, சரஸ்வதி ஊமையனைப் பாடவைக்கிலியா?"

"உங்க சாமி, பெரிய சாமி...!" என்றேன் தம்புவிடம். கூட்டம் கொஞ்சம் விவாதித்தபடி கலைந்தது.

பிள்ளையார் மட்டும் கேள்விகள் ஏதும் கேட்காமல் அமைதியாய் இருந்தார்.

பூர்வீகம் ஆடுதுறை, பெரிய பெரிய தூண்களும் இருபக்கத் திண்ணைகளும் கொண்ட வீடு. மகிழ்ச்சிக்கும் அன்புக்கும் அளவில்லை. நிறைய குழந்தைச் செல்வங்கள் கோட்டையை அலங்கரிக்கத் தொடங்கின. கள்ளம் கபடு அற்ற நெஞ்சங்களுக்கு

பிரம்மா தரும் செல்வம். வம்சம் விருத்தியாக நகை, நட்டு, பண்ட பாத்திரங்கள், இறுதியில் வீட்டையும் இழந்து பெரிய குடும்பத்தை காப்பாற்ற வேண்டியிருந்தது. இறுதியில் வறுமையின் கோரப்பிடியில் கடைக்குட்டியாக நானும் பிறந்து தொலைத்தவனாம்.

அம்மா விரக்தியான நேரங்களில் என்னைப் பார்த்துச் சொல்லுவாள்: "பாவம், இது மட்டும் தான் எதையும் அனுபவிக்க இல்லாம பொறந்திட்டுது...!"

தரித்திரம் என்ற துர்தேவதை மனித வாழ்க்கையில் அடம்பிடித்து நுழைந்துவிடும். அந்த கட்டத்தில் படாத துன்பங்கள் ஏது? ஒரு வேளைச் சோற்றுக்கு வந்த சோதனைகள்தாம் எத்தனை?

அண்ணன்கள், அக்காக்கள் எல்லாம் பொன் கிண்ணங்களில் பால் அமுது சாப்பிட்டவர்கள். கேட்பவை கிடைத்த காலங்கள். பாவம், பஞ்ச காலங்களில் அம்மா அவர்களைப் பார்த்து அழுவாளாம்! அப்பாவிற்கும் வீட்டிற்கு வந்தால், சமாளிக்க இயலாத நிலை. குத்தாலம், தேவக்கோட்டை போன்ற ஊர்களில் இருந்து கொண்டு திடீர் திடீர் என்று பணம் அனுப்புவார். இரண்டு மூன்று மாதங்களுக்கு ஏதும் வராது. கடன்களில் வண்டி ஓடும். வாழ்ந்து கெட்ட குடும்பம் என்பதால் தெரிந்த முகங் களிடமிருந்து கடன்கள். அவையும் எல்லை மீறுகையில் நின்று போனது. கவுரவம் காற்றில் கரைந்தது. சாதி சனம் நழுவிக் கொண்டது.

பெரிய அண்ணன் தமிழ் பண்டிட் படிப்பை பாதியில் முடித்துக் கொண்டார். இன்னொரு அண்ணன் மெட்ராஸில் படிப்பை முடித்துக் கொண்டு வீடு திரும்பியிருந்தார். பாண்டிச்சேரி பஞ்சாலைகளில் ஆள் எடுப்பதாக செய்தி வந்தது. இருவருக்கும் தற்காலிக வேலை கிடைத்தது. அம்மா பரிவாரங்களோடு ஊர் பெயர்ந்தாள். புதிய ஊர் சூழ்நிலை சற்று நிம்மதியை கொடுத்தாலும் வறுமை என்று சொத்து அப்படியே இருந்தது. மற்றவர்கள் படிப்பைத் தொடர்ந்தார்கள்.

அம்மாவால் கோட்டையில் வாழ முடிந்திருக்கிறது. டிரங்குப் பெட்டி வீட்டிலும் வாழ முடிந்திருக்கிறது. என்னதான் வாழ்க்கை கடினமெனினும் அதன்பால் நிகழ்ந்த வாழ்க்கையின் வர்ணங்கள் ரசமானவைதான்.

நட்சத்திரங்கள் இறைந்து இறைந்து கிடந்தன. அப்பாவின் ஞாபகம் மனசு முழுவதும். எண்ணத் தொடங்கலாமா, நட்சத்திரங்களை? தேடித் தேடி எண்ணினேன். எனது கவனம் சிதறியது. பக்கத்தில் சின்ன அண்ணன் அழுது வீங்கிய முகத்துடன் முனகிக் கொண்டிருந்தான். அம்மாவிடம் நன்கு பூசை. பெரிய தவறுகள் செய்தால், அவளிடம் தொடைக்கிள்ளல் மற்றும் ஆலைக்கரண்டி (கடுகு, வெந்தியம் தாளிக்கும் இரும்பிலான கரண்டி) சூடு உண்டு. அன்று மாலை அவன் பெரியதொரு தவறு செய்திருந்தான்.

சோடா மூடியில் மாடுகளுக்கான ஈரத் தவிட்டு உணவை முக்கியெடுத்து, தம்புவின் இடது கண்ணில் விசிறி அடிக்க, மூடியோடு தவிடு முழுவதும் அவனது கண்ணில் பொருந்தி நின்று விட்டு, சில வினாடிகள் சென்றபின் மூடி மட்டும் கீழே புவி ஈர்ப்பு விசையால் விழுந்தது. அப்புறம் ஒரு பயங்கரம் நிகழ்ந்தது. மூடியின் வரும் அச்சு கண்ணைச் சுற்றி பதிந்து, ரத்தக் கோடுகளை வழிய விட்டுவிட்டது. ஒரு கருப்பாட்டுக் குட்டி ரத்த மயமானது. தம்பு அம்மா கிரீச்சிட்டுக் கொண்டு ஓடி வந்தாள். ரகளையானது காலனி. தம்புவை 'ஜிப்மர்' ஆஸ்பத்திரிக்கு தூக்கிக் கொண்டு ஓடினர். வரும்பொழுது பெரும் வெண் கட்டு போட்டிருந்தான். கொஞ்சம் தவறியிருந்தால் கண் போய் விட்டிருக்குமாம். அம்மா அவனது பெற்றோர்களிடம் மன்னிப்பு கேட்டாள். பிறகு, வீட்டுக்கு வந்து அண்ணனிடம் தன் திறமையைக் காட்டி விட்டாள். எனக்கு அவன் உதை வாங்கியது குறித்து மிகுந்த சந்தோஷம். அதே சமயம் அப்படிப்பட்ட தண்டனையை அவன் அனுபவித்து அன்றுதான் பார்த்தேன். மறுபுறம் பாவமாகவும் இருந்தது.

இன்னும் கிழவியின் 'பங்க் கடை' மூடாமல் இருக்கும். கால் சட்டைப் பையில் மூன்று பைசாக்கள் இரண்டு இருந்தன. தேன் மிட்டாய்களும் மிளகாய் மிட்டாய்களும் வாங்கிவந்து சிணுங்கிக் கொண்டிருந்தவன் கையில் திணித்தேன். வாங்கித் தின்றான். பிறகு என்னிடம் கேட்டான்:

"தம்புவுக்கு கத்தி வெச்சு ஆபரேசன் பண்ணிட்டாங்களாமேடா? பெரிய கட்டும் போட்டிருந்தானாமே...?"

"ஆமா...!"

"அவன்ட்ட சொல்லிவை. என்கிட்ட ரொம்ப வாலாட்ட வேண்டாமுன்னு...!" - அவன் எச்சரித்தது எனக்கே பயமாயிருந்தது. அவனுக்குப் போட்ட சூடு மிகச் சரியானதுதான் என்று முடிவெடுத்தேன்.

தம்பு அப்பாதான் எவ்வளவு நல்லவர்! "எதுவும் நம்ம கையிலே இல்லை: ஆண்டவர்ட்டதான்...!" என்று மென்மையாகக் குழிவிழப் புன்னகைத்தார்.

காலனிக்கென்று பொற்காலம் ஒன்று உண்டு. அது என்ன தெரியுமா? இந்திக்காரி டெல்லி செல்லும் புறப்பாடுதான். போய் விட்டாளெனில் திரும்புவதற்கு ஒன்றரை மாதங்களாகும். அமைதியோ அமைதி.

பெரிய பெரிய பெட்டிகளில் ஜிகினாத்துணி மணிகளை அடுக்கிக் கொண்டிருப்பார்கள். கரே முரேவென்று ஒரே சந்தோஷக்களை கட்டிவிடும். நான்கைந்து நாள் ரயில் பிரயாணத்துக்கான உணவு ஏற்பாடு களைச் செய்வர். இந்திகாரர் பெரிய பேசினில் மலைக்குன்று மாதிரி கோதுமையைப் பிசைந்து கொண்டிருப்பார். அவள் சப்பாத்திகளைச் சுட்டுசுட்டு அடுக்கிக் கொண்டிருப்பாள். 'கச்சோரி' என்று ஒருவகை பிரத்யேக அயிட்டமும் செய்வாள். உருளைக்கிழங்கு, பருப்பு மசாலாக் களை உள்ளே வைத்து தடித்தடியாய் சுட்டு எடுப்பாள். எல்லோருடைய வீட்டிற்கும் இரண்டிரண்டு கொடுத்தனுப்புவாள். சாப்பிட மிகச் சுவையாய் இருக்கும்.

ஐயர் வீட்டம்மா, தன் பங்கை எங்களுக்கே கொடுத்து விடுவாள். அவளுக்கு 'மடி' அவசியம். ஆனால் பண்டம் உப்பா, காரமா என்று தெரிந்து கொள்வாள். இந்திக்காரி கேட்டால் சொல்ல வேண்டுமே?

அவர்கள் எடுத்துச் செல்லும் பொருட்களுக்கும் அவர்களுக்கும் ஒரு ரயில் பெட்டியே தேவைப்படும். தம்பதிகள், குழந்தைகள் களேபரமாய் பிரியாவிடை பெற்றுச் செல்வார்கள். சென்றவுடன், காலனி குண்டு போட்டபிறகு எழுந்த அமைதியாய் இருக்கும். சுத்தமாகச் சூழலே மாறிப்போகும். அந்தச் சுதந்திரத்தின் மகிமையை உணர்ந்தவர்களிடம் கேட்டால்தான் புரியும். மனிதர்கள் மனம்விட்டுச் சிரிப்பார்கள்; பேசுவார்கள். அவைகளில் இந்திக்காரி பிரதானம் பெற்றிருப்பாள். நாட்கள் நெருங்க நெருங்க அவர்களின் சந்தோஷமும் சுறுசுறுப்பும் குறைந்து கொண்டே வரும்.

தம்பு நன்கு தேறிவிட்டான். அண்ணனிடமிருந்து அவனது பெற்றோர்களும் நானும் அவனை நன்கு, பாதுகாத்தோம். என்னோடு மட்டும்தான் அவனுக்கு விளையாட அனுமதி. வண்ணப் படங்களை வைத்து ஒரு விளையாட்டை அவன்கூட விளையாடினேன். தம்பு புதிய புதிய ஊர் பெயரைச் சொல்லியபடி (டேராடூன் என்பது ஒரு ஊரின் பெயராம்) விளையாட்டைச் சொல்லிக் கொடுத்தான். பிளாஸ்டிக் தாயக் கட்டையை உருட்டியபடி அட்டையில் பயணிக்க வேண்டும். இருநூறு ரூபாய்க்கு மெட்ராஸை விலைக்கு வாங்கலாம். 'அவனுக்கு அவன் அப்பா என்ன அருமையான பொருட்களெல்லாம் வாங்கித் தருகிறார்?' என்று எண்ணுவேன்.

'ஷோலே' சினிமா வந்திருந்த சமயம் அது! வடக்குப் பக்கம் என்றாலே காலனி மனிதர்களுக்கு 'கப்பர்சிங்' ஞாபகம் வந்துவிடும். கஞ்சாவை மென்றுகொண்டு, சாம்பல் அழுக்கு உடையில் உடைந்த பற்களுடன் அவன் போதையோடு சிரிக்கிறான். தலையில் 'டர்பன்' கட்டிக் கொண்டு ஒற்றைக்கால் மடித்தபடி சுழன்று சுழன்று கிடார் வாசித்துக் கொண்டு ஒருவன் "மெகபூபா... மெகபூபா...!" என்று பாட, பெரிய தொப்புள் தெரிய ஒரு அக்கா ஆடுகிறாள். எனக்கு வெட்கமாய் இருக்கிறது.

மொழிப் பிரச்சினையின்றி அம்மா, ஐயர்வீட்டம்மா, மூக்கு நீட்டி, ஜாஹீர் அம்மா எல்லோரும் அழுதுகொண்டு வந்தனர். நான் வீட்டுக்கு வந்து அண்ணனின் முழுக் கை சட்டையைப் போட்டுக் கொண்டு, தொங்க விட்டபடி "கப்பர்சிங்...!" என்று கர்ஜித்தேன். அம்மா சிரித்தாள்.

டெல்லி என்று சொன்னாலே அவர்களுக்கு கப்பர்சிங் ஞாபகம் வந்துவிடும். அதுவே மனதில் நிலைத்து விட்டதால், இந்திக்காரியும் திகிலான ஒருவளாய் இருந்தாள்.

மேலும், சம்பல் பள்ளத்தாக்கில் பூலான்தேவி வேறு பரபரப்பாகப் பேசப்பட்டாள். ஓடும் ரயிலைப் பிடித்து நிறுத்திவிடுவாளாம். கொள்ளையடிக்கையில் எதிர்த்துப் பேசினால், துப்பாக்கியால் சுட்டு புழுதியில் போட்டுவிட்டுப் போய்விடுவாளாம்!

ஐயர் வீட்டம்மா ஒரே பரபரப்பாய் இருந்தாள். குழந்தைகளெல்லாம் மிகவும் ஜாலியாய். அவர்களது மாமா காரைக்குடியிலிருந்து வருகிறார்!

"என்னோட தம்பி வர்றான்மா! நேர்லே பாருங்கோ, அசந்துப் புடுவீங்க. அவன் ரொம்ப பிரில்லியண்ட்...!"

“அப்டீன்னா?”

“ரொம்ப சமர்த்துன்னு சொல்ல வந்தேன். பி.காம். முடிச்சிட்டு, எம். காம். போட்டிருக்கான். அவனுக்கு கால்லே துருப்பிடிச்ச ஆணி ஏறிண்டிருத்தாம். ரெண்டு வாரம் ஆகியும் ஆறலையாம். அதான் ஜிப்பமர்லே காட்டலாம்னு வரச்சொல்லியிருக்கேன்...”

ஐயர் பைகளில் நிறைய மளிகைச் சாமான்கள் வாங்கி வந்தார். அவரது ஏரோப்ளேன் சீட் சைக்கிளை தண்ணீர் விட்டுக் கழுவி, எண்ணெய் விட்டுப் பளபளப்பாக்கினார்.

வீடு ஒட்டடையடிக்கப்பட்டது. துணி உலர்த்த அவர்கள் பயன் படுத்திய மெல்லிய மூங்கில் கழிகள் சோப்பு போட்டுக் கழுவப்பட்டு, மறுபடி அந்தரத்தில் தொங்க விடப்பட்டன. ஐயரம்மா, சப்பாத்தி மாவை பிசைந்து வைத்தாள். தம்பி வருகையில் சப்பாத்தி இட்டால் பஞ்சுபஞ்சாய் இருக்குமாம்.

அம்மா, “தம்பிமேல அவ்வளவு பாசமா?” என்று கேட்டாள்.

“ஆமாம்மா, எங்க தோப்பனார்க்கு நாங்க மூணு பேரு. நானும் அக்காவும் சுமார் படிப்புதான். தம்பி நல்ல புத்திசாலி...!” என்று சொல்லிவிட்டு, “ஹ்ஹேக்!” என்று சிரித்தாள். அளவுக்கு மீறிய சந்தோஷம் அல்லது புத்திசாலித்தனமாக தான் ஏதாவது சொல்லி விட்டோம் என்று உணர்ந்தால் “ஹ்ஹேக்...!” என்று வெளிப்படுத்துவாள்.

பெரிய அண்ணனிடம் தம்பி வரப்போகும் செய்தியைச் சொன்னாள் அம்மா. அண்ணன் கண்சிமிட்டியபடி கேட்டார்: “தம்பிக்காரன்... அக்காக் காரிக்கு பேண்ட், சட்டை போட்டமாதிரி இருப்பானா...?” அக்கா, அம்மா, அண்ணன்கள் அனைவரும் கொல்லென்றுச் சிரித்தனர்.

நான், “யாருக்கு பேண்ட், சட்டை மாதிரி?” என்று கேட்டேன்.

“சுறாக்குட்டிக்கு கேள்வியைப் பாரு...!” என்ற அண்ணன், சட்டைப்பையைத் துழாவி நாலணாவை என்கையில் வைத்து, “ஓடு...!” என்றார்.

7

புற்றுக்கோயில் ஆத்தாவுக்கு சிவப்பிரகாசமும் ரஸியா பேகமும் காதல் பண்ணுவது குறித்து தெரிந்திருக்கும். ஆனால் அப்போது எனக்கு தெரிந்திருக்கவில்லை. சிவப்பிரகாசத்தின் மளிகைக் கடைக்கு சின்ன அண்ணன் வாடிக்கையாளன். குச்சி மிட்டாயிலிருந்து பட்டாணிவரை அவனுக்குக் கடன் உண்டு. அந்த கடன்கள் வசூலிக்கப் பட்டதாக நான் கண்ட தேயில்லை. அண்ணன் கூட கடைக்குப் போனால், சிவப்பிரகாசத் திடம் தான் பேசிக்கொண்டே தடியான கண்ணாடி பாட்டிலைத் திறந்து, கைநிறைய தேன் மிட்டாய்களைத் திணித்து என்னை விரட்டி விடுவான்.

எதிர்வீட்டு பேகத்தின் பச்சைவண்ணச் சன்னல் கதவு திறக்கும். உள்ளே படபடக்கும் கரும் விழிகள். பேகம் பழுத்த மிளகாய்ச் சிவப்பு. கன்னங்கள் கொழுகொழுவென்று குழந்தையினுடையதைப் போன்றிருக்கும். அவளுக்கு கண்களால்பேச வரும். சிவப்பிரகாசமும் கண்களால் பதில்கூற முயன்று, பிறகு, வாய் திறப்பான். கட்டியிருக்கும் கைலியையோ அல்லது சாம்பல் 'பெல்பாட்டத்தையோ' சரிசெய்து கொள்வான். அபூர்வமாய் அவள் சாமான் வாங்க கடைக்கு வருகையில் அவனது இதயம் பட்பட்டென்று தடம்மாறித் துடித்திருக்கலாம். 501 சோப்பு கேட்டாளென்றால், அப்பளக் கட்டை எடுத்து வைப்பான்.

அந்த மாதிரி காதல் செய்யும் சமயங்களில் பிற வாடிக்கையாளர்கள் வந்து விட்டால், தர்மசங்கடமாகி விடுவான். அவள் எதிரில் புன்னகைத்துக் கொண்டிருக்க, கேட்டவர்களுக்கு கேட்ட பொருட்களை மாற்றியோ அல்லது எடை கூடவோ அல்லது கணக்கில் விட்டுவிட்டு காசு வாங்கிப் போடுவதாகவோ இருப்பான். அப்பொழுது அண்ணன் தைரியமாகக் கடை தடுப்புப்பலகையைத் தாண்டிக்குதித்து உள்ளே இறங்கி விடுவான். சில்லறை விற்பனைகளை அவனும் செய்வான். ஏதோ தானும் கடையின் உரிமையாளன் என்ற தோரணையில் என்னைப் பெருமிதமாகப் பார்ப்பான். "இதைப் பாக்கெட்ல போட்டுக்கோ" என்று கொஞ்சம் முந்திரி - திராட்சையை என் கையில் கொடுப்பான்.

வாடிக்கையாளர்களைத் துரத்திவிட்டு, சிவப்பிரகாசம் பேகத்திடம் சுறுசுறுப்பாகி விடுவான். அச்சமயங்களில் அண்ணன் கண்டு கொள்ளாமல் சோப்புகளை வாசனையாய் அடுக்கிக் கொண்டிருப்பான்.

இனி ஜோடிகளின் சம்பாஷணைகள்.

"இடியாப்பம், பாயா!" - அவள்.

"காலையில என்ன சாப்பிட்டே....?" - அவன்.

"இடியாப்பம், பாயாவா? காலையில பாயா ஒரு மாதிரி இல்லியா...?"

"சாப்புட்டா பழகிப்போயிடும்...!"

"அப்புறம்....?" சிவப்பிரகாசம் வாயைக் கோணிக்கொண்டு புன்னகைத்தபடி கேட்பான்.

"நான் சீக்கிரம் போகணும், அரை கிலோ வெங்காயம்..."

"டேய்... கண்ணா நல்ல வெங்காயமா இந்தத் தட்டுல பொறிக்கிப் போடுறா...!"

அண்ணன் பவ்யமாய் வெங்காயத்தை எடுத்துத் தர வாங்கிக் கொள்வான்.

அண்ணன் கடைக்குள் நுழைந்த சிறிது நேரத்திற்குப் பிறகு, அலுங்காமல் குலுங்காமல் இருப்பான். வியாபாரச் சடுதியில் பத்து காசு, நாலணா பொருளுக்குரிய காசுகளை தனது பாக்கெட்டில் அவன் போட்டுக் கொண்டிருப்பான். வீட்டிற்கு வந்ததும் அம்மாவுக்குத் தெரியாமல், பிள்ளையார் கோயிலுக்குள் எண்ணிக் கொண்டிருப்பான். நான் சப்தம்போடாமல் பின்னால் நிற்பேன்.

"கடையிலதான போட்டுக்கிட்ட....?"

"போடா, மயிரான்! தேன்முட்டாய் கொடுத்தன்ல...?"

"எனக்கு நாலணா குடு, அம்மாட்ட சொல்லிடுவன்...!"

பத்து காசை மட்டும் கொடுத்துவிட்டு, நறுக்கென்று தலையில் குட்டு ஒன்றும் வைத்து அனுப்புவான். முதலில் குட்டப்பட்ட இடம் அரிக்கும். பிறகு கடுமையாக வலிக்கும். கண்களில் கண்ணீர் கட்டினாலும் அம்மாவிடம் சொல்ல மாட்டேன். எனக்கு அண்ணனையும் மிட்டாய் களையும் முந்திரிப் பருப்புகளையும் இழக்கத் துணிவில்லை!

சிவப்பிரகாசம் அவளது கையில் நாசூக்காய் ஏலக்காய்களையும் கிராம்புகளையும் தருவான்.

"எதுக்கு...?"

"வாய்ல போட்டுக்கோ. வாசனையாயிருக்கும்...!"

பிறகு, அடி அலமாரியைத் திறந்து சாக்லெட் பார் ஒன்றை அவள் கைகளில் வைப்பான்.

"எவ்வளவு இது...?"

"என்னோட அன்புப் பரிசு. விலையே இல்லை...."

"சரி வாப்பா வந்துடுவார். நா போறனே...!"

"அப்புறம் எப்போ?"

"ரெண்டு மணிக்கு அங்கனப் பாருங்க...!"

சன்னலைக் காட்டுவாள் ரஸியா பேகம்.

அவள் தனியார் பள்ளியில் ஒன்பதாவது படித்தாள். வெள்ளைச் சட்டை, நீலப்பாவாடை, கால்களில் வேப்பம் புண்ணாக்கு நிறத்தில் பாதுகைகள், கழுத்தில் பாவாடை வண்ணத்தில் டை. பின்புறம் புத்தகங்கள் கொண்ட தோள் பை. அதை மாட்டும் வசதிக்காக 'வார்கள்.' அவை தோள் பட்டைகளிலும் நெஞ்சுப் பகுதிகளிலும் ஏதோ ஆபரணங்கள் போன்று பொருந்தியிருக்கும். வாப்பா தன் சுவேகாவில் அவளைப் பத்திரமாக ஏற்றிச் செல்வார். அவளுக்குப் பள்ளியும் வீடும்தான் உலகம். வாப்பாவோ எப்பொழுதும் கதவை மூடி வைத்துவிடுவார். மனைவி போன்ற பெண்டுபிள்ளைகளை வெளியில் விடுவதேயில்லை. அப்படியே வெளியே அபூர்வமாய் அழைத்து வந்தாலும் கறுப்புப் படுதாவை மூடித்தான் அழைத்து வருவார். கேட்டது கிடைத்து விடும் என்பதால் பெண்கள் அனாவசியமாய் வெளியே வரவேண்டிய அவசியமில்லை. அவர் இல்லாத சமயங்களில் பேகம் அம்மாவிடம் கூத்தாடிக்கெஞ்சி காய்கறி, பலசரக்குகளில் சில சரக்குகள் வாங்க வருவாள். ஒரு பஞ்சவர்ணக் கிளியை எத்தனை நேரம்தான் அடைத்து வைத்திருப்பது? அம்மா பாவம் பொழுது போகட்டும் என்று எதிர்கடைக்கு மட்டும் அனுப்புவாள். பாரம் சுமக்க அல்லா இருக்கையில் கவலையெதற்கு?

அப்பொழுது 'கிழக்கே போகும் ரயில்' சினிமாவாக வந்து, உலகுக்கு ஒரு புது வெளிச்சக் காதலைச் சொல்லி மக்களை உய்வித்திருந்த காலம். சிவப்பிரகாசத்திற்கு கண்ணாடியில் ஒட்டும் பட ஸ்டிக்கர் இரண்டு கிடைத்தன.

சினிமா ஸ்டிக்கரின் மூக்குப் பெருத்த கதாநாயகனின் தலையிருந்த இடத்தில், சிவப்பிரகாசம் தன் கறுப்பு - வெள்ளை புகைப்படத் தலையைமட்டும் வெட்டியெடுத்து ஒட்டிக்கொண்டான். முந்தானை கோடாக ஓடும் குண்டு கதாநாயகி அருகில் நின்றிருந்தாள். அவள் தோள்பட்டையில் பச்சைக்கிளியொன்று அமர்ந்திருந்தது. ஸ்டிக்கரின் வலது மூலையில் கொஞ்சம் சிறிய படமாக கரும்புள்ளி, செம்புள்ளி, மொட்டையோடு அக்கதாநாயகன் கழுதைமேல் காட்சியளித்தான். சிவப்பிரகாசம் அதை வெட்டியெடுத்து எறிந்தான். மீதத்தை ஓர் மஞ்சள் அட்டையில் ஒட்டிக் கொண்டான்.

அவன் மனசுக்குள் கோயில் மணி ஓசை! பேகம் எட்டிப் பார்த்தாள். "அல்லாஹூ... அக்பர்... அல்லா!" காக்காகடை பக்கத்திலிருக்கும் புதிதாகத் தோன்றிய மசூதி தொழுகைப்பாடல் ஒலித்தது. சிவப்பிரகாசம் துவண்டுப் போனான். பேகத்திற்கு விபூதி குங்குமம் இட்டுப் பார்த்தான். அது சில நொடிகள் இருந்து விட்டு மறுபடியும் பேகம் நெத்தியாயிற்று. மறுபடியும் மஞ்சள் பூசி, குங்குமம் இட்டுப்பார்த்தான். ம்ஹூம், மறுபடி வெற்று நெற்றியாகி, முக்காட்டை இழுத்துப் போர்த்தினாள். அந்தரத்தில் கருகமணியொன்று அவள் கழுத்தைப் பார்த்து தொங்கிக்கொண்டிருந்தது. அவனது எண்ணங்கள் தாறுமாறாய் ஆகிப்போனது.

அன்று, பேகம் அவனுக்கு இங்கிலீஷில் ஒரு கடிதம் எழுதிக் கொடுத்தாள். சுற்றுமுற்றும் பார்த்து அதை வாங்கிப் பையில் திணித்துக் கொண்டான். அவனுக்கு அளவிலா ஆனந்தம்.

"என்னைப் பிடிச்சிருக்கா...?"

பேகம் அமைதியாய் பூண்டு மூட்டையைப் பார்த்தவாறு கடை நிலையில் சாய்ந்திருந்தாள். அவளது கன்னங்கள் மேலும் சிவந்து போயிருந்தன. பிறகு இலேசாய் சிரித்தபோது இரண்டு கன்னங்களிலும் குழிகள் விழுந்தன. அவன் தன் பரட்டைத் தலையைச் சரிசெய்து கொண்டான். ஆல்பக்கோடா பழபாட்டிலின் மேல் படர்ந்திருந்த அவள் விரல்களில் ஆட்காட்டி விரலை மட்டும் ஸ்பரிசித்தான். பேகம் விரல் களை இழுத்துக் கொள்ளவில்லை.

"லவ் யூ...!" என்றான்.

"ம்...!" என்று முனகினாள்.

"பேகம் என்னைப் பிடிச்சிருக்கா...?"

அவள் மென்மையாய்த் தலையாட்டினாள். அவனுக்கு முதுகெல்லாம் வியர்வையில் ஒட்டிக் கொண்டது.

அவனைச்சுற்றிய இயக்கங்களை மறந்துவிட்டான். சாலையில் செல்லும் சுவேகாக்கள், லாம்ப்ரடாக்கள், லாரிகள், சைக்கிள்கள் என எதனின் ஒலிகளும் அவனுள் பாயவில்லை. கடையினுள் அண்ணன் பிரிட்டானியா பிஸ்கெட் டின்னில் வாசனையை இழுத்துக் கொண்டிருந்தான்.

“பே...க...ம்...!” சிவப்பிரகாசம் அந்தச் சினிமா படத்தை அவளிடம் நீட்டினான். அவள் ஏதோவென்று வாங்கிப் பார்த்தாள். கிளிக்கதா நாயகியோடு சிவப்பிரகாசம் வேட்டி, நீண்ட காலர் வைத்த பூப்போட்ட சட்டையில் கையில் ஏதோ புத்தகத்தோடு நிற்பதைப் பார்த்தாள். அவளும் அந்தச் சினிமாவை பார்த்திருந்தாள்.

“இங்கன என் போட்டோவோ...?” என்று கேட்டாள்.

அவன் தலையாட்டினான்.

“நீங்களா செஞ்சீங்க...?”

“ஆமாம்! ஆமா, லட்டர்ல என்ன எழுதியிருக்கே?”

“நாம... நாம... ரெண்டு பேரும் கல்யாணம்...” அவள் முடிக்காமல் முகத்தை மூடிக் கொண்டு சிறிதுநேரம் நின்றாள். பிறகு, அக்கம் பக்கம் பார்த்துவிட்டு, அவன் கட்டி வைத்திருந்த ஜவ்வரிசி பாக்கெட் மற்றும் சினிமாப் படத்தோடு பஞ்சவர்ணக்கிளி பறந்துவிட்டாள்.

“என்ன எதையோ ஜோப்பிலே வைச்சே...?” அண்ணன் கேட்க, சிவப்பிரகாசம் நிகழ் உலகுக்கு வந்தான். கடிதத்தை மயக்கத்தோடு வெளியே எடுத்தான். தமிழ்க் கடிதமாயிருந்தாலே அவனுக்கு படித்துப் புரிந்து கொள்ள அரைமணியாகும்.

“டேய், உனக்கு இங்கிலீஷ் தெரியுமா?”

“ம்...” என்ற அண்ணன், “இந்தக் கலர் பாக்ஸ் வேணும்....!” சுட்டிக் காட்டினான்.

“எடுத்துக்கோ. முதல்ல லெட்டரைப் படி...!”

அண்ணன் அதனை வாங்கிப் பார்த்தான். சில “ஏக்களும்” சில “எஸ்களும்” அவனுக்குப் புரிந்தன. இருப்பினும் ஆழ்ந்து படிப்பது போல கடிதத்தைப் பார்த்தான்.

“சீக்கிரம் சொல்லு. என்ன எழுதியிருக்கு?”

அண்ணன் எச்சிலை விழுங்கிக் கொண்டான். டூரிங் டாக்கீஸில் நிறைய சினிமாக்களில் வரும் கடிதங்களில், நாயகன் கடிதத்தைப் பார்த்தால் வட்ட வடிவத்தில் கதாநாயகியே அதில் தோன்றி படித்தும் காட்டு விடுவாள். ஆனால், சிவப்பிரகாசம் எட்டிப் பார்த்தும் பேகம் தோன்றவேயில்லை.

"அதுக்கு... அதுக்கு உன்னை ரொம்பப் புடிச்சிருக்காம். நீ அழகாயிருக்கியாம். அவ்வளவுதான்!"

"கல்யாணம் செஞ்சுக்க சொல்லியிருக்குமே...?"

மறுபடி அண்ணன் ஒருமுறை 'படித்துவிட்டு'

"ஆமா, ஆமா... இதோ இருக்கு!" என்றான்.

சிவப்பிரகாசம் கடிதத்தை வாங்கி பத்திரமாக மடித்து வைத்துக் கொண்டான். பிறகு கேட்டான்.

"டேய், நான் சொல்றதை இங்கிலீஷ்ல எழுதித் தருவியா?"

"யேன் தமிழ்லே எழுதலாமே? பேகம் அக்காக்கு தமிழும் தெரியும்!"

"ம்ஹீம், இங்கிலீஷ்ல பதில் எழுது!"

"எழுதறதெல்லாம் கஷ்டம்!"

"முயற்சி செஞ்சுப் பாருடா. பித்தளை எடைக்கல் தருவேன்...!"

"சரி, பள்ளிகூடம் போயிட்டு சாயிந்திரம் வரேன்....!" அண்ணன் அவசரமாய்ப் புறப்பட்டுச் சென்றான்.

இரண்டு நாட்கள் அவன் கடைக்கே போகவில்லை. நான் பலமுறை " கடைக்குப் போலாமா?" என்று கேட்டேன்.

"ஓதை விழும் போடா...!"

ஆக, இப்படியாக வளர்ந்த காதல்... சற்று வேலியை மீறிக் கொண்டு கிளைவிடும் மரமாகத் துளிர்த்தது. நிசமாகவே அது ஒரு தெய்வீகக் காதல்தான். சிவப்பிரகாசம் அவளை சதாநேரமும் எண்ணிக் கொண்டிருந்தான். பேகத்திற்கும் அவனிடம் மிகவும் இஷ்டம். அவனது 'பளிச்' சிரிப்பும் சுறுசுறுப்பும் அவளுக்குப் பிடித்திருந்தது. கடகடவென்று அவன் வேகமாய் மடிக்கும் பொட்டலங்கள் அவிழ்வதில்லை. தொப்.... தொப்பென்று நின்ற இட்த்திலிருந்தே மடித்த பொருட்களைத் தூக்கிப் போடுவான். வேகமாய்க் கணக்குப்போட்டு பணத்தைக் கல்லாவில் போடுவான். திருட்டுத்தனமாய் பீடி, சிகரெட் கிடையாது.

பெரிய அக்காவிற்கு பேகம் நண்பி. அவள் தன் பிரியத்தைச் சாடைமாடையாகச் சொல்லி வைத்திருந்தாள். அக்கா, அண்ணனைக் கூப்பிட்டு பிறத் தகவல்களைச் சேகரித்துக் கொண்டாள். நானும் உதவி புரிந்தேன். அண்ணன் இங்கிலீஷ் கடிதம் வரை கதையைச் சொல்லி விட்டான். இந்தக் காதலில் தான் ஏதும் செய்வதற்கில்லை என்பதால் அக்கா அமைதியாய் இருந்து விட்டாள். ரஸியாவின் அப்பா பொல்லாதவர்.

நாளடைவில் சிவப்பிரகாசத்திற்கும் அக்காவிற்கு தங்கள் காதல் தெரியும் என்று தெரியும். அக்காவைப் பார்த்தால், வெட்கமாய்ச் சிரிப்பான். அவளிடமிருந்து எதிர்வினை ஏதும் இல்லையென்பதால் அவனுக்கு அக்காவிடம் மரியாதை அதிகம். கடையில் இருபது பேர்கள் நின்றி ருந்தாலும் அவளை முதல் ஆளாய்க் கவனித்து அனுப்புவான். "அக்கா... அக்கா...!" என்று வாய்நிறையக் கூப்பிடுவான்.

அக்கா என்னை அன்று அருகில் அழைத்தாள். தன் விரல்களை நீட்டினாள்.

"ரெண்டுல ஒண்ணுதொடு...!"

நான் வித்தியாசமாய்க் கட்டைவிரலைத் தொட்டேன்.

"முண்டம், இதுல ரெண்டுல ஒண்ணு தொடு!"

பாம்பு விரலைத் தொட்டேன். அக்காவின் முகம் இறுகியது.

இருப்பினும் முகத்தை மாற்றிக்கொண்டு "ம்ஹூம். நடக்கும்...!" என்றாள்.

"என்னாது...?"

"உன் மரமண்டை...!"

அன்று விடியற்காலையிலேயே அக்கா என்னை அழைத்துக் கொண்டு சிவப்பிரகாசம் கடைக்குச் சென்றாள். இன்னும் திறக்க வில்லை. புற்றுக்கோயிலில் சாமி கும்பிட்டுத்திரும்ப, தூரத்தே சைக்கிளில் காய்கறி மூட்டைகளோடு அவன் வந்து கொண்டிருந்தான். எங்களைப் பார்த்ததும் வேகமாய் மிதித்து வந்து இறங்கினான். மலர்ச்சியாய்ச் சிரித்தபடி, "என்னங்கக்கா?" என்றவன் பாய் வீட்டைப் பார்த்தான். பச்சைக் கதவில் பித்தளைப் பூட்டு தொங்கிக் கொண்டிருந்தது.

"சிவப்பிரகாசம், பாய்க்கு நேத்து ராத்திரி உங்க விஷயம் தெரிஞ்சிடுச்சு...!"

"என்ன?" அதிர்ந்தான்.

"நேத்து ராத்திரி எட்டரை மணியிருக்கும். என்னை பேகம் கூப்பிடுவதாகக் கூப்பிட்டாங்க. போனேன். பேகம் ரொம்ப அழுதுட்டிருந்தா. அவ அம்மாவுக்கும் அடி போல. பாய் இருந்தார். ரொம்பக் கோவமாயிருந்தார். என்கிட்டே நீ எழுதியிருந்த லெட்டரைக் காட்டினார். எனக்கு ஏதாவது தெரியுமான்னு கேட்டார்...!"

சிவப்பிரகாசம் இன்னும் மீளவில்லை.

"நான் தெரியாதுன்னு சொன்னேன். நீ ஏதாவது எழுதினியான்னு அவளை மிரட்டினார். அவள் இல்லைன்னு சொன்னா. நான் புறப்பட்டு வரும்போது பயப்படாதேன்னு சொல்லிட்டு வந்தேன்...!"

"இப்ப என்னக்கா செய்யிறது?"

"அவ எழுதின லெட்டர் எங்கேயிருக்கு?"

"என்கிட்டே பத்திரமா இருக்கு. ஆனா என்ன நடந்தாலும் சரி, பேகம் எழுதினதை யார்ட்டயும் சொல்ல மாட்டேன். ஏங்க்கா வீடு பூட்டியிருக்கு?"

"கள்ளிக்கோட்டைக்குப் போறதா சொன்னாங்க. எப்போ வருவாங்கன்னு தெரியாது...!"

அவன் கண்களில் கண்ணீர் கோடிட்டது. துடைத்துக் கொண்டான்.

"நீ ஜாக்கிரதை. உன்னை பாய் எதுனாச்சும் செஞ்சுடப்போறார்...!"

ஒரு வாரக் காலம் கழித்து, பாய் குடும்பத்தோடு வந்து சேர்ந்தார். முதல் 'நிக்காஹ்' பத்திரிகையை அவனிடம் கொடுத்தார். வேறெதுவும் கேட்கவில்லையாம். எங்கள் வீட்டுக்கும் பத்திரிகை வந்திருந்தது. அண்ணன் சிவப்பிரகாசத்தின் பெயரைத் தேடினான். அதில் 'முகம்மது சித்திக்' என்ற பெயர்தான் இருந்தது. அக்காவின் முகமே சரியில்லை.

இப்பொழுதெல்லாம் சிவப்பிரகாசம் ஆட்டுக் குருந்தாடியோடு இருந்தான். முகத்தில் பழைய சிரிப்பில்லை. "அரைகிலோ வெல்லம் குடு!" வாடிக்கையாளர்கள் இயல்பாய். அவன் இயந்திரமாய் பொட்டலம் மடித்தான்.

அப்புறம் அல்லாவின் கருணையால் நிக்காஹ் முடிந்து ரஸியாபேகம், கள்ளிக்கோட்டை புறப்பட்டுச் சென்றாள். கடை நான்கு நாட்களுக்குத் திறக்கப்படவில்லை. அண்ணனும் அக்காவும் அமைதி காத்தார்கள். எனக்கும் அந்த அமைதி ஒட்டிக் கொண்டது.

ஐந்து வருடங்களில் ரஸியாபேகம் சிவப்பு சிவப்பாய் மூன்று குழந்தைகளைப் பெற்றுவந்தாள். சிவப்பிரகாசமும் முத்துலட்சமி என்ற அத்தைப் பெண்ணை கல்யாணம் கட்டிக்கொள்ளப் போவதாக அக்கா அறிவித்தாள். பத்திரிகையும் வந்தது.

ஆனால், கல்யாணத்திற்கு அக்கா போகவில்லை.

"மனசு சரியில்லை; தலை வலிக்குது...!" என்றாள் அக்கா.

8

மேகநாத பத்தரின் இளையமகன் ராமுதான் வீட்டு வாடகைகளை வசூலிக்க வருவார். அவர்களுக்குப் பல இடங்களில் வீடுகள் இருந்தன. பஞ்சாலைத் தொழிலாளர்களை அனுசரித்து பத்தாம் தேதிக்குமேல் ஸ்கூட்டர் வந்து நிற்கும். மொடமொடவென்று கஞ்சி குடித்த வேட்டி, சட்டை, குண்டான கருணை பொங்கும் முகம். நெற்றியில் சந்தனமும் குங்குமமும்.

ராமுவைக் கண்டு யாரும் ஓடுவதில்லை. பொய் சொல்வதில்லை!

"கோவிச்சுக்காதீங்க. தம்பி! அடுத்தமாசம் சேர்த்து தந்திடறேன்...!"

"முப்பது ரூபா குறையுது. அடுத்த மாசம் வாடகையோடு சேர்த்து தந்திடறேன்...!"

"என்ன உமாம்மா? நாலு மாசம் பாக்கி இருக்கும்மா. அப்பா தெனமும் கேட்டுக்கிட்டே இருக்காங்க..."

"தயவு செஞ்சு தப்பா எடுத்துக்காதீங்க. தம்பி! எங்க குடும்ப நிலமை உங்களுக்கு தெரியும். இந்த மாசம் பணம் வந்தா உங்க பாக்கி தான் முதல்லே முடிப்பேன்...!"

"ஐயா நல்லாயிருக்காங்களா? ஊருலேந்து வந்தாங்களா...?" நலம் விசாரிப்பதோடு நிறுத்திக் கொள்வார். இதுவரை கோபம் அவர் களிடம் வந்ததில்லை. அனேகமாக கையில் பணம் வந்தால், முதலில் வீட்டு வாடகை நிலுவைகளைத்தான் காலனி மக்களும் அடைக்க நினைப்பார்கள். பத்தரின் சரித்திரத்தில் தம்பு அப்பாவும், ராணுவ வீரரும்தான் மாதாமாதம் சரியாக வாடகை கொடுப்பதாக இருக்கும்.

"ஏதாவது குறையிருக்கா...?" என்பார்.

குளிக்கும் முற்றம் பாசியாக இருந்தால், "முறைவைத்து தேய்ச்சுக் கழுவுங்க...!" என்பார்.

உடைந்த மூலைகள், ஓட்டைகள் இருந்தால் உடனடியாக பூச்சு வேலைக்கு ஆளை அனுப்பி விடுவார்.

"இந்திக்கார அம்மா ரொம்ப தொல்லை கொடுக்குதாமே?"

"அதையேன் கேக்குறீங்க...!" என்பாள் ஐயர்வீட்டம்மா.

"மொழி கஷ்டம், சகிச்சுக்கிட்டு போங்க...!"

அவரது அன்பும் அமைதியும் இரு காலனிகளில் மட்டுமே.

மூன்றாவது காலனியில் நுழைந்து விட்டால், ஓங்கிய குரல் எழும்பும். அவரை முதலில் வரவேற்பது மூத்திர நாற்றம்தான். சின்ன கை துண்டால் முகத்தை மூடிக்கொள்வார். முற்றம் முழுவதும் பாசி படிந்திருக்கும். அழுக்குக்கரைகள் சுற்றுச்சுவர்களில் படர்ந்து விரிந்திருக்கும். மூலையில் குப்பைக் கூளங்கள், மீன் முட்கள், காலிபுட்டிகள், முட்டையோடுகள். இதைமீறி, சதாநேரமும் கருவாட்டு, பன்றிக்கறி சமைத்த மிச்சங்கள் சூழ்ந்திருக்க...

"அங்காளன்...!" என்று உச்சத்தில் குரல் எழும்ப, அழுக்கு மனிதர் வந்து நிற்பார்.

"என்ன இது...?"

"ம்... வீடு பெருக்கிறதுக்கு முன்னே, நீ வந்தா நான் என்ன செய்யறது...?"

"வீடுங்க இருக்கிற இடங்க லட்சுமி குடியிருக்கிற இடம். அதை ஒழுங்கா வச்சுக்க சொல்லித் தரணுமா? சரியா இல்லையன்னா காலி பண்ணிப்புடுவேன்...!"

"நாங்க உடனே காலி பண்ணிப்புடுவமா? எங்குளுக்கும் சட்டம் தெரியும்...!"

"நீங்க எதுக்கும் ஒத்து வரமாட்டீங்க! ஒழுங்கா இல்லையன்னா... நான் என் வேலயக் காட்டிடுவேன்...!"

"காட்டிப் பாரேன்...!"

அந்த நேரம் பார்த்து, அவரின் அருமைப் புத்திரர்கள் அடியாட்கள் மாதிரி வந்து நிற்க, ராமு கொதித்துப் போனார்.

"ஏண்டா, தடி மாடுங்க மாதிரி வளர்ந்து நிக்கிறீங்க... முத்தத்துல ஒண்ணுக்கா அடிக்கிறீங்க? பாவம் பார்த்தா, பல்லுப் புடிச்சிப் பார்க்கறீங்க...?"

"யார் ஒண்ணுக்கு இருந்தா? எவஞ் சொன்னது?"

"மரியாத இல்லாம, பதிலா சொல்லுற? மொதல்ல பேசக் கத்துக்கோங்க. அங்காளன், தீனி போட்டா மட்டும் போதாது...!"

"சனங்க சொல்லுற பொரளிய வச்சு பழியைப் போடாத நீ. நாங்க வேணா வீட்ட காலி பண்ணிப்புடறோம்...!"

"ஆமா, ஆமா கிழிச்சீங்க!" கோபமாய், படபடப்பாய் வெளியே வருவார்.

ராணுவ அதிகாரி சந்திரநாத் ஒரு சல்யூட் வைத்து, வீட்டினுள் அமர வைப்பார். மூக்குநீட்டி காப்பி போட்டுக் கொடுப்பாள். சந்திரநாத் ஆவலோடு கேட்பார்: "புடிச்சி காலி பண்ணிப்புடறதுதானே...?"

"பாவங்க, சார்! பேச்சுதான் அவங்களுக்கு. போக்கிடம் கெடையாது. ஏதோ மனை புரோக்கரா இருந்து, கொஞ்சமாத்தான் சம்பாதிக்கிறார். தொலைஞ்சு போகட்டும்.. மனஷனுக்கு மனுஷன்தான் உதவி செஞ்சுக்கணும்..."

"இருந்தாலும் பேச்சைப் பாருங்க. எனக்கு சுட்டுத் தள்ளனும் போலருக்கு!"

"இயலாமைதான் அப்படி பேச வைக்குது. எல்லாம் காலப்போக்குல சரியாகும்...!"

இதுதான் ராமு!

அவர் விடைபெற்றுச் சென்றதும், சந்திரநாத் விட்டத்தில் தொங்கிய தனது ராணுவத் தொப்பியை கண்ணிமைக்காது பார்த்தார். அவருக்கு பழைய சம்பவமொன்று நினைவுக்கு வந்துவிட்டிருக்கலாம்.

ஒருமுறை காலனியின் கழிவறைச் சேமிப்புக் கிடங்கு (செப்டிக் டேங்க்!) அடைத்துக் கொண்டு, சேமிப்பெல்லாம் வெளியே வழிந்து விரையமாகிக் கொண்டிருந்தது மட்டுமில்லாமல் நாற்றம் நான்கு வீதிகளுக்கு வீசியது.

இரண்டு காலனிகளும் ஒத்துப் போய்விட்டன. துர்நாற்றங் களையும் கழிவுகளையும் அகற்ற ஆகும் செலவுகளைப் பிரித்து பங்குபோட்டுக் கொள்ள வேண்டும். திருவாளர் அங்காளன் ஒத்துக் கொள்ளவில்லை. எல்லாக் கழிவுகளும் ஒரு பெரிய தொட்டியில்தானே சென்று சேருகின்றன என்ற சமத்துவக் கோட்பாடுகள் பற்றி அவருக்கு கவலையில்லை. பங்கு போடப்போகும் இருபது ரூபாய்க்கு அவரோடு மல்லுக்கட்ட யாருக்கும் ஆவல் கிடையாது. இது ராணுவ அதிகாரிக்கப் பிடிக்கவில்லை.

“மனுச ஜென்மம்னா... பொதுப் பிரச்சினையை புரிஞ்சு செயல் படனும்...!” சந்திரநாத் ராணுவத் தொனியில் முழங்கினார். “நியாயம்னா, நியாயம்தான். அப்போ நீங்க பங்கு போட்டுக்கலைன்னா... அடப்பெடுக்கும் போது தொட்டியில் உங்க காலனி ஓட்டையை அடைச்சுப்புடச் செய்வேன்...!”

அழுக்கு மனிதருக்கு எங்கிருந்துதான் அப்படி கோபம் வந்ததோ தெரியவில்லை!

“தொட்டி ஓட்டையை அடைச்சின்னா... உன்னோட சூத்து ஓட்டையை நாங்க அடைச்சிடுவோம்...!”

சந்திரநாத்துக்கு அவமானம் தாங்க முடியவில்லை. ஐயர் வீட்டம்மா காதைப் பொத்திக் கொண்டு வீட்டுக்குள் ஓடிவிட்டாள். அந்தச் சூளுரையைக் கேட்ட மற்ற ஆம்பிள்ளைகளுக்கும் பெண் பிள்ளை களுக்கும் அதிர்ச்சிகளும் வெட்கங்களும், சிலருக்கு அந்தப் பதிலால் சிக்கிக்கொண்ட ராணுவ அதிகாரியை நினைத்து குபுக்கென்று சிரிப்பும் உண்டானது. மனதுக்குள் அடக்கிக் கொண்டனர்.

சந்திரநாத் போர் முழக்கமிட்டார்... “உன்னை...!” என்று கை ஓங்கிக் கொண்டு சற்று மெதுவாகத்தான் சென்றார். உடனே, அனைவரும் அவரை இழுத்துப் பிடித்துக் கொள்ள திமிரும் பாவனையில் இருந்தார்.

“நீ அடிசுப்பாரேன். ஊரே திரண்டுக்கினு வந்துடும், தெரியுமா? கைய வெச்சுப்பாரு...” அழுக்கு மனிதர் மிக ஆர்வமாய் அருகில் வந்து கத்தியதில் ராணுவ அதிகாரி நிலைகுலைந்து போய்விட்டார்.

இறுதியாக அம்மா தீர்வு சொன்னாள்: “ஏன் சண்ட, சச்சரவு? அவர் பணம் தரவேண்டாம். நாமளே சேர்த்து கொடுத்துக்கலாம்...!”

பாய் அதனை ஆமோதித்தார்.

“அம்மா சொல்றது சரிதான். உடுங்க கமாண்டர் சார்...!”

பாய், சந்திரநாத்தை ‘கமாண்டர்’ என்றே சொல்வார்.

மூன்றாவது காலனி வெற்றிக் களிப்பில் மேலும் புலம்பிக் கொண்டே காலனிக்குள் நுழைந்து கொண்டது.

அம்மா. “பாவம் உட்டுத் தள்ளுங்க, சுரேந்தர் அப்பா! அந்தாளுக்கு காசுக்கு வழியில்ல...”

"அதுக்கு தன்மையா சொன்னா, உதவி செஞ்சிட்டுப் போறோம்!"

"தெரியாதனம்தான். சண்டை போட்டா உட்டுடுவாங்கன்னு தெரிஞ்சி வெச்சிருக்கிறாரு..."

லஷ்மி புருஷன் கேட்டார்: "அப்போ ஓட்டை அடைக்கிற விஷயம்...?"

அம்மா, அவரைக் கோபத்துடன் பார்க்க, தலைகுனிந்தார்.

"உங்களுக்கென்ன அக்கறை? நாம எதிர் வீடுதானே?" என்று லஷ்மி சொல்ல அவன் அவளை முறைத்தான்.

"நேஸ்ட்டி ஃபெல்லோ...!" சந்திரநாத் பல்லை நறநறத்தார்.

"வுடுங்க, கமாண்டர்! நாமெல்லாம் அவங்கிட்டே சண்டை போட முடியாது. நியாயம் பேசிட்டேயிருப்பாக..." என்றார் பாய்.

திடீரென்று பொழியும் ஆலங்கட்டி மழையைப் போல உருவாகும் இம்மாதிரிச் சண்டைகள் எதற்காக என்றே எனக்குப் புரியாது. சில சமயம் அப்படி இப்படி புரியும். காரசாரமாய் சண்டை முடிந்ததும்தான் தம்பு அப்பா, மனைவியுடன் உதிப்பார்.

"என்ன ஆச்சு, சந்திரநாத்?" என்க, அவருக்கு வேறு விளக்கவேண்டும்.

"பிரச்சினை வந்தா ஆண்டவர்கிட்டே முறையிடுங்க...!" என்று யாரோ கருத்து கேட்டமாதிரி சொல்லிவிட்டு, ஏதோ பிரச்சினையில் பங்கெடுத்துக் கொண்ட சூழ்நிலையை ஏற்படுத்திவிட்டு வீட்டுக்குள் நுழைந்து விடுவார்கள்.

பிள்ளையார்கோயிலையொட்டிதான் புழங்கும் அழுக்குத் தண்ணீர் சிறு குழாய் மூலம் வெளியேறும். முற்றத்தில் குளிக்கும் அழுக்குத் தண்ணீர், துணி துவைத்து நுரைகளோடு வெளிவரும் 501, பொன்வண்டு கலவை, பாத்திரங்கள் கழுவ உணவுத் துணுக்குகளோடு செல்பவை, மலை மலையாய் டீட்டு இருந்து வைக்கும் மலத்தை மண்போட்டு அள்ளிவிட்டு முறம்போன்ற அவனது பிருஷ்டத்தைக் கழுவிய நாற்றம்... அவனை ஸ்பரிசித்துச் செல்லும் நீர் ("ஏண்டியம்மா, கக்கூஸ்ல வச்சு கழுவப்படாதோ?" என்று ஒருமுறை ஐயர்வீட்டம்மா தன் கருத்துக் கணிப்பைத் தெரிவிக்க, இந்திக்காரி ஒரு சிறிய, 'ஜாலியன்வாலாபாக்' நடத்தி விட்டாள். மேலும், சாம்பார் சப்பாத்தியோடு கேள்விப்போர் நடத்திவிட்டது என்பதால்,

எதிர்காலத்திலும் தன் முடிவை மாற்றிக் கொள்ளும் எண்ணத்தைக் கைவிட்டு வேண்டுமென்றே தொடரவும் செய்தாள் என்பது தனிக்கதை). இப்படி பல்வகைப்பட்ட நீர்ப்பாசனங்கள் கோயிலையொட்டிய சிறிய மணற்பரப்பில் பாய்ந்தன.

முதலில் கொசகொசவென தக்காளிச் செடிகள் துளிர்த்தன. செழுமையாக வளர்ந்தன. இந்திக்காரர் வாயில் சிகரெட்டைக் கடித்துக் கொண்டு, நான்கு வாழைக்கன்றுகளை நட்டார். இந்திக்காரி இரண்டு ரோஜா செடிகளை வைத்தாள். ஐயர்வீட்டம்மா, மீதமிருந்த பகுதிகளில் மிளகாய் விதைகளையும் கத்தரி விதைகளையும் தூவினாள். ஜாஹீர் அம்மா சின்ன முருங்கைக் கிளைப்பகுதியை நிற்க வைத்தாள்.

டீட்டுவின் சத்து நீரால் எல்லாம் செழித்து வளர்ந்தன. தக்காளியும் கத்தரியும் காய்த்துக் குலுங்க இந்திக்காரி மட்டும் அதனை உரிமையோடு பறித்து அனுபவித்துக் கொண்டதில் மற்றவர்களுக்கு எரிச்சலைக் கொடுத்தது. காலனியின் கட்டுப்பாட்டின்கீழ் உள்ள பகுதிகள் பொதுச் சொத்து எனவும் அதில் ஜனிக்கும் அனைத்து உயிர்களும் பகிர்ந்து எடுத்துக் கொள்ளப்பட வேண்டியவை என்பதைத் தீர்மானித்து வைத்திருந்தனர்.

இடையில் ஐயர் வீட்டம்மா பலத்த சர்ச்சையை ஒன்று கிளப்பினாள்.

"எனக்கு இதில் வெளையிற எதுவும் வேண்டாண்டியம்மா, அவ குழந்தை பீத் தண்ணீ, மூத்திரத் தண்ணியில் வளர்ந்தது யாருக்கு வேணும்...?"

"அதானே....?" என்று தானும் சமாதானமானாள் மூக்கு நீட்டி. ஜாஹீர் அம்மா யோசிக்க ஆரம்பித்தாள். அவள் நட்டிருந்த முருங்கைக் கிளை புசுபுசுவென வளர்ந்து கொண்டிருந்தது. 'அவுக சொல்றதும் சரிதானா?'

நல்லவேளை! ஐயர் வீட்டம்மாவின் ஆராய்ச்சியின் மொழி பெயர்ப்பு இந்திக்காரியின் காதுக்குச் சென்று சேரவில்லை. அவளுக்கும் ஆச்சரியம். தோட்டத்தில் விளையும் வஸ்துக்களுக்கு யாரும் அடித்துப் பிடித்து போட்டியே போடாதது குறித்து. கண்களுக்கெதிரில் கொத்துக் கொத்தாய் தக்காளி, கத்தரி, மிளகாய் என்று அனுபவிக்கத் தொடங்கினாள். முருங்கைக் கீரையை ஒடித்து ஒடித்து தன் கணவனுக்கு சமைத்துப் போட்டாள். தம்மிடம் 'வாலாட்ட பயந்தே இந்தச் சனங்கள் தலையிடுவதில்லை' என்று சுயசந்தோஷத்தையும் வளர்த்துக் கொண்டாள்.

தான் பறித்த காய்கறிகளிலிருந்து கொஞ்சம் அம்மாவிடம் கொடுத்தாள். அம்மா ‘சண்டைபோடுவாள்’ என்று கொஞ்சமாகப் பெற்றுக்கொண்டு, பிறகு அதனை செய்தித்தாளில் சுற்றி அண்ணனிடம் கொடுத்தாள்.

“இந்திக்காரிக்கு தெரியாம, வாழக்கொல்லையிலே எறிஞ்சுடு...!”

செடியில் மஞ்சள் பூக்களோடு பளபளக்கும் தக்காளிப் பழங்களைக் கண்ட எனக்கு நாக்கு ஊறியது. சிறு வேலியைத் தாண்டி, தக்காளி யொன்றைப் பறித்து பிள்ளையாருக்கருகில் சுவைத்துக் கொண்டிருந்தேன். அதனை பார்த்த அம்மா, “இனிமே, தொடுவியா? தொடக்கூடாது...!” என்று எச்சரித்தாள்.

இந்திக்காரியின் தொடர்ந்த அட்டூழியத்தை யாராலும் தடுத்து நிறுத்த முடியாததை பிள்ளையார் தடுத்து நிறுத்தினார். அது எப்படி தெரியுமா?

அந்த ‘டீட்டு’ நந்தவனத்தில் செழித்த ரோஜா மலர்களைக் கொய்து, இந்திக்காரி தனக்கென்று இரண்டு பூக்களை வைத்துக் கொண்டு, இரண்டு பூக்களை பிள்ளையார் தலையிலும் வயிற்றிலும் வைத்து, “கணபதி பப்பா...!” என்று உருகி வழிபட்டாள். இதனைப் பார்த்த ஜாஹீர் அம்மா தீப்பந்தம் கொளுத்திவிட, காலனியே அவளுக்கெதிராக முதன் முறையாகத் திரண்டது.

“செய்யிற அட்டூழியம் போதாதுன்னு... சாமிக்குப்போய் நாத்தம் புடிச்ச பூவை வைக்கிறதா?” மூக்குநீட்டி தொடக்கவுரை ஆற்றினாள்.

“ஐயோ பகவானே!” என்றாள் ஐயர்வீட்டம்மா. ஐயர்கூட ஆமோதித்து தலையாட்டியது ஆச்சரியம்.

ராணுவ அதிகாரி இந்தியில் அவளோடு உரிமையாகக் கடிந்து கொண்டார்.

“இந்தில என்ன சொன்னீங்க?” - அம்மா.

“இந்த மாதிரி செஞ்சா, சாமி கண்ணைக் குத்திடும்...!”

“சரியாகத்தான் சொல்லியிருக்கீங்க...!”

இந்திக்காரி ஒட்டுமொத்தமாய் ஆடிப்போய்விட்டாள். இந்திக்காரர் ஸ்கூட்டரைவிட்டு அவசரமாய் ஓடிவந்து விஷயம் அறிந்தார். அவர் பார்க்காத கோதுமை வயல்களா... அதில் பார்க்காத பயங்கர மனுஷ, எருமைசாணி உரங்களா...? இருப்பினும் காலனித்

தோட்டத்தின் 'கந்தாக்களை' அவர் அறிந்தவராதலால், அவளை அறைவதுமாதிரி கையை ஓங்கிவிட்டு, விடுவிடுவென்று பிள்ளையாரிடம் ஓடி அந்தப் பூக்களை எடுத்து சாக்கடையில் வீசினார். கன்னத்தில் போட்டுக் கொண்டு அவளருகில் வந்து இந்தியில் "கரே... முரே...!" என்று கத்தினார்.

இந்திக்காரி குடம்குடமாய் அழுது ஏதோ சமாதானம் சொன்னாள்.

"இனிமே தப்பு செய்ய மாட்டாங்களாம்...!" சந்திரநாத் மொழி பெயர்த்துவிட்டு, "சரி சரி கலைஞ்சு போங்க. என்ன கூட்டம் போட்டுகிட்டு? விஷயம் முடிஞ்சு போச்சு...!" கூட்டத்தைக் கலைத்தார். அதன்பிறகு, டீட்டு கழிவறையில் 'புனித' நீராடல் செய்யப்பட்டான்.

அதன் பிறகு காலனியே சேர்ந்து ஒரு வண்டி செம்மண் அடித்தது. புதிய செடிகள் நடப்பட்டன. வேறொரு சிறிய குழி தோண்டி, கடுகு, உப்பு, பெருங்காயம் கொஞ்சம் போட்டு முருங்கைக் கிளையை நட்டுவைத்து அதன் தலையில் ஒரு சாணி உருண்டையை வைத்தனர்.

'இனி எல்லோருக்கும் விளைச்சலில் பங்கு' என முடிவு செய்து கொண்டனர். பிள்ளையார் பிரச்சினை முடித்துவிட்டதை எண்ணி பெருமூச்சுவிட்டு, புன்னகை புரிந்தார்.

அடுத்த முறை ராமு வந்தபோது மிகவும் சந்தோஷப்பட்டார். சாக்கடை அதம்பிக்கொண்டு 'வாசனையைத்' தாராளமாக வழங்கும் இடம், பச்சைப் பசேலென்று இலைகள் சூழ, நான்கைந்து ரோஜாப் பூக்களும் பூத்திருப்பதைக் கண்டு, இடச் சொந்தக்காரரும் மனம் குளிர்ந்தது.

"இப்படி பத்துபேர் சேர்ந்து சின்ன தோட்டம் போட்டு ஒற்றுமையை நிலை நாட்டறீங்க. உங்களுக்கும் உபயோகமாகவும் இருக்கு. அப்படியே காலனியையும் சுத்தமா வச்சுக்கோங்க...!"

ஆனால், 'ஐயாரெட்டுதான்' சோகமானார். இரண்டு நாட்களுக்கு பிறகு காய்கறிகூடை சுமந்து வருவதையும் நிறுத்திக்கொண்டார்.

அழுக்கு மனிதரின் பெரிய அழுக்குப் பையன், சுற்றும் முற்றும் நன்கு ஒருமுறை பார்த்துவிட்டு, வேலியில் ஒரு காலைவைத்து, சட்டென்று முருங்கையின் அடிக்கிளையைப் பிடித்துக் கொள்கிறான். வலது கையை உயர்த்தி படபடவென்று ஏழெட்டு முருங்கைக் காய்களைப் பறித்துக் கொண்டு தன் காலனிக்குள் ஓடுகிறாள். நான் அவனை நன்கு கவனித்துக் கொண்டிருப்பதை அம்மாவும் பார்த்துவிட்டாள். என்னருகில் வேகமாய் வந்தாள்.

“யாருகிட்டேயும் சொல்லாத. பாவம் பறிச்சுட்டுப் போவட்டும்...!” என்றாள் அம்மா.

ராமுவிற்கு கல்யாணம் மானாமதுரையில் நடந்தது. காலனி மக்களால் அவ்வளவு தூரம் பிரயாணம் செய்ய முடியவில்லை. “நம்ம சார்பா வாழ்த்து தந்தி அடிச்சுட்டேன்...!” என்றார் தம்புவின் அப்பா.

புது மனைவியோடு அந்தமாத வாடகையை வாங்க ராமு வந்தார். அம்மா அவர்களை வீட்டுக்குள் அமரவைத்து. காபி கொடுத்து உபசரித்தாள். காலனி மக்கள் சார்பாக அனைவரும் பங்குபெற்ற ‘தூக்கு வாளியை’ பரிசாக அவர் மனைவியிடம் கொடுத்த போது அவரது கண்கள் பனித்தன. புது மனைவிக்கு எல்லா புதிதாக இருந்தது. மாநிறமாக குண்டாக இருந்தாள். இருந்தாலும் பொருத்தமாக இருந்தாள். கொஞ்சமாகச் சிரித்தாள்.

“மொத்தம் பன்ணெண்டு வீடுகளா?” என்று கணக்குப் பார்த்து, அவரிடம் பூனைமாதிரி உரசினாள். காதுகளிலிருந்த ஜிமிக்கிகள் கன்னாபின்னாவென்று ஆட்டம் போட்டன.

முழுவதும் சுற்றிப் பார்த்தாள். மொட்டை மாடியைச் சென்று நோட்டமிட்டாள். சின்ன தோட்டத்தை ரசித்தாள். மூக்குநீட்டி ரோஜா ஒன்றை கொடுக்க தலையில் சூடிக் கொண்டாள். இந்திக்காரியை வினோதமாக நோக்கினாள். இந்திக்காரியோ டீட்டுவிற்கு அவசரமாய்க் கொடுத்ததால், கால்பாக மார்புகளைக் காட்டிக் கொண்டு புன்னகைத்துக் கொண்டிருந்தாள். அவளுக்கு ராமுவை எப்படி வாழ்த்துவதென்று புரியவில்லை.

“ரெண்டு காலனி பரவாயில்லை. மூணாவதுதான் காணச் சகிக்கலை. மொதல்ல காலி பண்ணுங்க அவுங்களை...!”

சொன்ன தன் மனைவியை நேராகப் பார்த்து கடுமையான குரலில் ராமு சொன்னார்:

“சுந்தரி! காலனிங்க விஷயத்தில் நீ தலையிட வேண்டாம். யாரை வக்கிறது, கூடாதுன்னு அப்பாவுக்கம் எனக்கும் தெரியும்”

நாங்கள் மட்டுமல்ல; அவளும் அவர் எச்சரிக்கையைக் கண்டு அதிர்ச்சியில் ஆழ்ந்தோம்.

9

பெரிய அக்கா திடுதிப்பென்று கழுத்தில் மாலையோடு கல்யாணம் கட்டிக்கொண்டு வருவாள் என்று யாரும் எதிர்பார்க்கவில்லை.

ஐயர் வீட்டம்மா, மணி, ஜாஹீர் அம்மா அனைவரும் அதிர்ச்சியில் உறைந்து நின்றனர். இந்திக்காரி அதிர்ச்சிக்கெல்லாம் அப்பாற்பட்ட கட்டை எனினும் டீட்டுவிற்கு பால் கொடுப்பதை நிறுத்திவிட்டு மார்பகத்தைத் திணித்துக் கொண்டாள். லஷ்மியோ புருஷனிடம் ஏதோ கிசுகிசுத்தாள்.

ஐயரம்மா, தனது உணர்விலிருந்து சுதாகரித்துக் கொண்டு, "என்னடி உமா?" என்று ஏதோ கரிசனத்தில் கேட்பவள் போன்று உரத்த குரல் அந்த 'என்னடி' வெளிப்பட, இன்னும் திறக்கப்படாத கதவுகள் திறந்து கொண்டன. தம்பு அம்மா ஏதோ விபத்து நடந்துவிட்ட தொனியில் எட்டிப் பார்த்தாள். எங்களது வாயிற்படியில் நின்றிருந்த நான் தள்ளப் பட்டேன். அண்ணன்கள், சின்ன அக்கா, அம்மா என்று ஒருவர்பின் ஒருவராக வெளியே வந்தனர்.

பெரியண்ணன், "என்னம்மா, என்னம்மா... இது?" என்றார். அம்மாவின் முகத்தில் ஏதும் கலக்கமில்லை. நான் அக்காவின் அருகில் நிற்கும் மாப்பிள்ளையைப் பார்த்தேன். கருப்புச் சட்ட கண்ணாடி போட்டுக் கொண்டு, கண்களில் கொஞ்சம் மிரட்சியோடு இருந்தார். சீவிய முடியைத்தவிர நெற்றியில் கையகலத்துக்கு கற்றைமுடி அவருக்கு 'நாகரீகமாய்' அமைந்திருந்தது. பட்டுச்சட்டை, வேட்டி, அங்கவஸ்திரம். கழுத்தில் ஜிகினா மினுக்கும் மாலை. உதடுகளில் இலேசாகப் புன்னகையை வரவழைக்க முயன்று கொண்டிருந்தார்.

"என்னடி உமா இப்படி பண்ணிட்டே....?" ஐயரம்மா மாப்பிள்ளையைச் சந்தேகக் கண்கள் கொண்டு பார்த்து, "என்ன உமாம்மா இது கேலிக்கூத்து...?" மனசுக்குள் மத்தாப்பூ பூக்க அம்மாவின் "தலைகுனிவு படலம்" எதிர்பார்த்து தன் கேள்விகளை வீசினாள்.

அம்மாவிடம் எந்த வேறுபாடும் இல்லை. அவள் வழக்கமான அம்மாவாகவே இருந்தாள் வெகுண்டெழவில்லை.

“அம்மா, என்னம்மா இது... பாப்பாவா இப்படி? நம்ப முடியலையே...!” பெரியண்ணன் கேட்க, அம்மா சின்ன அக்காவிடம் “நீ போய் ஆரத்தி கரைச்சுட்டு வா...!” என்று உள்ளே அனுப்பினாள்.

“இப்படி வந்து நில்லுங்க தம்பி...” என்று மாப்பிள்ளையை அன்போடு அழைத்தாள். அவர் நகர்ந்து நின்றார். அப்பொழுதுதான் அனைவரும் கவனித்தனர். அவருக்கு ஒரு கால் ஊனம் என்பதை. கம்பிச் சட்டங்கள் வைத்து பூட்டு (பூட்ஸ்) அணிவித்திருந்தார்.

அம்மா வெகு இயல்பாக இருந்ததைப் பார்த்து, மூக்குநீட்டிக்கும் ஐயரம்மாவிற்கும் ‘சப்பென்று’ ஆகிவிட்டது. ஒரு பெரிய குண்டு வெடிக்கும் என்று பார்த்தால் ஒன்றுமே நிகழவில்லையே என்ற துக்கம் அவர்களுக்குள் சூழ்ந்தது. ஜாஹீர் அம்மா, லஷ்மி ஆகியோர் சுவாரசிய மிழந்து நின்றனர். தம்பு அம்மா நடையைப் பின்பக்கமாய் போட்டாள்.

இவையனைத்தையும் பார்த்த பாய், மாப்பிள்ளை அருகில் வந்தார். கைகளைப் பற்றிக் குலுக்கினார். அக்காவைப் பார்த்து தலையாட்டிப் புன்னகைத்தார். ஜாஹீர் அம்மாவிற்கு முகத்தில் கடுகும் மிளகாயும் வெடித்தன.

“காதல் கல்யாணமா? சொல்லாம கல்யாணம் பண்ணிகிட்டியா?” அண்ணன் கேட்க, அக்கா மிரண்டாள்.

“தம்பி, நீ உள்ளே போ. எனக்கு எல்லாம் தெரியும். மாப்பிள்ளை ஒரு கால் முடியாதவருதான். பாப்பா எல்லாத்தையும் என்கிட்டே சொல்லியிருக்கா. பிரியப்பட்டுட்டாங்க. சொன்னா வீணா பிரச்சினையைக் கிளப்புவீங்க. மயிலத்தில் நாம யாருமே இல்லாம கல்யாணம். இனிமே ஆகற காரியத்தைப் பார்ப்போம்...!” அம்மா தீர்மானமாகச் சொல்லி, ஆரத்தி சுற்றினாள். இருவருக்கும் சிவப்பு நீர் திலகமிட்டாள். எனக்கும் பொட்டு வைத்துக் கொள்ள ஆசையாய் இருந்தது. அக்கா என் விரல் களைப் பிடித்துக் கொண்டாள். மாமா என்னைப் பார்த்துச் சிரித்தது எனக்குப் பெருமையாக இருந்தது.

“நம்ம உமா தங்கமான பொண்ணு. தங்கமான மனசு. கொடுத்து வச்சவர் நீங்க...!” என்றார் பாய். ஐயரம்மா முறைத்தாள்.

"வலது காலை எடுத்து வச்சு வாங்க...!" அம்மா வரவேற்றாள். அவர்களைப் போலவே நானும் காலை எடுத்து வைத்து தாண்டி வீட்டிற்குள் நுழைந்தேன்.

அடுத்த அரைமணி நேரத்துக்கு காலனியே மயான அமைதியாய் இருந்தது.

இரண்டாம் நாள் காலை, அக்கா 'புதுக் குடித்தனம்' போகத் தயாராகி விட்டாள். காந்தி நகரில் மாமாவிற்கு பஞ்சாலையில் கொடுத்த குடியிருப்பு வீடு இருக்கிறதாம். அம்மா தன்னால் இயன்ற பாத்திரங்களை மூட்டை கட்டினாள். உடன் மண்ணெண்ணைய் அடுப்பு, இரண்டு வம்சா வழியினரைக் கண்டிருந்த நார்ப்பூட்டிய பேண்டு ரேடியோ பெட்டி, அண்ணன் புதிதாக வாங்கி வந்திருந்த பெரிய கண்ணாடி, புது பாய்கள், தலையணைகள், தட்டு வண்டியில் ஏற்றப் பட்டது. மாமாவும் அக்காவும் நானும் ஒரு ரிக்ஷாவிலும் அம்மாவும் சின்ன அக்காவும் மற்றொரு வண்டியிலும், அண்ணன்கள் சைக்கிளிலும் புறப்பட்டோம். எனக்கு அக்கா, மாமாவுடனான அந்தப் பயணம் மிகவும் பிடித்திருந்தது.

நான்கு நாட்கள் கழித்து, செய்தி தெரிந்து அப்பா ஆடுதுறையிலிருந்து வந்து சேர்ந்தார். சிறிது நேரம் மௌனமாய் இருந்தார். பிறகு, அண்ணனையும் என்னையும் அழைத்துக் கொண்டு அக்காவைப் பார்க்க புறப்பட்டார்.

கையில் கொண்டு வந்திருந்த பணத்தில் நூல்புடவை, வேட்டி, பழங்கள் வாங்கிக் கொண்டார்.

தம்பதிகள் காலில் விழ, ஆசீர்வாதம் செய்தார். கொஞ்சம் இருமிக் கொண்டார்.

"சாப்பிடுங்கப்பா...!" என்று அக்கா இலையைப் போட்டாள். அண்ணன், "சாப்டுட்டேன்...!" என்று சொல்ல, எனக்கு ஒரு சின்ன முழு இலையைப் போட்டாள். சாம்பார் சாதம், உருளைக்கிழங்குப் பொரியல், மோர்.

அப்பா சாப்பிட்டார். அவரது கண்கள் கசிந்திருந்தன. அக்காவை அன்புடன் பார்த்தார்.

"எனக்குத் தெரிஞ்சு நீ சின்னக் குழந்தைதான். இப்போ... தனியா சமைத்து, தனிக் குடித்தனம் நடத்துற அளவுக்கு பெரியவளாயிட்டே....! நல்லாயிருங்க. நான்தான் வாழ்க்கைய தொலச்சிட்டேன். அடுத்து பொங்கலுக்குத்தான் வருவேன்...!"

அக்காவுக்கும் கண்களில் கண்ணீர் தாரை தாரையாய். எனக்கும் அவர்களைப் பார்த்ததும் அழுகை வந்தது. அண்ணன் சன்னல் வழியே தெரிந்த முருங்கை மரத்தைப் பார்த்துக் கொண்டு நின்றிருந்தார்.

10

ஓர் ஆச்சரியம் நிகழ்ந்தது! ஐயர் வீட்டம்மாவின் காரைக்குடி தம்பியுடன், அவளின் மாமியார்க்கிழவியும் (ஆத்துக்காரரின் அம்மா) வந்து குதித்ததுதான்!

அக்காக்காரியின் முகச்சாடை அவனுக்கு. கொஞ்சம் தெற்றுப்பல் தெரிய அவனும் சிரித்தான். சுருட்டை முடிகளுடன் வெள்ளை வெளேரென்று பளிச்சென்றிருந்தான். அழுக்குப் பூணூல் நெஞ்சுக் கூடுக்கருகில் தெரிந்தது. ஆள் செய்து வைத்திருந்த மாதிரியிருந்தான். பெரிய தத்துப்பாச்சைக்கு ஆடை அணிவித்தது போலிருந்தாலும் கண்களில் அறிவுக்களை சொட்டியது. வலது கெண்டைக்கால் கீழே ஒரு அழுக்கு கட்டுப் போட்டிருந்தான்.

வெண் நூல் புடவை சுற்றி, நெற்றியில் பெல்ட்டுகள் போன்று விபூதிப்பட்டைகள் பூசியிருந்தாள் கிழவி. பார்த்தாலே அடிக்கடி வம்பளப்பாள் என்பதுபோலவும் மாட்டுப்பெண்ணுக்கும் மாமியார்க்கும் அஞ்சுநிமிஷம்கூட ஒற்றுமை நிலவாது என்பதைக் கணக்கிட முடியும். நெற்றியில் பச்சை நரம்புகளோடிய ஒல்லிக்கையை சல்யூட் வைப்பது போல வைத்து, கண்களை இடுக்கிக் கொண்டு:

“சரோஜா உள்ளுக்கு என்ன பண்ணின்டிருக்கா? ஏண்டா, கேசவா ஒனக்கு இன்னமா பொம்னாட்டிய ஆளத் தெரியல?” என்று குரூரமாய்க் கேட்க, தம்பிக்காரன் சொன்னான்: “மாமி, கோபப்படாதேயேள். அக்கா ஆத்துல வேலையா இருக்கலாம். தோ சித்த நாழில வந்து ஆரத்தி எடுப்பா, கவலைப் படாதேங்கோ...!” சொல்லிவிட்டு ஐயரைப் பார்த்து புன்னகைக்க... கிழவி அவன்பக்கம் முறைத்தாள்.

“மூட்டை முடிச்சு அவுத்து கொட்டலைன்னாலும், அக்காக்காரிக்கும் தம்பிக்காரனுக்கும் கொழுப்பு அதிகந்தான்...!”

“அம்மா சித்தே சும்மாயிருங்கோ! சந்தோஷமா காலையெடுத்து ஆத்துல வையுங்கோ...!”

ஐயரம்மா சப்தம்கேட்டு வெளியே வந்தாள். தம்பிக்காரனைப் பார்த்ததும் பீரிட்டு வெளிவந்த சந்தோஷம் கிழவியைப் பார்த்ததும் புஸ்ஸென்று ஆனது. முதலில் யாரை வரவேற்பது என்று தயங்கியவள்,

இறுதியில் முடிவுக்கு வந்து, பொதுவாக... "வாங்கோ! வாங்கோ!" என்றாள். வேறு வழியில்லாமல் கிழவியின் காலைத்தொட்டு கண்களில் இட்டுக்கொள்ள வேண்டியிருந்தது.

கிழவி, வீட்டுக்குள் நுழைகையில் சுற்றிலும் ஒரு நோட்டம் விட்டாள்.

"எவோ எவோடா தங்கிண்டிருக்கா? எல்லாம் மடியா இருப்பாளோ?"

"இதென்ன அக்ரஹாரமா? எல்லாம் மடியா இருக்க? ஒண்டுக் குடித்தனம்னா பலதும் பலவிதமாத்தான் இருக்கும். வந்தமா, வைத்தியம் பண்ணின்டு போய்ச் சேர்ந்தமான்னு இருங்கோம்மா...!" ஐயர் உச்சத்தில் இருந்தார்.

"வாயை மூடு. பெத்தவோகிட்ட என்ன பேசணும்னு தெரிஞ்சுண்டு பேசு. ஆத்துக்காரி முன்னாலே கண்டபடி பேசுனா, மறுவண்டி ஏறிடுவேன்...!"

"நீங்க வாங்கோ உள்ளறை. அவர் கிடக்கிறார். இந்தக் காலனியிலே மீன், கறியெல்லாம் சமைப்பா. சகிச்சுண்டுதான் இருக்கணும்...!" ஐயரம்மா மனதுள் 'கிடக்கணும்' என்று நினைத்துக் கொண்டாள்.

"கொழந்தே, எனக்கு இது சரிப்பட்டு வராதுடா. சீக்கிரம் மருத்துவச் சிக்கிட்ட அழைச்சிண்டு போ. ஒரு வாரத்துல கிளம்பிடுவேண்...!"

கிழவி அறையில் உட்கார்ந்து கொண்டாள்.

"குழந்தேள்லாம் எங்கே? அவாளையெல்லாம் சத்தம் போடப் பிடாதுன்னு கண்டிச்சு வை. கடலை உருண்டைகளையும் கையால இட்ட அப்பளத்தையும் ஜலம் பட்டுடாம வை...!" - தனது ஊரின் வஸ்துக்களை குச்சி விரல்களால் பிடித்து எடுத்து வைத்தாள். பிறகு, புடைவையை மூக்கினுள் பொத்திக் கொண்டு சளி சிந்திகொண்டாள்.

"ஜலமா கொட்றது. ஏண்டியம்மா, வந்து மாமாங்கமாறது? ஏதாவது குடிக்கிறயான்னு கேட்டாயோ?"

தம்பிக்காரன் அக்காவைப் பரிதாபமாகப் பார்த்தான்.

அவள் ஐயரை முறைத்துக் கொண்டே உள்ளே சென்றாள்.

ஒருவழியாய் கிழவியை ‘செட்டில்’ செய்துவிட்டு, ஆத்துக்காரரையும் தம்பியையும் எங்கள் வீட்டுக்கு அவசரமாய்த் தள்ளிக் கொண்டு வந்தாள்.

அம்மா, “வாப்பா, நீதான் காரைக்குடி தம்பியா?” என்று வரவேற்றாள்.

பேண்ட், சட்டை போட்ட ஐயரம்மா ‘வணக்கம்’ சொல்லி சிரித்தான்.

‘க்ளக்’ என்று ஒலியெழுப்பி கண்ணீர் வழியவிட்டாள் ஐயரம்மா.

‘நீங்களே நியாயத்தைக் கேளுங்க உமாம்மா! இந்த மனுஷன் ஏம்மா இப்பிடி பண்ணிண்டிருக்கார்?”

“என்னாச்சு...?”

“கூட அம்மாக்காரிய வரவழைச்சுட்டார். வைத்தியம் பாக்க வந்திருக்காளாம். நம்மளை வைத்தியம் பாக்க வச்சுடுவோ...!”

ஐயர் பேந்த பேந்த விழித்தார்.

அம்மா, “விடுங்கம்மா... வயசானவங்கதானே? அப்பிடி இப்படிதான் இருப்பாங்க. இருக்கிற கொஞ்ச நாள்லே மாமியாருக்கு வாய்ருசியா செஞ்சுப் போடுங்க. பாவம் ஐயர்தான் என்ன செய்வார்? அவருக்கும் ஆசையிருக்காதோ...!”

அவர் முகம் மலர்ந்தார்.

“அவா தாராளமா தங்கிண்டுப் போகட்டும். நான் யாரு கூடாதுன்னு சொல்றதுக்கு? ஆனா, ஒரு சுடு சொல் வந்தாகூட நான் தாங்க மாட்டேம்மா. இவர்கிட்ட சொல்லி வையுங்கோ...!”

“இருங்க கடுங்காப்பி போட்டுத் தர்றேன்...!”

“வேண்டாம்மா. அது தேடிண்டு இருக்கும்...!”

“அது, இதுன்னு பேசக்கூடாது. போய் ஆகிற காரியத்தைப் பாருங்கம்மா!” அம்மா சொல்ல, முந்தானையை இடுப்பில் செருகிக் கொண்டு கிளம்பினாள்.

அவளை இரண்டு ஆண்மகன்களும் தொடர்ந்தனர்.

பஞ்சாலையிலிருந்து வந்த அண்ணனுக்கும் தம்பிக்காரன் அறிமுகப்படுத்தப்பட்டான்.

அண்ணன் அவசரமாக வீட்டுக்குள் வந்து அம்மாவிடம் சொன்னார்: "நா சொன்னமாதிரியே அக்கா மாதிரிதான் தம்பிக்காரன் இருக்கான்" என்று கிசுகிசுத்து சிரித்தார். "போடா கடன்காரா!" அம்மாவும் நகைத்தாள். எனக்கு ஒன்றும் புரியவில்லை.

நான் மறுபடியும் அவர்கள் வீட்டிற்குச் சென்றபோது, இந்திக்காரி நிலைப்படியில் சாய்ந்து நின்றுகொண்டு, தம்பிக்காரனையும் கிழவியையும் வேடிக்கை பார்த்துக் கொண்டிருந்தாள்.

கிழவி, கண்களைச் சுருக்கிட்டு நிமிர்ந்து பார்த்தவள், "ஏண்டியம்மா, ஒத்தி நில்லு! நெலப்படியில மூதேவி மாதிரி சாயாதே...?" என்றாள்.

"ஐயரம்மா, பாட்டி என்ன சொல்லிச்சு?"

"இப்பிடி சாய்ந்து நிக்காதே. பாட்டிக்கு கோவம் வருது...!"

அவள் நேராக நின்று கொண்டு, "இதுக்கு கோவம் வந்துச்சா?" என்று கேட்டுவிட்டு, "மூதேவின்னா இன்னா?" என்றாள்.

"ஆமா, இப்போ விளக்கம் வேணுமாக்கும்?" கண்களைத் தொட்டுக்காட்டி, "பார்த்தாச்சுல்ல? போடியம்மா நீ...!" என்று அவளை அனுப்ப ஆயத்தமானாள் ஐயரம்மா. அவளுக்குப் பயம் வந்துவிட்டது. 'பழிகாரி! சண்டைபோட தயாராகிறாள்'.

இந்திக்காரிக்கு கிழவியைப் பிடிக்கவேயில்லை. 'உன்னை அப்புறம் கவனிச்சுக்கிறேன்!' என்பதுபோல நகர்ந்தவளுக்கு தம்பிக்காரனை மிகவும் பிடித்தது. "அச்சா, தம்பி!" என்றாள்.

"இவனுக்கு இந்தி தெரியும் தெரியுமோ?" என்றாள் ஐயரம்மா.

"வாரே வாஹ், ஹிந்தி மாலும்?"

"ஐ ஹேவ் பினிஷ்ட் பிரவேஷிகா!" என்று தம்பிக்காரன் ஒரே சமயத்தில் ஆங்கிலத்தையும் இந்தியையும் திறமையாக வெளிக் காட்டினான். மேலும், இந்தியில் தொடர்ச்சியாக ஏதோ சொல்லிச் சிரித்தான்.

தன் மொழி புரிந்தவனைப் பார்த்த சந்தோஷத்தில் அவள் அவனது கைகளைப் பிடித்து குலுக்கி விட்டாள். ஐயரம்மா, தன் தம்பிக் காரனுக்கு கற்பே பறிபோய்விட்டது போல பதறிப்போனாள்.

இந்திக்காரி விடைபெற்று நகர்ந்ததும், "அவகிட்டே ஜாக்கிரதையா இருந்துக்கோடா. ரொம்ப மோசமானவ...!" என்று உஷார்படுத்தினாள்.

காரைக்குடி தம்பி என்னைப் பார்த்து சினேகமாய்ச் சிரித்தான்.

"உன் பேரு என்னடா கொழந்தே...?"

நான் வெட்கப்பட்டேன்.

"பேர் ராஜீ! கொஞ்சம் அறுந்த வால். இவனோட அடுத்தவன் ஒருத்தன் இருக்கான். ஏமாந்தா காதை அறுத்து கைல வச்சுக்குவாண்டா, சேகர்...!" என்று ஐயரம்மா நல்லபடியாக அறிமுகம் செய்து வைத்தாள்.

"அவனக்கு ஒரு கடலை உருண்டை கொடுக்கா...!" என்றார் காரைக்குடி தம்பி!

11

'**வை**க்கோல் பைத்தியம்' ஒரு ரயிலைத் துரத்திக் கொண்டு ஓடுகிறது. கடலூர், குறிஞ்சிப்பாடி, கிள்ளே, மாயவரம் போன்ற ஊர்ப் பெயர் களைத் தாங்கிய மஞ்சள் பெயர்ப்பலகைகள். ரயில் ஊதாப் புகையைக் கக்கியபடி செல்கிறது. கத்தையாய் வைக்கோலை கடித்துச் சுவைத்துக் கொண்டு பைத்தியம் தலைதெறிக்க ஓடுகிறது. தண்ட வாளங்கள் பளபளப்பு இரும்புத் திண்டுகளுடன் குறுக்குப் பலகைகள், பெரிய பெரிய நட்டு, போல்ட்களால் இணைக்கப்பட்டுள்ளன. கருங்கற் சல்லிகள் இறைந்து காணப்படுகின்றன. ரயிலின் சக்கரங்கள் மேலும் கீழும் எம்பி எம்பி ஓடுவதுபோல தோற்றம் தந்து சுழன்று கொண்டிருக்க, அம்மா வெற்றிலைப்பாக்கு எச்சிலை குங்குமச் சாறுபோல சன்னல் வழியே துப்புகிறாள். இப்பொழுது பைத்தியம் என்னைப் பார்த்துச் சிரித்தவாறு ஓடி வருகிறது. சுட்டெரிக்கும் வெய்யில். திடீரென்று மழை பிடித்துக் கொள்கிறது. முதுகில் சுமந்திருக்கும் வைக்கோல் மூட்டை சொதசொத வென்று நனைய, ஈர அழுக்குடன் பைத்தியத்தின் ஓட்டம் தடைபடுகிறது. என்னுள் குடியிருந்த இனம்புரியா பயம் நெஞ்சுக் கூட்டிலிருந்து விட்டு விலகி, இருதயத்தின் துடிப்பு சீராகிறது. ரயிலும் அதனைச் சூழ்ந்த இனிய பிரயாணமும் என்னை அமிழ்த்திக் கொள்கிறது.

"ஏய்... எழுந்திரு! இன்னிக்கு பரிட்ச. ஸ்கூலுக்கு மணியாவுது. சீக்கிரம் கௌம்பு...!" அம்மா உலுக்கியதில் கண்கள் எரிய எழுந்தேன். என் விழிப்புடன் ரயில் இன்னும் ஓடிக்கொண்டிருக்கும் பிரமை.

கண்களை உருட்டிக் கொண்டு பேந்தப்பேந்த விழித்தேன்.

"சரியான நேரத்துக்குப் படுத்தாதானே? கனவு கண்டது போதும். கௌம்புற வழியப்பாரு!" அம்மா மறுபடியும் உலுக்கிச் சென்றாள்.

நான் கண்களை நன்கு பிட்டுக் கொண்டேன்.

இன்று இங்கிலீஷ் பரீட்சை. இதனையும் கணக்குப் பரீட்சையையும் கண்டுபிடித்தவர்கள் நன்றாகவே இருக்க மாட்டார்கள்! சொரசொரவென்று நெஞ்சில் பயம் என்னும் அமிலம் சுரக்க ஆரம்பித்துவிடும் கொடுமை.

உலகத்திலேயே “பெரிய வாத்தியாருக்கு” மட்டும்தான் இங்கிலீஷ் தெரியும் போலிருக்கிறது. எங்களுக்கு அவர்தான் தன் வேலைகளை யெல்லாம் ஒதுக்கி வைத்துவிட்டு பாடமெடுக்க வருவார்.

முதலில் பெரிய வாத்தியார் என்ற பயமே அவரை எங்களிலிருந்து தூரத்தில் நிறுத்தி வைத்திருக்கும். மேலும் அவர் அந்நிய மொழி நடத்துவதால் அந்நியமாய் அல்லது ரொம்பரொம்ப தூரத்தில் இருந்தார் என்று சொல்லவும் வேண்டியதில்லை.

வாத்தியார்களுக்கெல்லாம் அவர்தான் தலைவர். மேலும் ஸூவேகா வண்டியெல்லாம் அவர்தான் வைத்திருக்கிறார். வாரத்துக்கு இரண்டு நாட்கள் கரும்பாதுகைகள் (ஷீக்கள்) அணிந்து வருவார். அவரது அறையில் மேஜைக்குமேல் எக்கச்சக்கமாய் கோப்புகள், நோட்டுகள், பரீட்சை பேப்பர்கள்... அருகே நாலைந்து அலமாரிகள், டிக்கி... டிக்கி... என்று ஓடிக் கொண்டிருக்கும் மண்டை மின்விசிறி, கொஞ்சம் இருட்டுக்குள் கண்களால் தேடினால் ஒர மண்டை ஓடு. யாருடைய மண்டையோ தெரியவில்லை.

அறிவியல் வாத்தியாருக்கு ஆவேசம் வந்து விட்டால் அதை எடுத்துக்கொண்டு வந்துவிடுவார். மேசைமேல் எங்களைப் பார்த்தவாறு நிறுத்தி வைப்பார். பயமாக இருக்கும். பயந்துகொண்டே தொட்டுப் பார்ப்போம்.

“இது ஏது மிசே...?”

“வெள்ளவாறி சுடுகாட்டுலேர்ந்து கொண்டு வந்ததுடா. நம்ம பள்ளிக்கூடம் துவக்குனபுதுசுல நைட் வாட்ச்மேனா இருந்தவராம். அவரோட தலதாண்ட இது...!” என்று சர்வ சாதாரணமாய்ச் சொன்னார். எங்களுக்கு திகில் இன்னும் கூடிப்போனது.

பெரிய வாத்தியார் வலது பக்கமாகக் காணப்படும் சட்ட அலமாரியில் சாக்பீஸ் பெட்டிகள் அடுக்கப்பட்டிருக்கும். அவரைக் கேட்டுதான் சாக்பீஸ் கட்டிகள் எடுத்துக் கொள்ள வேண்டும். வகுப்பு வாத்தியார், “போய் நீலம் ஒண்ணு; ரோஸ் ரெண்டு; வெள்ளை ஒண்ணு... எடுத்துட்டு வா...!” என்றால் பெருமையாய் இருக்கும். பெ.வா. ஏதாவது காகிதம் வாசித்துக் கொண்டிருக்கையில் உபரியாய் இரண்டு சாக்பீஸ்களை வெளிப் படையாய் எடுத்துக் கொண்டு வந்து, வெளியே வந்ததும் கால்சட்டைப் பைக்குள் விட்டுக் கொள்வேன்.

பெ.வா. என்றால் யாரையும் கேட்கத் தேவையில்லை. சட்டென்று வகுப்பில் நுழைந்துவிடுவார். எல்லோரும் பேச்சை நிறுத்தி, அமைதியாக எழுந்து நின்று, “குட் மார்னிங் மிசே...!” என்று சொல்ல வேண்டும். அவர் படுசாதாரணமாக கைகளால் அமர்த்தி விடுவார். வகுப்பு வாத்தியார் சட்டைப் பித்தானை எண்ணிக் கொள்வார். அனேகமாக, மகளிர் வாத்தியார் எனில், கொஞ்சமாகப் பேசிவிட்டுச் செல்வார்.

இரண்டு அல்லது மூன்று நிமிடங்களுக்கு வகுப்பு அமைதியாக இருக்கும்.

குடியரசு, சுதந்திர தினங்களில் பெரிய வாத்தியார்தான் கொடி ஏற்றி, சல்யூட் வைப்பார். ஆரஞ்சுசுளை மிட்டாய்களைக் கொடுத்து விழாவைச் சிறப்பிப்பார். “கொடியேற்றுதல்” என்பது மிகவும் மரியாதைக்குரிய விஷயம். அதற்கான ஏற்பாடுகள் பி.டி. மிசேவைச் (உடற்பயிற்சி ஆசிரியர்) சேர்ந்தது. பல்லெல்லாம் வெற்றிலைப் பாக்கு, புகையிலையால் கரைந்து போனவர். அவர்தான் எல்லாம் சொல்லிக் கொடுப்பார்.

நாங்களெல்லாம் வரிவரியாக நேராக நிமிர்ந்து நிற்க வேண்டும் (அட்டேன்ன்ன்... ஷன்ன்...!). பள்ளிக்கூட மாணவர் தலைவன் (அவனுக்கு ஒரு கொத்துப் பற்கள் உதடுகளுக்கு வெளியே.) கொடிக்கம்பத்திலிருந்து இரண்டு மீட்டர்கள் தள்ளி நிற்பான். காலை ஏ மாதிரி விரித்துக் கொண்டு நிற்பான். அவனையொட்டி மாவினால் தூவப்பட்ட ‘ப’ வடிவ கோடுகள். மிசே குரல் எழுப்ப எழுப்ப (ஆக்ரோஷப் பிளிறல்) ப வடிவத்தில் விரைப்பாக நான்கு நான்கு அடிகளாக பன்னிரெண்டு அடிகள் நடந்து சென்று, காலைத் தூக்கி அட்டென்ஷன் அடித்து, ஓங்கி சல்யூட் அடிக்க வேண்டும். பெரிய வாத்தியார் அவனுக்கு மறுசல்யூட் அடிப்பார். பிறகு மிசேக்கள் கயிறு பிடித்துக் கொடுக்க, கயிற்றை இழுத்து கொடியைப் பட்டொளி வீசி பறக்க விடுவார். கொடியிலிருந்த வண்ணப்பூக்கள் சிதறும். வானம் பார்த்து சல்யூட் அடிப்பார். சில சமயம் கொடி பிரியாமல் சிக்கிக் கொள்ள, கயிற்றோடு கொடி மூட்டையைக் கீழே இழுத்து மறுபடி ஏற்றுவர். பி.டி. மிசேவுக்கு அப்பொழுது எள்ளும் கொள்ளும் எண்ணெயாய் வழியும்.

சடங்கு முடிந்ததும், மறுபடி மாணவர் தலைவன் பின்புறமாகவே பன்னிரெண்டு அடிகள் நடந்து போய்விடுவான். இதெல்லாம் யார் கண்டுபிடித்து வைத்திருப்பார்கள் என்பதுதான் ஆச்சரியம்!

அப்புறம் பெ.வா. சொற்பொழிவு.

காந்தி மகான் பட்ட கஷ்டங்களைக் கூறுவார். திடீரென்று கொடிகாத்த குமரனை ஞாபகப்படுத்துவார். வ.உ.சி. செக்கு இழுத்தார். (எனக்கு செக்கு என்றால் நெடுங்காலத்திற்கு என்னவென்று தெரியாது. யாரும் விளக்கிச் சொன்னாரில்லை. எனக்கு மனக் கண்ணில் ஒரு மாட்டு வண்டிதான் உதித்துப் போகும்) அப்புறம், "பாரதி சொன்னான்!" என்பார். எனக்க மிகவும் ஆச்சரியமாக இருக்கும். 'தேசத்தின் பெரிய மனிதரையெல்லாம் அவன், இவன்னு சொல்றாரே? நிசமாலுமே பெரிய வாத்தியார், பெரிய வாத்தியார்தான்! என்று நினைத்துக் கொள்வேன்.

இறுதியான முடிவுக்கு வருவார்.

"எனவே எனதருமை மாணவச் செல்வங்களே! நீங்கள் தான் நாட்டின் வருங்காலத் தூண்கள்! (பி.டி. மிசே கை தட்ட, பிறகு படபடவென வரிசையான கை தட்டல்கள்) பெற்றோர்கள் விருப்பப்படி நன்றாகப் படிக்க வேண்டும். ஆசிரியர்களை மதித்து நடந்து அவர்களின் அறிவுப் பெட்டகங்களிலிருந்து நல்ல முத்து, பவள மணிகளைப் பொறுக்கிக் கொள்ள வேண்டியது உங்கள் கடமை!" (கை தட்டல்கள்).

"எப்படா முட்டாய் தருவாங்க?" என்று கிசுகிசுப்பான் மாணிக்கம்.

அடித்துப்பிடித்து மிட்டாய்களை மறுபடி மறுபடி வாங்கிக் கொள்வோம்.

அடுத்த கொடியேற்றத்திற்கு காத்திருப்போம்!

ஆனால், அந்தக் கொடுமை நடந்திருக்கவே கூடாது! எங்கள் மனதின் உச்சிகளில் இருந்த எங்கள் பெரிய வாத்தியார் வெடித்துச் சிதறிய பலூனின் நிசப்தமாயிருந்தார் அல்லது ஓய்ந்த ஆலைச்சங்கின் ஒலியமைதி என்றும் கூடச் சொல்லலாம்.

காலை பிரேயர் சமயமது. எல்லோரும் கூடியிருக்க சில மாணவர்கள் வாசல் கதவை நிமிண்டியபடி நின்றிருந்தார்கள். அவர்கள் தாமதமாகப் பள்ளிக்கு வந்தவர்கள். இறைவணக்கம் முடிந்ததும் பெரிய வாத்தியாரிடம் ஏன் தாமதம் என்று சொல்ல வேண்டும்.

"ஏன்டா லேட்டு...?" என்பார்.

“லேட்டாயிடுச்சு, மிசே...!” என்ற பதில் நிச்சயம் இருக்கும். பளீர் என்று முதுகில் அறை கொடுத்து உள்ளே அனுப்புவார்.

பெ.வா. அன்றைய தன் சிற்றுரையைத் தொடங்கி, “ஆகவே, மாணவச் செல்வங்கள்...” என்ற கட்டத்தில் வந்தபோது...

“எங்கேயா அந்த ஆளு...?” என்ற உச்சபட்ச குரலைக் கேட்ட திசையில் பார்த்தோம். அரை யானை பருமனுக்கு மிகமிகக் கருப்பாக அந்த அம்மாதான் கூப்பிட்டிருந்தது. கழுத்தில் தங்கச் சங்கிலி, பெரிய மூக்குத்தியோடு... கைகளோ கிழங்கு கிழங்காகச் செய்து வைத்ததுபோல...

சிவசுப்ரமணியம், “பெரிய வாத்தியாரோட பொண்டாட்டி...” என்று காதில் அவசரமாகச் சொன்னான். நான் இரண்டு பேருக்கு தகவலைக் கடத்தினேன்.

“இதோடா அந்த கூறுகெட்ட மனுசன்...!”

மறுபடியும் எகத்தாளமாய் குரல். பெ.வா. அந்தச் சூழலில் என்ன செய்வதென்று புரியாமல் குழப்பமாய் நின்றிருந்தார்.

“குடும்பம் நடத்தத் தெரியாத தேவடியா மகனுக்கு இங்கென்னய்யா பேச்சு...?”

பெ.வா கூனிக்குறுக்கிப் போய் விட்டார். கண்களில் தளும்பிய கண்ணீர், அவமானத்தால் சுற்றுமுற்றும் பார்த்தார்.

பி.டி. வாத்தியார்தான் அந்த அம்மாவை நெருங்கினார்.

“அம்மா, மொதல்ல ஆபிஸ்ல போய் உக்காருங்க. அப்புறம் பேசிக்கலாம். பசங்க மத்தியிலே...”

“எல்லாரும் தெரிஞ்சிக்கிடட்டும் இவரு மகிமையை...!”

விடுவிடுவென்று தன் அறைக்குள் நுழைந்து கொண்டார் பெ.வா.

எல்லா மாணவர்களையும் வகுப்புக்கு அனுப்பிவிட்டு அந்த அம்மாவை ஆசிரியர்கள் கூப்பிட்டுச் சென்றனர்.

அடுத்த பத்தாவது நிமிடத்தில் அந்த அம்மா தடதடவென படிக்கட்டுகளில் இறங்கி வந்தாள். கீழே குனிந்து புழுதி மண்ணை இரண்டு கைகளிலும் குத்தாக அள்ளி அறையை நோக்கி தூற்றி அடித்தாள். மாலை மாலையாய் கண்ணீரை உகுத்துக்கொண்டு தான் வந்த ரிக்ஷாவில் ஏறிப் புறப்பட்டாள்.

எங்களனைவருக்கும் திகிலாய் இருந்தது.

பத்து நாட்களுக்குப் பெரிய வாத்தியார் வரவேயில்லை. கணக்கு மிசேதான் அலுவலக வேலைகளைக் கவனித்துக் கொண்டார். பெ.வா. நாற்காலியில் பெருமையாக அமர்ந்து கொண்டார். அந்த வாரம் முழுவதும் கணக்குப் பாடத்தின் இம்சை இல்லாமலிருந்தது.

பதினோராவது நாள் காலை பள்ளிக்குச் சென்ற எனக்கு பெரும் அதிர்ச்சியும் பயமும் சூழ்ந்து கொண்டது. பள்ளியே திமிலோகப் பட்டுக் கொண்டிருந்தது. பெ.வா. அறை வாசலுக்கருகில் இருக்கும் கரும் பலகையில் வெண்சாக்பீஸால் எழுதப்பட்ட பளீர் வாசகம்:

கண்ணீர் அஞ்சலி

நமது பள்ளியின் தலைமையாசிரியர் அவர்கள்
இன்று காலை இயற்கையெய்தினார்கள்.
அன்னாரின் பிரிவுக்கு எங்கள் கண்ணீரை
மாலையாக்குகிறோம்!

இவண்
ஆசிரியர்கள் - மாணவர்கள்.

பெ.வா. விடியற்காலையில் தூக்கு மாட்டிக் கொண்டாராம்!

வாத்தியார்கள் கூடிக்கூடிப் பேசினர். அங்குமிங்கும் நடந்தனர். பெரிய வகுப்பு மாணவர்கள் ஒன்று கூடி பெரிய மலர்வளையம் தயார் செய்ய ஆயத்தமானார்கள். ஒரு பழுதடைந்த சைக்கிள் டயர், இலைகள், பூக்கள் வந்து சேர்ந்தன. கைவினை மிசே பெரிய தட்டியில் பென்சிலால் கோடு போட்டு கறுப்பு பெயிண்டால் “கண்ணீர் அஞ்சலி” எழுதினார். நேரம் ஆக ஆக எங்களுக்குத் துக்கம் ஆறாகப் பெருகி ஓடியது. பிறகு, அனைவரும் வரிசைப்படுத்தப் பட்டோம். முதல் வரிசையில் மாணவர் தலைவன் மற்றும் மற்றொருவர் மலர் வளையத்தை தாங்கிப் பிடித்துக் கொள்ள நடைப் பயணம் அமைதியாக தொடங்கியது. எங்களுடன் ஆசிரியர்கள் வழி நடத்தியபடி வந்தனர். செலினா டீச்சரின் கண்மை ஈரக்கசிவால் கலைந்திருந்தது.

எனக்கு பெ.வா. என்ற பிம்பம் இல்லாத பள்ளியை நினைத்துப் பார்க்கவே பிடிக்கவில்லை. என்ன அறிவாளி அவர்? அவருக்குத் தெரியாத விஷயமே கிடையாது. மாணவனின் ஒவ்வொரு பெயரும் அவருக்கு ஞாபகத்தில் இருக்கும். அவர்களது குடும்பமும் அத்துப்படி.

டைட் பேண்டும், சலைவைச் சட்டையும் பையில் பச்சை, சிவப்பு பேனாக்களும், தங்க பிரேமிட்ட கண்ணாடியும், பென்சில் மீசையும் கட்டைவிரல் நகம் போன்று தோற்றமளிக்கும் நெற்றிச் சிகையலங்காரமும் அதெப்படி பார்த்தவுடன் அவர்தான் பெரிய வாத்தியார் என்று அனைவருக்கும் தெரிந்து விடுகிறது?

ஊதுவத்தி வாசனையும் சென்ட் வாசனையும் வயிற்றைக் குமட்டியது. ஏதோ ஒரு புது உலகில் நிற்கும் நெருக்கடி. கூட்டத்தைப் பார்த்ததும் உயர்ந்த அழுகுரல்கள்.

பெ.வா. பள்ளிக்கு கிளம்பி வருவது போல் அலங்கரிக்கப்பட்டு படுத்திருந்தார். கால் விரல்கள் பேண்டேஜ் துணியால் இணைத்து கட்டப்பட்டிருந்தன. வயிறு மட்டும் சற்று உப்பலாய் இருந்தது.

“ஐயய்யோ, என் வைரமணி என்னைவிட்டுப் போயிடுச்சே...!” என்று ஓலக்குரல்.

அந்த குட்டியானை அம்மாதான். தலைவிரிக் கோலமாக தன் மார்பில் அடித்துக் கொண்டு அழுதாள்.

எனக்கு அது புதிராய் இருந்தது!

‘**வை**க்கோல் பைத்தியம்’ இனிமையான புன்சிரிப்பால் என்னைக் கூப்பிட்டாள். அவள் இப்போது புத்தம்புதிய உடையில் இருக்கிறாள். நீலம், சிவப்பு, மஞ்சள் என்று வர்ணமயமாய்க் காட்சியளிக்கிறாள். அழகாகத் தலைவாரி, குண்டுமல்லிகை சூடி, சிவப்பு உதடுகளால் “இங்க வாடா தம்பி...!” என்று கூப்பிட அருகில் புத்தம்புது அன்போடு அருகில் சென்றேன். அந்த “எண்ணெய்ச் சீண்டல்” வாடையில்லை! பன்னீர்ப்பூவின் இனிய வாசம்.

என்னை அணைத்துக் கொள்கிறாள். என் முகத்தில் அவளது மணிமாலை உரச, நிமிர்ந்து பார்த்தேன். இப்போது அவள் வைக்கோலை கடித்துச் சுவைத்துக் கொண்டில்லை. யாரோ சிரிக்கச் சொன்னது போல தனது முத்துப்பற்களை ஒளிவீசிக்கொண்டு என்னை தன் மார்போடு சேர்த்திருக்கிறாள். என் உலகம் பூராவும் ஏதோ சுகந்தம். கண்களில் ஆனந்தக் கண்ணீர். “தம்பி...!” மறுபடியும் அழைக்கிறாள்.

நான் நிமிர்கிறேன். திடுக்கிடுகிறேன். எனக்கு மேலே அவளது நீண்ட கூந்தல் கலைந்து சிக்குப் பிடித்தாற்போல் காற்றில் குத்திட்டு நிற்கிறது. முத்துப் பற்கள் இருந்த இடத்தில் வயிற்றைக் குமட்டும் ஊத்தை மஞ்சள் பற்கள். அதில் இரண்டு பற்கள் மாட்டுக் கொம்புகள்

போல விசுவரூபமெடுக்கின்றன. அவளது கட்டைக்கரிய கை உயருகிறது, கத்தை வைக்கோலோடு. உமி பறக்க கடித்துச் சுவைக்கிறாள். அவளிடமிருந்து என்னை விடுவித்துக் கொள்ள முயன்றேன்.

ம்ஹூம், முடியவில்லை. கலவரத்தோடு அவளைப் பார்க்கிறேன். பெ.வா. குட்டியானை மனைவி வாயில் வழியும் குருதியோடு என்னைக் கூர்மையாக நோக்குகிறாள். நான் வீறிட்டு அலறினேன்.

தண்ணீர் குடிக்கக் கொடுத்து, அம்மா நெஞ்சை தடவிவிட்டாள். நான் நெடுநேரம் விழித்திருந்தேன்.

12

நல்ல ஆஜானுபாகுவான தோற்றம் பங்க் கடை தாத்தாவுக்கு. ராணுவத்தில் இருந்தவராம்.

"சீனாக்காரன் தாத்தாவைப் பார்த்துட்டு ஓடினவன், ஓடினவன்தான்...!" என்றாள் கிழவி.

"என்னது சீனாக்காரனா...?"

"ஆமாடி, வெட்டுக்கிளி துண்ணுவானே, அவந்தான்! ஆனா சண்டை போடறதிலே அவனுங்க பலம் யாருக்கும் வராதாம். ஒரு சண்டையிலே தாத்தா கூட்டத்தை விட்டுட்டு காட்டுல தனியா மாட்டிக் கிட்டாராம். துப்பாக்கிலவேற ரவை தீர்ந்து போச்சாம். ரெண்டு சீனாக்காரனுங்க தாத்தாவை தீர்த்துக்கட்ட துரத்தினான்களாம். தாத்தா முடிவு கட்டிட்டாராம். 'இன்னிக்கு இந்தியாவா இல்ல சீனாவான்னு.' துப்பாக்கியால சுட்டுக்கினே அவனுங்க தொறத்துறானுங்க. தாத்தா இன்னா செய்வார் சொல்லு..."

"பெரீம்மா பத்து காசுக்கு பட்டணம் கொடுங்க..." அக்காவும் நானும் ஆச்சரியத்தின் விளிம்பில் காத்திருக்க, கிழவி வாடிக்கையாளரைக் கவனித்தாள். பெரிய முந்தானையைச் செருகிக் கொண்டு, உரல்படம் போட்டிருந்த வழவழ தகர பொடி டப்பாவை தேயாமல் நகர்த்தி வைத்துக் கொண்டு, சின்னஞ்சிறிய அலுமினிய ஸ்பூனால் பொடியை ஒரு பொட்டலத்தில் வைத்துக் கொடுத்தனுப்பினாள்.

"ஹ... எங்க உட்டேன்? அதான் தாத்தா சட்டுன்னு ஒரு புதர்லே மறைஞ்சுக்கினாராம். கிட்ட வந்தவனுங்க தேடிக்னு இருந்தப்போ சட்டுன்னு தாத்தா வெளியே வந்தாராம். ஒரு எதிரிய புடிச்சிக்கிட்டு, இன்னொருத்தனை ஓங்கி உதைவுட்டாராம். அவனும் துப்பாக்கியும் மூளைக்கு ஒருக்கா வுழுந்தாங்களாம். தான் புடிச்சிக்கிட்டிருந்த எதிரி கையை உடச்சி துப்பாக்கிய கீழே போட வச்சுட்டு தாத்தா என்ன செஞ்சார் தெரியுமா...?" கிழவி பிரகாசமானாள்.

விழுப்புரம் பஸ் புற்றுக்கோயில் புழுதிகளை விசிறியடித்து ஓய்ந்து கடைக்குமுன் நிற்க, கிழவி டிரைவர் வசம்சென்று ஒரு பெரிய பொட்டலத்தை வாங்கி வந்தாள். கும்மென்று வாசம் அடித்தது. முறுக்கு வாசம். சணல் கயிற்றைப் பிரித்தாள். அடுக்கடுக்காய் அரிசி முறுக்கு. ஒரு பெரிய கண்ணாடி ஜாடியில் அடுக்க ஆரம்பித்தாள். பிறகு சொன்னாள்:

"இந்த வீணாப்போன ஜனங்களுக்கு இந்த ஏரியாவில எவடி விழுப்புரத்திலேர்ந்து முறுக்கு வரவழைச்சு விப்பா?"

கிழவியின் கை கண்ணாடி ஜாடியில் முறுக்கை வரிகையாய் அடுக்கிக் கொண்டிருந்தது. எனக்கு ஒன்று தர மாட்டாளா என்றிருந்தது. தரமாட்டாள்!

"அப்புறம் கேளுடி, இப்ப இந்தியாவும் சீனாவும் ஆயுதமேயில்லாம நிராயுதபாணியாயிட்டாங்க. தாத்தா அப்பிடி செய்வார்னு சீனாக்காரன் நினைக்கவே இல்ல.. தோ... இப்பிடி... இப்பிடி" என்று மிக அசிங்கமாய் கொக்கு மாதிரி வளைந்து இரண்டு கைகளையும் கட்டிப் பிடிப்பதுபோல காட்டினாள்.

"அப்படியே அவனை தாத்தா தன்னோட இரும்பு மார்புல வச்சுக்கிட்டு இறுக்கமா கட்டிப் பிடிச்சார். பிடிச்சாரா... வுடவேயில்லை. இறுக்கம்... இறுக்கம்... அம்மாடி! சீனாக்காரன் எலும்பு நறநறன்னு ஒவ்வொன்னா ஒடிய ஆரம்பிச்சுது. 'கிய்யான் கிய்யான்னு' ஒரே கத்தல். தாத்தா வுடவேயில்லை. இன்னும் பலங்கூட்டி இறுக்கினார். முடிவாக்கா எதிரியோட நெஞ்சுக்கூடு படபடன்னு நொறுங்க... அவன் மூச்சே நின்னுப்போய் தொப்புன்னு தாத்தா காலடியிலே வுழுந்தான். இந்தக் கொடூரத்தைப் பார்த்த இன்னொருத்தன் தாத்தா வீரத்தைப் பார்த்து பயந்துபோய் ஓட ஆரம்பிச்சான். தாத்தா அவனை ஓட ஓட விரட்டிட்டு, செத்துக் கிடந்த சீனாக்காரனை தோள்ல போட்டுக்கிட்டு, துப்பாக்கிய இன்னொரு தோள்ல மாட்டிக்கிட்டு கூடாரத்துக்கு வந்தாராம். அதிகாரிங்களாம் அசந்துபோய் நின்னுட்டாங்களாம்...!"

கிழவி சொல்லிவிட்டு, கிழவனைப் பெருமை பொங்கப் பார்த்தாள். அவர் வாயில் தொப்பிப்படம் போட்ட "பாசிங் ஷோ' ஊதிக் கொண்டிருந்தார். அவர் கொஞ்சம் கொஞ்சமாய் மூக்குவழியே

புகையை இரட்டைக் கம்பிகளாய் வெளியேற்றிக் கொண்டிருந்தார். ஏதோ சிந்தனையில் இருப்பவரைப்போல் காணப்பட்டார்.

"அப்பா மேல ஒங்களுக்கு ரொம்பத்தான் பிரியம்...!" என்றாள் அக்கா.

"மொரட்டு மீசையும் திரண்ட தோளும் பரந்த நெஞ்சுமா கல்யாணமான புதுசுல குடிசை மறைப்புல அவரு நுழைஞ்சப்போ, எங்கிருந்தோ ஒரு நடுக்கம் வந்துச்சுடி, உமா...!"

"சீ போங்கம்மா...!"

"அட, அவரு வீரத்தைச் சொல்ல வந்தேன்டி, இவளே! நாங்க வாழ்ந்து களிச்சதை கிராமமே சுத்தி நின்னு வேடிக்கைப் பார்க்கும்...!"

ஏதேதோ நினைத்தபடி வானத்தைப் பார்த்தாள், கிழவி. செயின்பாக்டரியிலிருந்து வெளிப்படும் கரும் புகையை அவள் தன் உள்ளத்தோடு இணைத்துக் கொள்வதைப்போல முகம் இறுகி, கண்கள் திடீரென்று கசிந்தன. உதட்டை ஈரப்படுத்திக் கொண்டவள்,

"ஊர்ப் பொம்பிளைப்புள்ளைகளுக்கு தாத்தாமேல ஒரு கண்ணுடி. ஆனா, அவரோ ஏறெடுத்தும் பாக்க மாட்டாரு. 'அட, அங்கயற் கண்ணீ நீதாம்மா என் கண்ணு..!" என்பார். பாவி மனுஷன் எப்படி இருந்தான் வைராக்கியமா?" திடீரென்று "அவன்" என்று கிழவி சொன்னதைக் கண்டு அக்கா புருவத்தை நெறித்தாள்.

"அய்யோ... அய்யோ உட்டுட்டேனே, தெரியாம? கண்ட கண்ட நாயோட பக்கத்து ஊருல சுத்த ஆரம்பிச்சிருக்கான். நானே ஒரு தடவ செடல் திருவிழால பாத்து தொலச்சிட்டேன். என் ருசி அவனுக்கு அலுத்துப் போச்சி போலிருக்கு ம்.. அதுலேர்ந்து பாருடி இவளே... கிழவனை என்னோட மனசுலேர்ந்து தூக்கி எறிஞ்சுட்டேன்டி... எப்பிடி சிகரெட்ட மைனர் கணக்கா ஊதித்தள்ளுறான் பாரு...!"

"அட, என்னங்கம்மா? அப்பாவை அவன் இவன்னு சொல்லிக்கிட்டு? விடுங்க...!"

"வயிறு எறியுதுடி. இப்பவும் அடங்க மாட்டேங்குதே. நம்ம ராணி சிறுக்கி இருக்காளே... அவளை இந்தாளு கவனிக்கிறார். அவளுக்கும் போக்கிடம் ஏது? நா கஷ்டப்பட்டு உண்ணாம, மின்னாம காசு தேடறேன்.

இவரு எடுத்து கண்டவளுக்கு வீசுறாரு. போ... ஒரு கிளப்பு ஓட்டலுக்குப் போய்த் துண்ணு. பிளாட்பார கடையிலயா துண்ணனும்?"

"ஏன் தாத்தாவை ஓட்டல்ல சாப்பிடச் சொல்கிறது?" என்று குழப்பத்தோடு நான்.

"என் வயித்தெரிச்சலை வேற யார்கிட்டமா சொல்வேன்? ஒனக்கு சின்ன வயசு. ஒனக்கு இதெல்லாம் தெரியணும்மா! அதான் சொன்னேன். பல்லக் கடிசுக்கிட்டே காலத்தை ஓட்டியாச்சு. இன்னும் கொஞ்ச நாள்தானே?"

"என்னம்மா அப்பாவபோய் இப்பிடி... அப்படியெல்லாம் இருக்காதும்மா...!"

"அடிப்போடி நீ ஒருத்தி...!"

கிழவி வியாபாரத்தை கவனிக்க ஆரம்பித்து விட்டாள். மூக்குப்பொடி, கணேஷ்பீடி, சார்மினார், 501 பார், வெற்றிலைப் பாக்கு... இரண்டு வெற்றிலைகள் வாங்கினால் அதற்கான சுண்ணாம்பு மட்டும்தான். கூட கிடைக்கவே கிடைக்காது. புதியவர்களுக்கு கடன் கிடையவே கிடையாது.

"ஒனக்கு ஏன் நான் கடன் தரனும்? அப்புறம் ஏன் லோல்படனும்?" என்று எந்தக் கொம்பனாக இருந்தாலும் முகத்தில் அறைந்தமாதிரி கேட்டு விடுவாள்.

'ஆலைக்காரர்கள்' என்றால் மட்டும் கணக்கு எழுதிக் கொள்வாள். மூன்று ரூபாய்க்கு பொருட்கள் வாங்கியிருந்தால் அதை கணக்கு எழுதுகையில் மூன்றே முக்கால் ரூபாயாக எழுதுகிறாள் என்று அக்கா சொல்லியிருக்கிறாள்.

கல்யாண மண்டப அடுக்குச் சட்டிகள் போன்று ஐந்து பிள்ளைகள். பெரிய பிள்ளை செட்டியார் ஆயில் மில்லில் எடுபிடியாய் இருக்கிறான். இரண்டாவது பிள்ளை பி.ஏ. படிக்கிறான். சின்னவன் வேளாவேளைக்குச் சாப்பிட்டுவிட்டு ஊர்சுற்றிக் கொண்டிருக்கிறான். இரண்டு பெண்கள். பத்தாவதும் ஒன்பதாவதும் படிக்கிறார்கள்.

"எப்பிடிம்மா சமாளிக்கிறீங்க, இத்தனையும் வச்சுக்கிட்டு...?" அக்கா பெரிய மனுஷி போலக் கேட்டாள்.

"என்னடி செய்யிறது? பூனை, நாய்ங்க மாதிரி பால் கொடுக்கிற கடமையோட குட்டிங்களைத் தொறத்திவிடவா முடியும்? ஏதோ என் ஓடம்புலே சக்தி இருக்கிறமாதிரி அதுங்களைக் கவனிச்சுக்க வேண்டியதுதா...!"

எங்களது பெரிய அண்ணன், கிழவியின் வாடிக்கையாளர். லைப்பாய் சோப்பு, பொரி உருண்டை, எனக்கான சென்ட் ரப்பர், அக்காவுக்கான சிங்கார் கும்கும்...

"மொத்தம் நாலேமுக்கால் ஆவுதுப்பா...!"

வீட்டுக்கு வந்ததும் அக்கா அண்ணனிடம், "என்ன நீ கெழவி நாலணாகூட கூட்டிச் சொல்லுது? நீ பாட்டுக்குதலையாட்டிட்டு வர்றே...?"

"ஒழிஞ்சு போகட்டும். கிழவிக்கு ஒரு செண்டு ரப்பர் வாங்கிக் கொடுத்ததா நினைச்சுக்கிறேன்...!"

அண்ணன் எதையும் பெரிதாக நினைத்துக் கொள்வதில்லை. எல்லாமே அவருக்கு சாதாரணம்தான். இந்த ஒரு மனப்போக்கே அவரின் வாழ்க்கையைத்தான் எப்பிடி திருப்பிப் போட்டு விட்டது?

பங்குக்கடை கிழவிக்கும் இப்படிப்பட்ட ஆட்களால்தான் வண்டி ஓடியது. கடன் கொடுப்பவரிடம் யார்தான் எதிர்த்து வாதாட முடியும்?

அவள் இப்படி சர்வஜாக்கிரதையாய் இருக்க, கிழவனார் முழுக்கை பனியன் போட்டுக்கொண்டு, முறுக்கிய மீசையோடு மிடுக்காக வீற்றிருப்பார். கிழவி வீட்டிற்கு குளிக்கவோ அல்லது கோயிலுக்கோ போகும் சமயங்களில் யாராவது ஒரு பெண்பிள்ளையை தனக்கு முன்னால் நிறுத்திக் கொண்டு கதையடித்துக் கொண்டிருப்பார்.

கலர், பன்னீர் சோடா கொடுப்பார். கிழவியின் தலை தெரிந்ததும் கோபியர்கள் மறைவார்கள். அடுத்த அரை மணிநேரத்திற்கு விழும் வசவு, கிழவர் சோகமாய் கோபமாய் சிகரெட் பிடித்துக் கொண்டிருப்பார்.

ஒருமுறை அக்காவோடு முத்தியால் பேட்டைக்குச் சென்றிருந்தேன். ஏதோ மஞ்சள் நீராட்டு விழாவாம்! கூட்டங்கூட்டமாய்ப் பெண்கள். கன்னங்களில் சந்தனம் பூசிக் கொண்டேயிருந்தனர். எனக்கும்கூட அந்த அக்காவிற்கு சந்தனம்பூச வேண்டும்போல இருந்தது. யாரும் என்னை அழைக்கவில்லை. வடை, பாயசத்தோடு சாப்பாடு. பந்தியில் அக்காவை ஒரு ஒல்லிப்பாட்டி சந்தித்தாள். அவளுக்கு அக்காவை மிகவும் பிடித்துவிட்டது.

"நீ எந்த ஊரும்மா?" என்றாள்.

"பேட்டையான்சத்திரம்..."

"அப்பிடின்னா கோயிலு பக்கத்துல பங்க்கடை அங்கயற்கண்ணிய ஒனக்குத் தெரியுமா?"

"ஆமாம் பாட்டி தெரியும். நல்லா பேசுவாங்க...!"

"பேசுவா, பேசுவா! அவ பேசற பேச்சிலே புள்ளத்தாச்சிக்கு குழந்தை நழுவில்ல கீழே உழும்...?"

அக்கா அதை அண்ணன்களிடம் சொல்லிச் சிரித்தாள்.

"பின்னே, பங்க்கடை கிழவி சாதாரண ஆளா?" என்றார் அண்ணன்.

13

எனக்கு அக்காவைப் பார்க்கப் பார்க்க ஆச்சரியமாக இருந்தது. அவள்தான் எப்படியெல்லாம் மாறிவிட்டாள்?

புசுபுசுவென்று பூனைமுடி மின்னும் பூஞ்சை உடம்பு பளபள வென்று மாறிவிட்டது? வழுவழு கன்னங்களில் அந்த மஞ்சள்பூச்சு ஒருவித ஒளியை அவள் முகத்தில் ஏற்றியிருந்தது. மூக்குத்திப் போட்ட அக்கா அந்நியமாய்த் தெரிந்தாள். ஆனால், அந்தப் புன்சிரிப்பும் அன்பும் அவளை அடையாளம் சொல்கிறது.

"என்னடா பார்க்கிறே… வைத்த கண்ணு வாங்காம…?"

நான் புன்னகைத்தேன். எனக்கு ஏதும் பதில் சொல்லத் தெரியவில்லை.

விரித்து வைத்த அட்டைப் பெட்டி மாதிரி ஒரு வீடு. ஒற்றைப் பெரிய சன்னல். அதனூடாகத் தெரியும் பிசின்தள்ளிய முருங்கை மரம். பச்சைப் பசேலென பொட்டு பொட்டாய் செழிப்பான இலைகள் சூழ்ந்த மரம். காந்தி நகர் என்றாலே அங்கு பூத்துக் காய்க்கும் முருங்கை மரங்கள் தான் யாருக்கும் முதலில் ஞாபகத்திற்கு வரும். கீரை, காய்களை நண்பர் களுக்கும் தெரிந்த வீடுகளுக்கும் சும்மாவே கொடுத்து வாழ்ந்த காலம். நெடுஞ்சாலைப் பகுதியில் நகர் அமைந்திருந்ததால் முருங்கைகள் நன்கு வளர்ந்தன. அந்த மரங்களுக்கு வாகனங்களின் அதிர்வுகள் பிடிக்குமாம்.

பெரிய அறையும் அதனையடுத்து சிறிய சமையலறையும், கொல்லைப் புறத்தே ஒரு அடி பம்பு. மதிலின் பின்புறம் பெரிய சாக்கடை ஓடும். அங்கு மறைவில் ஒதுங்கும் மனிதர்களால் மனிதக் கழிவுகள். அம்மாவையும் அல்லது அப்பாவையும் பாதுகாப்பாகக் கொண்டு ஆர்வமாய்க் கிளறும் வால் முடிச்சுப்போட்ட பன்றிக் குட்டிகள். சுறுசுறுப்பான அவைகளை வைத்துக் கொண்டு விளையாடலாம் போல இருக்கும். அழகாகவேறு இருக்கும்.

அந்த வீடுகள் ஒரே மாதிரி அமைப்பில் இருந்தன. ஆலைக்காரன் கட்டிக் கொடுத்தது.

மூன்று காலமுறை வேலை என்பதால், ஆலையில் வேலை செய்பவர்கள் சீருடைகளில் தென்பட்டுக் கொண்டே இருப்பார்கள். கருநீல முழுக்கால்சட்டையும் ஆகாய நீல சட்டையும் அணிந்திருப்பார்கள்.

ஏதோ வேலையே வாழ்க்கை என்பதான தோற்றம் அவர்களுக்குள் பொதிந்திருக்கும். சிலர் வேலைமுறை முடிந்ததும் கவுண்டன்பாளையம் கள்ளுக்கடைக்குச் சென்று விடுவார்கள். நெம்பர் 6 என்று சாய்ந்தவாக்கில் மங்கிய குண்டு பல்போடு தொங்கும் தகரப் பெயர்ப்பலகை அவர்களை அன்போடு வரவேற்கும். குடி குடியைக் கெடுக்கும் என்று சொல்லி பாட்டிலில் பானத்தைத் தந்து விடுவார்கள். வாழ்க்கை சிலருக்கு மயக்கமாய் கண்ணாமூச்சி காட்டியது. சிலர் வேலை, குடும்பம், மனைவி, மக்கள் என்றிருந்தார்கள்.

மாமாவும் ஆலைக்காரர்தான். மாமாவிற்கு கணக்கு போடும் இடத்தில் வேலை. கணக்கில் எந்த விவரம் வேண்டுமென்றாலும் மாமாதான் சொல்லியாக வேண்டுமாம்!

அக்கா, கண்ணாடி தம்ளரில் எலுமிச்சை சாறு ஆற்றிக் கொடுத்தாள். பழத்தை தோலையொட்டி நசுக்கிப் பிழியாமல், விதைகள் நீக்கி, அளவான நீரில் கலந்து, கொஞ்சமாக சுவைக்கு உப்பு, கூடுதலாய்ச் சர்க்கரை, ஏலக்காய் நசுக்கிப் போட்டு தயாரித்திருந்தாள். தாகத்தைத் தீர்க்கும் ருசியான பானமாய் குடிக்கக் குடிக்க தீர்ந்து விடக்கூடாதே என்றிருந்தது.

“மாமா எங்கேக்கா...?”

“மத்தியானம் சாப்பாட்டுக்குத்தான் வருவார். உனக்கு பசிச்சா சொல்லு. நீ சீக்கிரம் சாப்பிடலாம்...!”

சின்ன முறத்தில் அரிசியைக் கொட்டி, கற்களைப் பொறுக்கினாள். நானும் உதவினேன். இரண்டு முருங்கைக் காய்களை எடுத்து சின்ன சின்னதாய் நறுக்கினாள். கொஞ்சம் வெங்காயம், தக்காளி, காய்ந்த மிளகாய் மற்றும் கருவேப்பிள்ளை, கொத்தமல்லித் தழைகளை உருவி வைத்துக் கொண்டாள். சாம்பார் வைக்க அனைத்தும் தயார்.

“உனக்கு உருளைக்கிழங்குப் பொரியல் செஞ்சு தரப்போறேன்!” அக்கா சொன்னதும் நாக்கில் உமிழ்நீர் சுரக்க ஆரம்பித்தது.

உருளைக்கிழங்கை குட்டிக்குட்டி முக்கோணங்களாய் வெட்டிக் கொண்டிருந்தபோது, “உமா...?” என்ற குரல் கேட்டது.

"உள்ளே வாங்கம்மா...!" என்றாள் அக்கா.

அந்த குண்டான அம்மா வந்தார்கள்.

"யாரு, தம்பியா? என்னடா புதுப்பேச்சுக்குரல் கேக்குதேன்னு பார்த்தேன்...!" என்றபடி அந்தம்மா அக்கா கையில் ஏதோ சிறு பொட்டலத்தைக் கொடுக்க, அக்கா புன்னகையோடு வாங்கிக் கொண்டாள்.

"எலுமிச்சை ஊறுகாய், வெறும் உப்புப்போட்டு செஞ்சது. நாக்கு கசந்தா கொஞ்சம் பிச்சுப் போட்டுக்கோ...!"

"சரிங்கம்மா..."

"வாந்தி அடிக்கடி வருதா..?"

"ஆமாம்மா. அடிக்கடி வயத்தைப் புரட்டுது..."

"அப்பிடித்தான் இருக்கும். நோவாம நோன்பு கொண்டாட முடியுமா?"

'அக்கா ஏன் வாந்தி எடுக்க வேண்டும்' என்று நான் குழம்பினேன்.

அந்தம்மா, அக்காவின் வயிற்றில் தன் கையை வைத்துப் பார்த்தாள். அக்காவின் வயிறு சற்று உப்பியிருந்தது. கல்யாணமானதும் நிறைய சாப்பிடுகிறதோ, அக்கா?

"தம்பி, உம் பேரென்ன?"

எனக்கு வெட்கமாய் இருந்தது. அமைதி காத்தேன்.

"அக்காவும் தம்பியும் வாயைத் தொறந்து கொட்டு கொட்டுன்னுதான் பேசுங்களேன்? நா வரேன் உமா...!" என்று கிளம்பினார்கள் குண்டம்மா...

அக்கா இடுப்பில் அவ்வப்போது கையை ஊன்றிக் கொண்டு சமைப்பது அழகாக இருந்தது.

வெளியே சைக்கிளின் மணியோசை. அக்கா ஆவலோடு வெளியே ஓடினாள். நானும் பின்தொடர்ந்தேன். மாமாதான் சைக்கிளை நிறுத்திக் கொண்டிருந்தார். மாமாவிற்கு சட்டென்று இரண்டு அடையாளங்கள். பட்டையான சரத்பாபு கண்கண்ணாடி, சிரிக்கையில் பளீர் வரிசைப் பற்கள்!

"அட, இவன் எப்பொ வந்தான்?" என்றார் மாமா.

"என்ன இப்படி வேர்த்து ஊத்துது?" என்று தன் புடவையால் அவரது முகத்தை அக்கா துடைத்து விட்டாள்.

மாமா அறையில் கூடை நாற்காலியில் அமர்ந்து, கம்பிகள் வைத்த பெரிய ஷூவைக் கழட்டி வைத்தார். அவருக்கு ஒரு கால் மெலிந்திருந்தது. ஷூ போட்டால்தான் நடக்கலாம். மாமாவைப் பார்த்ததும் பாவமாக இருந்தது.

"இதை மாமாவுக்கு குடுடா...!" என்று தண்ணீர் செம்பை கொடுத்தாள் அக்கா.

அக்கா ஒரு பறவையைப் போல் மகிழ்ச்சியாய் இருந்தாள்.

மாமாவுடன் மிகுந்த சந்தோஷத்துடன் சாப்பிட்டேன். மிகமிக ருசியான சாம்பார், பொரியல், மோர். உணவு வயிற்றுக்குள் இறங்குவதோடு மனம் குதூகலித்தது. மாமா மறுபடியும் ஆலைக்குச் சென்றுவிட்ட பிறகு, அக்காவும் நானும் கொல்லைப் புறக்கதவை திறந்து வைத்துக் கொண்டு மதிய உறக்கம் கொண்டோம்.

ஏழெட்டு மணிவாக்கில் நடு அண்ணன் வந்து, வீட்டுக்கு என்னை கூப்பிட்டுப் போனார். எனக்கு அக்காவோடே தங்கிவிடலாம் போலிருந்தது. சட்டைப் பையில் அவள் கொடுத்திருந்த எட்டணா. வீடு நெருங்க நெருங்க அக்காவை மறந்து நாணயத்தை எப்படிச் செலவழிக்கலாம் என்று யோசிக்கத் தொடங்கினேன்.

14

அமைதியாக உறங்கிக் கொண்டிருந்த நேரமது. திமிலோகப்பட்ட மனித நடமாட்டங்களின் சப்தங்களால் கண்விழித்தபோது, இன்னும் விடியலின் மிச்சமிருந்தது. திடீர் விழிப்பினால் கண்கள் எரிந்தன. வெளியே வந்தேன். நடைபாதை குண்டு பல்புகள் அழுக்குசூழ ஒளிர்ந்து கொண்டிருந்தன.

"ஐயோ, ஐயோ...!" என்று அனேகர் வாயிலும் அந்த வார்த்தை புரண்டதும் எனக்கு வயிற்றை என்னவோ செய்தது. ஐயர் வீட்டம்மா, ஜாஹீர் அம்மா, மணிநாத் எல்லோரும் ஒருவித மிரட்சியோடும் கண் கலங்கிக் காணப்பட்டனர். அம்மாவோ அழுது முடித்த தொனியில் மூக்கு உறிஞ்சிக் கொண்டிருந்ததைப் பார்த்தேன்.

"என்னம்மா இது தெய்வத்துக்கு அடுக்குமா?"

"ம்.. கும்புட்டு கும்புட்டு என்னதான் ஆச்சு? பொட்டான புள்ளைய இப்பிடி வாரிக்கிட்டுப் போயிடுச்சே...!"

"தூங்குற மாதிரின்னா இருக்கான், தம்பு?"

"ஏதோ அவந் தலையிலே எழுதிக்கெடக்கு, போய்ச்சேரணமின்னு! யாரு தடுத்திருக்க முடியும்...?"

கண்களைக் கசக்கிக் கொண்டு அம்மாவைப் பார்த்தேன்.

"ஏ... உன்னோட தோஸ்த்து தம்பு செத்துப் போயிட்டான்டா. சாமிட்ட போயிட்டான்டா...!"

எனக்கு 'திக்' என்றிருந்தது. தம்பு செத்துப் போய் விட்டானா? 'அப்டீன்னா இனிமே என்கூட விளையாட மாட்டானா... பேசவே மாட்டானா...?' நான் அவனது வீட்டுக்கு ஓட எத்தனித்தேன். ஐயர் வீட்டம்மா வெடுக்கென்று என் கையைப் பிடித்து இழுத்து நிறுத்த, அம்மா... "நல்லாப் பொழுது விடியட்டும் போய்ப் பார்க்கலாம். இப்போ இருட்டுல பார்க்கக் கூடாது...!" என்று சொல்ல எனக்கு அழுகை அழுகையாய் வந்தது.

பக்கத்து காலனியில் "டடாங்... டுடூங்....!" என்று ஏதோ சப்தங்கள் கேட்டுக் கொண்டேயிருந்தன. வாகனங்கள் வருவதும்

போவதுமாயிருந்தன. விடியா அந்தப் பொழுதில் எந்தவொரு சிறு அசையுவும் பெரும் ஓசையைக் கொடுத்துக் கொண்டிருந்தன.

"ஒரு வாரமா ஜுரம் இருந்துதாமே...?"

"காய்ச்சலுக்கா பிராணன் போகும்?"

"ஏதாவது விஷ ஜுரமோ...?"

ஐயர் ஒரேயொரு கேள்வி கேட்டார். "புத்து நோய்க்குத்தான் மருந்து இன்னும் கண்டுபிடிச்சிக்கிட்டு இருக்கான். சாதாரண விஷக் காய்ச்சலுக்கு வைத்தியமா இல்ல? அவாளும் இருக்கப்பட்டவாதானே...? எப்பிடி இப்பிடியாச்சு...?"

"எதுவாயிருந்தாலும் காலையிலதான் தெரியும். விடுங்கோன்னா... கொழந்தே போய்ச் சேர்ந்துட்டான். இனி என்ன ஆனா என்ன...?"

"நெறங் கருப்புன்னாலும் கருத்தா, அழவா இருப்பான்...!" மணிநாத்.

ராணுவ வீரர் தொளதொளவென்று கோடுகள் போட்ட உடையோடு தம்பு வீட்டுக்குப் போனார்.

முற்றத்தில் அனைவரும் ஏதேதோ பேசிக் கொண்டிருக்க, எழுந்து வந்த இந்திக்காரி "அம்மா என்ன ஆச்சி....?" என்றாள்.

காரைக்குடித் தம்பி தனக்கேயுரிய இந்தியில் செய்தியைச் சொல்ல, அவள் பட்பட்டென்று தலையில் அடித்துக் கொண்டாள். அவளது பெரிய விழிகளிலிருந்து கொட்டும் கண்ணீர். ஏதோ சொல்லியபடி, "ஐயோ சின்னக் கொழந்த.. சின்னக் கொழந்த...!" என்று அரற்ற ஆரம்பித்தவள், அடுத்த காலனிக்கு ஓடினாள்.

எனக்கு அவளைப் பார்த்ததும் அழுகை பீறிட்டது. ஐயர் வீட்டம்மா, இந்திக்காரியைப் பார்த்து அசந்து போய்விட்டாள்!

"அட, அட.... மலைகூட கரைஞ்சுடுத்துப் பாருங்கோ...!"

போன வேகத்தில் இந்திக்காரி திரும்பி வந்தாள். முகமெல்லாம் வெளிறிப்போய், வியர்த்துப்போய் அழுதுகொண்டே அம்மாவைப் பார்த்துச் சொன்னாள்: "தம்பு அம்மா... தம்புவைக் கொன்னு போட்டிடுச்சு... சாலா கொன்னு போட்டிடுச்சு...!"

சொல்லிக் கொண்டிருந்தவள் வெட்டப்பட்ட மரம்போன்று சடாரென ஐயரின் சைக்கிள் மேல் விழுந்தாள்.

“ஏ... ஏ... தூக்குங்க. மயங்கம்போட்டு வுழுந்துட்டா. தண்ணீ... தண்ணீ...” என்று குரல்கள் எழ, யாரோ பக்கெட்டோடு அவள் மேல் தண்ணீரைக் கவிழ்த்து விட்டார்கள். அலங்க மலங்க எழுந்து உட்கார்ந்தாள்.

எனக்கு எல்லாமே திகிலாயிருந்தது. ராணுவ வீரர் இறுக்கமாய் திரும்பி வந்தார்.

அவரிடம் இந்திக்காரி சரளமாய் தன் மொழியில் தன் ஆதங்கங் களைப் புட்டு வைத்தாள்.

அவர் பதிலுக்கு ஏதேதோ சொன்னார்.

இரண்டு பேரும் சண்டையிடுவதைப் போல் இருந்தது. ஐயர் குழப்பமாய் அவர்களைப் பார்க்க, வீரர் சொன்னார்:

“இந்திக்காரம்மா கேக்குறதிலேயும் நியாயம் இருக்கு. ஆனா, மத சம்பந்தப்பட்ட விஷயங்கள்லே நாம மூக்கை நுழைக்கிறது நல்லாயில்லை. தம்புப் பயலுக்கு ஒரு வாரமா காய்ச்சல் ரொம்ப இருந்ததாம். ஆனா, டாக்டருக்கிட்டே போகாம, மருந்து, மாத்திரை, ஊசி எதுவுமே போடாம... தம்பு அம்மா ஆண்டவனை வேண்டிக்கிட்டு கிடந்திருக்கு... மருந்தெல்லாம் கொடுத்தா ரெண்டாயிரம் வருஷத்திலே கடவுள் வரமாட்டாராம்! விஷக் காய்ச்சல் முத்திப்போய் சின்னப்பயலை கொண்டு போயிடுச்சு. இப்பொ கண்ணீர்வுட்டு என்ன பிரயோஜனம்...?”

“ஏன் அந்தச் சிறுக்கிக்கு டாக்டர்ட்ட கூட்டுக்கிட்டு போனாக்க என்னவாம்...?”

“எழவு, சம்பிரதாயம் அப்பிடி. எல்லாத்தையும் கடவுள் பார்த்துப்பான்னா எப்பிடி....?”

“அந்த என்சினீயருக்கு எங்கபோச்சு, புத்தி...?” லஷ்மி கேட்டாள்.

“சே, கொலை பண்ணிட்டாங்கப்பா... பச்சைப்புள்ளைய...!”

“கண்ணுல நிக்கிதும்மா. எவ்ளோ பொத்திப் பொத்தி அந்தப் பயலை வளர்த்தாங்க? அது இருக்கிற இடமே தெரியாது. பாவம் கஷ்டப்பட்டு போய்ச் சேர்ந்திடுச்சி...!”

“ரொம்ப ஓவராவும் கும்பிட்டா... சாமிக்கே திமிர் வந்துடும் போலிருக்கு....!” காரைக்குடி தம்பி.

"அதுவுஞ் சரிதான்...!" என்றார் ஜாஹீர் அப்பா. "நாட்டுல மனுஷங்க இப்பிடியுமா இருப்பாக...?"

அம்மா, "சே, சே...!" என்றாள்.

சதுரப் பட்டைக் கண்ணாடி போட்ட சாமியார் கையில் தடித்த "ஜிப்" புத்தகத்தோடும் சோகத்தோடும் நின்றிருந்தார். இரண்டாவது காலனியே சோபை இழந்து காணப்பட்டது. எங்கு நோக்கியும் மனிதத் தலைகள். எதிர் வீடுகள், பக்கத்து தெருக்கள் என்று அனைவரும் கூடியிருந்தனர். ஓவியக்கிழவி, கிழவர், தோப்புத் தாத்தா என யாராயிருப்பினும் "உச்" கொட்டியபடி வருவதும் போவதுமாய் இருந்தனர். மனிதக் கால்களுக்கிடையில் என் தலையைக் கடினப்பட்டு நுழைத்து முன்னேறினேன்.

முதலில் தென்பட்டது முக்காடிட்ட தம்பு அம்மாதான். கண்களை மூடி ஏதோ உச்சரித்துக் கொண்டிருந்தாள். தம்பு அப்பா அடக்கமாய் கைகளைக் கட்டிக் கொண்டு கண்ணீர்வழிய நின்று கொண்டிருந்தார். சின்ன படுக்கையில் கச்சிதமாய் கட்டப்பட்ட பொட்டலம்மாதிரி தம்பு கண்களைமூடி படுத்திருந்தான். ஏதும் அசைவில்லை. தலைமாட்டில் பெரிய மெழுகுவர்த்திதான் ஆடியசைந்து கொண்டிருந்தது. அவன் தூங்குவதுபோலவே காணப்பட்டான். எழுந்து வந்து என் கையைப் பிடித்துக் கொள்ள மாட்டானா என்றிருந்தது. ஊஹூம், வரவில்லை!

நான் அவனையே பார்த்துக் கொண்டிருந்தேன். அவனைத் தொட வேண்டும்போல இருந்தது. ஆனால், மக்கள் கூட்டத்தில் அவனொரு கருப்பு வைரம்போல் தனித்திருந்ததால் தொடத் தயக்கமாக இருந்தது.

என் கழுத்துப் பகுதியில் கண்ணீரின் ஈரம் சென்று சேருவதை உணர்ந்தேன்.

தம்பு அம்மா கண்களைத் திறந்தார்கள். என்னைப் பார்த்தார்கள். நெற்றி சுருக்கினார்கள். நானும் நேராகப் பார்த்தேன்.

"உன் பிரண்டு தூங்குறான் பாரு! உம் பிரண்டு தூங்கறான் பாரு... எழுப்பும்மா. எழுப்பும்மா...!" என்ற தம்பு அம்மா இடதும் வலதுமாய் தலையை வேகவேகமாய் வெறிபிடித்தது போன்று ஆட்டிக் கொண்டார்கள். நான் திடுக்கிட்டு பயந்தேன்.

சாமியார் அவர்களது அருகில் வந்தார். கரகரத்த குரலில், "கூடாது... கூடாது. எதற்கும் கலங்கக்கூடாது. உங்க ஆட்டுக்குட்டி ஆண்டவன் வசம் போயிருக்கிறது. இனிமே அவன் ஆண்டவனின் குழந்தை.....!"

ஆட்டுக்குட்டி!

"எதுக்கு உங்க சாமி, ஆட்டுக்குட்டிய தன் தோள்மேல வச்சுட்டிருக்கார்? வச்சுக்கிட்டு வெளையாடுறாரா...?" அன்று தம்புவிடம் கேட்டேன்.

"போடா லூஸு! அது மந்தையில் வழி தவறுன ஆடு. சாமி அதுக்கு அடைக்கலம் கொடுத்திருக்கார்...!"

"ஆட்டுக்குட்டி அழகா இருக்கு...!"

"எங்க சாமியும் அழகுதான்...!"

அனேகமாய், தம்புவையும் சாமி தோளில் போட்டுக் கொண்டிருப்பார்!

அழகிய வேலைப்பாடுகள் செய்த சின்ன மரப்பெட்டியில் பட்டுப்படுக்கை விரித்து, அந்த ஆட்டுக்குட்டியைப் படுக்க வைத்தனர். அந்த அறுகோணப் பெட்டியல் தம்பு மிக மிக அழகாக இருந்தான். நகைப்பெட்டியில் நெக்லஸ் மாதிரி.

திடீரென்று பெரிய அண்ணன் வந்தார். நின்று, கண்கள்மூடி அவனை வணங்கிவிட்டு, என்னை தன்னோடு தள்ளிக்கொண்டு போனார்.

"அங்கேயே சின்னப் பசங்க நிக்கக்கூடாது போ... பல்லை விளக்கிட்டு இட்லி சாப்புடு...!" என்றவரை சின்ன அண்ணன் கடந்து போக முயன்றான். அவனைக் கையைப் பிடித்து இழுத்தார் அண்ணன்.

"நீ அங்கே போகத் தேவையில்லை. தம்பு கண்ணைப் பதம் பார்த்தவன். நீ வீட்டுக்குள்ளே போ...!"

"தம்பு செத்துட்டானா...?"

"ஆமா, நீ போய் என்ன செய்யப்போறே...? முதல்ல வீட்டுக்குள்ளே போ...!"

வெளியே இருவரையும் விடவேண்டாம் என்று அம்மாவிடம் உத்திரவு போட்டார்.

நான்கு சக்கர வண்டியில் பூக்கள் ஜோடித்து, பெட்டியை அதிலேற்றி உருட்டிக் கொண்டு போவார்களாம். பெரிய பள்ளம் வெட்டி, சாமியார் மந்திரம் சொல்ல, பெட்டியை இறக்கி பள்ளத்தை மூடிவிடுவார்களாம்!

"தம்புவுக்கு பயமாய் இருக்காதா?"

அதன்பிறகு, சின்ன அண்ணன் விஷஜுரத்தில் விழுந்தான். "தம்பு... தம்பு" என்று பிதற்றிக் கொண்டிருந்தான். அம்மா பயந்துபோக, பெரியாஸ்பத்திரியில் கட்டிலில் சேர்த்துக் கொண்டனர். "தம்புதான் காய்ச்சலுக்கு காரணம்" என்று எல்லோரும் சொல்லிக் கொண்டனர்.

"வேளாங்கண்ணி மாதாவுக்கு கண் காணிக்கை செஞ்சுப் போடறதா வேண்டிக்கோங்க, உமாம்மா...!" என்று ஐயர் அறிவுறுத்தினார். அம்மா பயபக்தியோடு தலையாட்ட நான் பிள்ளையாரை வேண்டினேன்.

"சாமி எங்க அண்ணனைக் காப்பாத்து..."

ஒரு கேள்வி என்னுள் பிறந்தது. 'பிள்ளையாரோ, மாதாவோ' ஏன் தம்புவைக் காப்பாத்தலை?'

ஒரு வாரத்தில் தம்பு அப்பா வீட்டைக் காலி செய்தார்.

15

காரைக்குடி தம்பியுடன் நானும் *ஜிப்மர் ஆஸ்பத்திரி சென்றிருந்தேன். நோயாளிகளுக்கான அட்டை எப்படிப் போட வேண்டும் என்று எனக்குத் தெரியும்.

காலிலிருந்த புடவைத் துணிக்கிழிசல் கட்டைப் பிரித்த டாக்டர், காயத்தைப் பார்த்ததும் திடுக்கிட்டார். எனக்கோ அதனைப் பார்க்கவே பயமாயிருந்தது. கொசகொசவென கொந்தியமாதிரி ரத்தம் கருநீலம் தட்டியிருந்தது. பத்துக்காசு அளவுக்கு காயம் சூரியன் மாதிரி நடுவே இருந்தது.

குறுந்தாடி வைத்திருந்த டாக்டர் நன்கு தமிழ் பேசினார். "எதுவரைக்கும் படிச்சிருக்கீங்க மிஸ்டர்?"

"பி.காம் முடிச்சிட்டேன், எம்.காம். அப்ளை பண்ணிருக்கேன்...!" சினேகமாக காரைக்குடி தம்பி சிரித்தார்.

"ஆணிகுத்தி காயமாச்சுன்னு சொன்னீங்க, ஊசிகீசி போட்டீங்களா....?"

"இல்லை பாட்டி வைத்தியம். மஞ்சள் பத்து..."

"என்னது டிடி. ஊசி போடலையா? அறிவு இருக்காயா உனக்கு? எதுக்கு நீயெல்லாம் படிக்கணும்?" திடீரென்று டாக்டரின் குரல் கோபமாய் உயர்ந்தது.

"இல்ல டாக்டர்... வந்து..."

"வாட்? வந்து போயி... பத்து போட்டிருக்கிட்டியாக்கும்? ஒரு இன்ஜெக்ஷன் போட்டிருந்தா எழவு என்ன கேடு? இன்னும் ரெண்டுவாரம் இப்பிடியே விட்டிருந்தீன்னா.. புரையேறி போய்ச் சேர்ந்திருப்பே. மொதல்லபோய் ஒரு எக்ஸ்ரே எடுத்துட்டு வா...!" என்று சின்ன காகிதத்தில் கடகடவென்று கிறுக்கிவிட்டு, "எட்டாம் நம்பருக்குப் போங்க...!" என்றார்.

---

* ஜிப்மர் (JIPMER) Jawaharlal Nehru Institute of Postgraduate Medical Education and Research. பாண்டிச்சேரியின் பிரசித்திப்பெற்ற மருத்துவமனை.

காரைக்குடிக்கு வியர்த்துப் போய்விட்டது. அதைவிட என் எதிரில் டாக்டர் மரியாதைக் குறைவாய்த் திட்டியது அவருக்கு என்னவோ போல் இருந்திருக்க வேண்டும்.

"நீ ஏண்டா தம்பி உள்ளே வந்தே? வெளியே நிக்க வேண்டியது தானே?" என்றார்.

"கால் எப்போ சரியாகும்?" என்று கேட்டேன்.

"எக்ஸ்ரே பார்த்துட்டுதாண்டா டாக்டர் சொல்வார். ஆனா, அவரு ஏன் இவ்வளவு டென்ஷனாயிருக்கார்...?" என்றபடி எட்டாம் எண் அறையை நெருங்கினார்.

எங்குப் பார்த்தாலும் நோய்ச்சாயலில் மனிதக் கூட்டம். ஆண்களும் பெண்களுமாய். உலகத்தில் இத்தனைபேர் இருக்கிறார்களே என்று வியந்தேன். ஒரே சப்தமாக கட்டடம் பூராவும் ஒலித்தது. அதைவிட, ஆஸ்பத்திரிக்கே அசையாச் சொத்தான மருந்து நாற்றம் வயிற்றைப் புரட்டியது.

கால் போய்... கண் போய்... அடிபட்டு... வீங்கி... இருமியபடி ஜீரத்தின் துவளல்களில் மனிதர்களைப் பார்த்தால் வெலவெலவென்றிருந்தது. டாக்டர்கள் இல்லாவிட்டால் யாரும் உயிர்வாழ முடியாது என்று தோன்றியது.

ஒரு மணி நேரம் வரிசையில் நின்று, டாக்டரைப் பார்த்து முடித்திருக்கிறோம். எட்டாம் எண் அறையில் பெரும் வரிசை நின்று கொண்டிருந்தது.

"தம்பி, சித்த நாழி நீ வரிசையிலே நில்லு. எனக்கு கால்வலி பிராணன் போறது. கொஞ்சம் பெஞ்சுல உக்காந்துண்டிருக்கேன்...!"

சரியென்று தலையாட்டினேன். ஆமைகளைவிட மோசமாக நகர்ந்தது கூட்டம். யாரோ என் தோளைத் தொட்டார்கள். திரும்பினேன். வெள்ளுடைச் சகிதம் ஒரு மாமா நின்றிருந்தார். கறுப்புக் குண்டாக இருந்தார். அக்காவோடு இங்கு வருகையில் எங்களுக்குப் பல உதவிகள் செய்திருக்கிறார். மாமாவின் நண்பர்.

"நீ உமாவோட தம்பிதானே? என்னடா... விஷயம்?"

நான் கையைக் காட்டினேன். "அந்த அண்ணனுக்கு காலில புண்ணு. போட்டோ எடுக்கணும்..."

எங்களைப் பார்த்து, காரைக்குடி எழுந்து வந்தார். மாமாவுக்கு வணக்கம் சொன்னார்.

"கால்லே ஆணி பாஞ்சுண்டுடுத்து. டாக்டர் எக்ஸ்ரே பார்க்கணும்னு...!"

"சரி, சரி என் பின்னால வாங்க...!" மாமா நேராக எங்களை உள்ளே அழைத்துப்போய் படம் எடுக்க வைத்தார். படமெடுக்கும் இயந்திரம் பயங்கரமாக இருந்தது. பிறகு, எங்களை டாக்டரிடம் தானே அழைத்துப்போனார்.

"தெரிஞ்சவரா? என்ன இப்பிடி அஜாக்கிரதையா இருந்துட்டார்?" என்ற டாக்டர் அண்ணனைப் பார்த்து, "உக்காருங்க, ப்ளீஸ் சிட் டவுன்!" என்றார். போட்டோவை தூக்கிப் பிடித்து பார்த்தார்.

"செப்டிக் ஆயிருக்கு. பத்து நாளைக்கு தொடர்ந்து கட்டும் ஊசியும் போடணும்... அப்பத்தான் உங்க காலு உங்களுக்குக் கிடைக்கும்...!"

காரைக்குடிக்கு ரொம்பவும் சந்தோஷம்.

"உன்னால காத்துக் கிடக்கிறதுலேர்ந்து தப்பிச்சேன். டாக்டரும் இப்ப அன்பால்ல பேசினார்...?" என்று கூறியபடி, ஆஸ்பத்திரி வெளிவாயிலில் இருக்கும் "நேசே டீ விடுதிக்கு" அழைத்து வந்தார்.

சுடசுட சமோசாவும் ஏலக்காய் டீயும் பசிவேளைக்கு படுருசியாய் இருந்தன.

காலனி முழுவதும் என் புகழ்பாட ஆரம்பித்துவிட்டார் காரைக்குடி.

"இந்த வாண்டுக்கு தெரிஞ்சவா அத்தனைப் பெரிய ஆஸ்பத்திரியில இருக்கா. இவன் மட்டும் இன்னிக்கு இல்லேன்னா... பொழுது சாயறச்சேதான் ஆத்துக்கு வந்திருக்க முடியும். கூட்டம்னா கூட்டம் அவ்ளோ கூட்டம்! இவனோட அக்கா ஸ்னேகிதர் போலிருக்கு..."

ஐயர்வீட்டம்மா கண்களில் பல்புமின்ன என்னைப் பார்த்தாள்.

"யாருடா குழந்தே அந்த மாமா?"

"தெரியாது...!" என்றேன்.

“ஆமா, உமாவுக்குத் தெரியாத மனுஷா இந்த லோகத்துல உண்டா...?” ஹ்ஹோ... என்று சிரித்தாள்.

“சரி, என்னவோ நல்லது நடந்தா சரி. இவனுக்கு ரெண்டு கைமுறுக்கு எடுத்துத் தரட்டா...?” என்றாள்.

ஐயர், ஆலையில் பஞ்சுபறக்க வேலைசெய்து என்ன சம்பாதித்துவிட முடியும்? குடும்பத்தின் சிறு செலவுகளைச் சரிகட்ட குடும்பமே சிறுதொழிலைச் செய்ய வேண்டியிருந்தது.

வார இதழ்கள், தினசரி காகிதங்களில் சிறு சிறு காகித உறைகளைத் தயாரித்து கடைக்குப் போடுவார். ஐயர்தான் கட்டுக்கட்டாக கட்டி எடுத்துப் போவார். காரைக்குடி தம்பி தானும் பொறுப்பாக உதவி செய்வார்.

“நீ ஏண்டா கவரெல்லாம் ஒட்டிண்டு, சித்தே சும்மாயிரு...!”

“ரெண்டு மாசம் என்னையும் அம்மாவையும் வச்சுண்டு அத்திம்பேர் போஜனம் வழங்க எங்க போவார், பாவம்! நான் உதவியா இருக்கிறதுதானே முறை...?”

ஒரு வெள்ளிக்கிழமை காலை இந்திக்காரி பொதுக் குளியலறையில் குளித்துக் கொண்டிருந்தாள். ஐயர்வீட்டம்மா நேரம் சரியில்லையோ, என்னவோ... இந்திக்காரி மேனியைத் துடைத்துக் கொள்ள துண்டு எடுத்துவர மறந்து விட்டாள். குளித்து முடித்தவுடன்தான் துணியைத் தேடினாள். ‘யாராவது வருகிறார்களா’ என்று கதவைத் திறந்து தலையை நீட்டினாள். அந்நேரம் காரைக்குடி தம்பிதான் அங்கே தென்பட்டான். அவனிடம் இந்தியில் ஏதோ சொல்ல, அவர் சுட்ட பூட்டியிருந்த அவளது வீட்டின் கதவைத் திறந்து உள்ளே சென்றார். கொடியில் கிடந்த துண்டையும் பாவாடையையும் எடுத்துக் கொண்டார். பெருங்குழந்தையோ பாலருந்தி உறங்கிக் கொண்டிருந்தது.

காரைக்குடி துணிமணிகளை கதவு மேற்புறமாக நீட்ட, ஈரக்கை வாங்கிக் கொண்டிருக்கையில் தம்பியை அக்காக்காரி பார்த்து விட்டாள். அவளுக்கு அது விபரீதமாய்த் தெரிந்தது. கன்னித் தம்பியின் கற்பு கலங்கி விட்டாற்போன்று உணர்ந்தாள் போலும். பெருங்குரலெடுத்து கத்தினாள்.

“ஏண்டா, கோண்டு? என்ன வேலைடா செஞ்சுண்டிருக்கே? இதென்ன கூத்து...?” ஏறக்குறைய அலறினாள் என்று கூறலாம். முதல் ஆளாய் ஜாஹீர் அம்மா ஓடிவந்தாள்.

“இல்லேக்கா, டிரெஸ்ஸை, டவலை வச்சுட்டு வந்துட்டாளாம். எப்பிடி வெளியே வர்றது? அதான் எடுத்துண்டு வரச் சொன்னா!” தம்பி விளக்கம் தர,

“அவளுக்கெங்கேடாப்பா போச்சு புத்தி? என்ன கண்றாவி இது? நான் வரலைன்னா இன்னும் என்னென்ன நடந்திருக்குமோ...?”

ஜாஹீர் அம்மா விழித்துக் கொண்டிருக்க, மூக்குநீட்டியும் கேள்விக் குறியோடு வந்து நின்றாள். அம்மாவின் முகத்திலோ பெரும் அச்சம்.

‘இன்னிக்கு காலனியில ஏதோ நடக்கப்போவுது?’ முடிந்தவரை தடுத்துப் பார்க்கலாம் என்ற அமைதி நோக்கில் அம்மா.

“இப்போ என்ன நடந்துடிச்சின்னு இப்படி ஆத்திரப்படணும்? எனக்கென்னவோ இது தப்பாப்படலை...!” என்று கூற, ஐயர்வீட்டம்மா விரல் மடக்கியபடி....

“ஏம்மா ஏதாவது ஒண்ணுக்கிடக்க ஒண்ணு ஆச்சுன்னா, யாரும்மா பதில் சொல்றது? அந்த முண்டை வெளியே வரட்டும்... ஒரு கை பாக்கிறேன்...!” ஆவேசமாய்க் கோபப்பட, மாமியார்கிழவி இதுவும் என்ன கதையோ என்று பார்க்க, கண்களை இடுக்கிக் கொண்டு வந்து விட்டாள்.

அம்மா, “வேணாம், தேவையில்லாம அவகிட்டே மாட்டறீங்க. ஏதா இருந்தாலும் பேசித் தீர்க்கலாம். முதல்லே வீட்டுக்குள்ளே போங்க. ஆர்ப்பாட்டம் வேண்டாம்...!” என்றாள்.

“என்னம்மா நீங்க? என்னை அடக்கின்டே இருக்கேள்? அன்னைக்கு அவோ என்னை அபாண்டமா சொல்லலியா..? தோ... இன்னிக்கு நேரா பாத்தேன். நாளைக்கே ரவிக்கையைப் போட்டு உடச் சொல்லுவா?”

“அட, கதயின உடுங்க. ஏன் நடக்காததைப்பத்திப் பேசணும்? உள்ளே போங்க...!” மூக்குநீட்டி அதட்டுவதுபோல உரிமையோடு சொல்ல, ஜாஹீர் அம்மாவும் ஒப்புக்கு முக்காட்டை ஆட்டினாள்.

“அதேஞ் சரி. உமாம்மா சொல்றதும் இவுக சொல்றதும் சரி. இதப் பெரிசாக்கிற வேணாம்...!”

"சடார்!" என்று குளியலறைக் கதவு திறக்க அனைவரும் திடுக்கிட்டனர். இந்திக்காரி குளித்து முடித்த ராட்சசிமாதிரி புடவையைச் சுற்றிக்கொண்டு வெளியே வந்தாள். காரைக்குடி தம்பியைப் பரிதாபத்தோடு பார்த்தவள், அக்காக்காரியை கொள்ளிப் பார்வை பார்த்தாள். முகம் கடுகடுவென இருந்தது. கையிலிருந்த துண்டையும் சோப்பு டப்பாவையும் முற்றத்துக் குழாய் அருகில் பாசி சூழ்ந்த பகுதியில் வீசி அடித்தாள். வேகமாய் இறங்கி நடந்தாள்.

தனது வீட்டுக் கதவை தடதடவென திறந்து உள்ளே சென்றாள்.

அனைவரும் அமைதி காத்திருக்க, வெளியே வந்தாள். கையில் காய்கறி நறுக்கும் பளபள தகடு கத்தி. ஐயரம்மாவை நெருங்க, அனைவரும் கூச்சலிட்டனர். மாமியார்கிழவி கண்களை மூடிக்கொண்டு விட்டாள்.

இந்திக்காரி, "முண்டசொல்லிச்சு, நீ...?" என்று கேட்டபடி ஐயரம்மாவின் தலைக்கூந்தலை கொத்தாகப் பிடித்தாள். கண்ணிமைக்கும் நேரத்தில் கத்தியை ஓடவிட்டு கொத்தாகக் கூந்தலை அரிந்து தெருவில் "பசக்கென்று" எறிய, கூட்டமோ கப்சிப்!

"இன்னும் வம்புப் பண்ணிச்சு, குத்திப்புடும்... சாலா...!" என்று சொல்லிவிட்டு, வீரநடை நடந்து வீட்டுக்குள் நுழைந்து கதவை மூடிக் கொண்டாள். கூட்டம் திகைத்து நின்றிருந்தது.

மயிரைப் பிடித்து இழுத்து அறுத்துவிட்ட எரிச்சலைவிட, அவமானம்தான் பிடுங்கித் தின்றது. அப்படியே நடைபாதையில் அமர்ந்து "ஓ"வென கதறத் தொடங்கிவிட்டாள்.

"இனிமே அவளை இங்கே உட்டு வைக்கக் கூடாது...!"

மூக்கு நீட்டி இடைமறித்தாள். "தப்பு உங்க மேலதான். அவகிட்டே ஏன் அனாவசியமா போகணும்?"

சரியான பிடி இல்லாம நாம பேசறது அவ்வளவு நல்லாயில்லை..." - அம்மா.

"எல்லாரும் என் பக்க நியாயத்தைப் பார்க்கவே மாட்டேங்கறேள். இந்த முண்ட செஞ்சதுதான் தப்பு... தப்பு...!"

"சரி, சரி வீட்டுக்குள்ளே போங்க. பெரியம்மா மாட்டுப் பெண்ணை கூட்டுக்கிட்டு போங்க..."

"வாடி இவளே ஆத்துக்குள்ளே. அடச்சே, இது ஊரா...? இந்தக் கருமத்தையெல்லாம் நான் பாத்துத் தொலைக்க என் தலையெழுத்து...!"

அம்மா கண்சாடை காட்ட, ஒவ்வொருவராய் நகர்ந்தார்கள். "எழுந்திருங்க...!" ஐயர் வீட்டம்மாவை கஷ்டப்பட்டு தூக்கி, வீட்டுக்குள் தள்ளிக் கொண்டு போனது மூக்குநீட்டி.

நான் நறுக்கப்பட்ட பகுதியைப் பார்த்தேன். கொந்திப்போய் பரிதாபமாக இருந்தது. பின்னால் பார்க்கையில் முடிவெட்டிக் கொண்டு போவதைப் போல இருந்தது.

எனக்கு நடந்தவையெல்லாம் விசித்திரமாக இருந்தது.

சிறிது நேரத்தில் ஐயரும், ஜாஹீர் அப்பாவும் எங்கள் வீட்டுக்கு வந்தார்கள். ஐயரம்மா எங்கள் வீட்டில்தான் கண்கள் வீங்க அமர்ந்தி ருந்தாள். அம்மா நடந்ததைச் சொல்ல, "இவ ஏன் அவசரப்படணும்...? புத்தியில்லாம...!" என்றார் ஐயர்.

"நடந்தது அநியாயமா இருந்தாலும் அவளைக் கேக்க முடியாதபடி நியாயம் வலுவா அவபக்கம்...!" என்றார் ஜாஹீர் அப்பா வலைக் குல்லாவைச் சரிசெய்தபடி.

"இதுக்கு என்னதான் தீர்வு...?" - ஐயரம்மா.

"சும்மாயிரு. தம்பிக்காரன் மன்மதக்குஞ்சு, அவளோ எழில் ராணி? ஒண்ணுமில்லாததைப் பெரிசு பண்ணிண்டதுக்கு பிராயச்சித்தம் இங்கிலீஷ்காரி மாதிரி இருக்க வேண்டியதுதான்...!" ஐயர் சொன்னார்.

"அரே அல்லா... யா அல்லா...!"

"நா வரேன்மா. மேலே ஏதும் நடக்காம பார்த்துக்கோங்க. நா என்னம்மா செய்யிறது? வேலைக்குப் போயிட்டு நிம்மதியா வர முடியுதா...? நிதமும் ஏதாவது பிரச்சினை..."

அப்புறம் பதினொரு மணிவாக்கில் இந்திக்காரி வீட்டுக்குள் வந்தாள். அவளைப் பார்க்க எனக்கு பயமாக இருந்தது.

"தப்பு சொன்னிச்சு, நான் செஞ்சிச்சு. சரியா... அம்மா?"

அம்மா பதிலேதும் சொல்லவில்லை!

மறுநாள் காலையில் காரைக்குடி தம்பி ஊருக்குக் கிளம்பினார். ஆனால் கிழவி உடன் செல்லவில்லை.

16

திலாசுப்பேட்டை, ஓடைகளைத் தாண்டிய செம்மண் மேட்டுப் பகுதியில் "வெங்கடேஸ்வரா டூரிங் டாக்கீஸ்" அமைந்திருந்தது. தரை டிக்கெட் முப்பத்தைந்து பைசா. பெஞ்ச் ஒரு ரூபாய். ஐந்து முறுக்குகள் ஒரு ரூபாய்.

வாரத்துக்கு ஒரு படம். சில விஷேசமான படங்கள் இரண்டு வாரங்கள் ஓடும்.

நான் ஒரு பாக்கெட் டைரி வைத்திருந்தேன். அண்ணன் பாதி எழுதிவிட்டு மறந்திருந்ததை நான் எடுத்து வைத்திருந்தேன்.

பென்சிலால் நான் பார்க்கும் சினிமாக்களை எழுதி வைக்கும் ஆசை.

1. கிழக்கும் மேற்கும் சந்திக்கின்றன.
2. ரிவால்வார் ரீட்டா.
3. பட்டிணத்தில் பூதம்.
4. ராமாயி வயசுக்கு வந்துட்டா.
5. வல்லவன் ஒருவன்.
6. நான் போட்ட சவால்!

என்று படங்களின் பெயர்களை எழுதி, பார்த்த தேதியையும் குறித்தேன். இரண்டு முறைகள் ஒரே படத்தை பார்க்கும் சந்தர்ப்பம் வாய்த்தன. அதையும் எழுதி வைத்தேன். கமல்காசன் நடித்த "இரு நிலவுகள்" என்னை மிகவும் கவர்ந்திருந்தது. இரண்டு கமல்கள். இரண்டு அக்காக்களோடு டான்ஸ் ஆடினார். ஒரு அக்கா, தாவணியை ஒழுங்காக மூடவேயில்லை. அம்மாதிரி சமயங்களில் கண்களை இறுக மூடிக் கொண்டேன்.

அம்மாவுக்கு சினிமாதான் உயிர். தியாகராஜ பாகவதர் நடித்த படமொன்று மூன்று தீபாவளிகள் வரை ஓடியதென்றும் எம்.ஜி.ஆரும் சிவாஜியும் சேர்ந்தமாதிரி ஒரு படம் மட்டும் நடித்ததும் அந்தப்படத்தில் அம்மாவின் சொந்தக்காரர் ஒருவர் பாடல்காட்சியின் போது தலையாட்டி ரசிப்பார் என்றும் பலமுறை சொல்லியிருக்க, எனக்கு சினிமா என்பது மிகவும் பிரமிப்பாக ஆனது.

இரவு சினிமாவுக்குப் போகப் போகிறோம் என்று தெரிந்து விட்டாலே, அடிக்கடி "ஒண்ணுக்கு" வந்து கொண்டேயிருக்கும்.

ஜெய்சங்கர் மாதிரி தலைசீவிப் பார்ப்பேன். ரஜினி மாதிரி, விளையாடு கையில் மணலில் சரிந்து துப்பாக்கியால் சுடுவேன். "மதனோற்சவம் ரதியோடுதான்" என்று சறுக்கியபடி வந்து முக்கோணப்பல் ஐயர் பெண்ணை கட்டிப்பிடித்துப் பார்த்தேன். ஒரு மரக்கட்டையைக் கட்டிப்பிடித்த உணர்வுதான் அப்போது. அவளது பிசுபிசு வியர்வை நாற்றம் மூக்கைத் துளைத்தது.

அந்த வெங்கடேஸ்வரா கொட்டகை எங்கள் உயிரோடு உணர்வோடு கலந்திருந்தது. நானும் சின்ன அண்ணனும் அம்மாவும் தரை டிக்கெட். பெரிய அண்ணனக்கு பெஞ்சு டிக்கெட். ஆற்று மணல் கொட்டி நிரவப் பட்டிருந்த பகுதிதான் தரையென்பது. ஆஹா, என்னைப் போலவே எத்தனை யெத்தனை சந்தோஷ முகங்கள்? மணலைக் குவித்து சிறு சிறு குன்றுகளாக்கி அமர்ந்து கொண்டிருப்பார்கள். எதிரிலிருப்பவர்களின் தலை மறைக்குமாம். எனக்கும் அப்படிக் குவித்துவிட்டு அமர ஆசையாய் இருக்கும். ஆனால் மணலில் கை வைத்தால் அம்மாவிடம் திட்டுக் கிடைக்கும். எனவே, விளக்குகள் பூராவும் அணைத்ததும் நைஸாப் பிட்டத்தைத் தூக்கிக் கொண்டு மணலைக் குவித்துக் கொள்வேன்.

கூரையின் உச்சியில் ஒற்றை மஞ்சள் ஒளிவிளக்கு கசிந்து கொண்டிருக்க, "காக்கும் கடவுள் கணேசனை நினை..." பாடி முடிக்க ஆர்வம் கொப்பளிக்கும். அடுத்ததாக "பாலும் தெளிதேனும் பாகும் பருப்பும்..." பாதி முடியும் தருவாயில் விளக்கி நிறுத்திவிட்டு "நல்வருகை - வெங்கடேஸ்வரா டாக்கீஸ்" என்று பச்சை - ரோஸ் போட ஆரம்பித்து விடுவார்கள். மனமோ குதூகலிக்கும்.

பத்து பதினைந்து வண்ண வண்ண சிலைடுகள். அடுத்து வரப்போகும் படம் குறித்த சிலைடு போடுகையில் "அடுத்தபடம். அடுத்தபடம்..." என்ற குரல்கள் ஒலிக்கும்.

எல்லாம் முடிந்ததும் நியூஸ் ரீல் போடுவார்கள். இந்திராகாந்தி டடக் டடக்கென்று நடந்து வருவார்கள். மண்டை மைக்கில் "ஜெய்ய்... ஹிந்த்!" என்று சப்தம் போடுவார்கள். ரீல் முடியுமென்று நினைத்தால் முடியாது; இன்னும் இருக்குமோ என்று எண்ணுகையில் பசக்கென்று முடிந்துவிடும்.

அப்புறம், படம் எத்தனை ரீல் என்று போடுகையில்... "பதினாலு..." "பதினைந்து" என்று பல குரல்கள் ஒலிக்கும். அப்புறம், சினிமா என்ற சொர்க்கம் பார்க்கலாம். இடைவேளையில் முறுக்கு, தேங்காய் பிஸ்கெட்டுகள் விற்பனை செய்வார்கள். அண்ணன், நாங்கள் இருக்கும் இடத்திற்கு வந்து ஆசைத்தம்பிகளை வெளியில் அழைத்துச் சென்று, சுடச்சுட முறுக்குகள் வாங்கிக் கொடுத்தனுப்புவார். நானும் சின்ன அண்ணனும் அம்மாவும் படம் பார்த்துக் கொண்டே முறுக்கைச் சுவைப்போம். மொருமொருவென்று அரிசி முறுக்கு.

"பாசமலர்" படம் பார்த்துவிட்டு, அனைவரும் அழுது கொண்டே வெளியே வந்திருக்கிறோம்.

காலனியில் யார் ஊரிலிருந்து வந்தாலும் டூரிங் டாக்கீஸைப் பார்க்காமல் போக மாட்டார்கள்.

ஒருமுறை மளிகைக்கடை சிவப்பிரகாசம் அண்ணனை "இடை வேளையில்" நானும் சின்ன அண்ணனும் பார்த்தோம். வட்டவட்ட நீலப் பொட்டுகள் கொண்ட பாலியெஸ்டர் சட்டை அணிந்து, பெல்பாட்டமெல்லாம் போட்டிருந்தார். கைநிறைய முறுக்குகளும் தேங்காய் பிஸ்கோத்துகளும் வாங்கிக் கொடுத்தார்.

சிவப்பிரகாசம் அண்ணன் காதில் ஏதோ சொல்ல, அண்ணனிடம் ஒரு புன்சிரிப்பு எழுந்தது. சிவப்பிரகாசம், அண்ணன் கையில் ஒரு பிஸ்கெட் பாக்கெட்டைக் கொடுக்க, அண்ணன் மட்டும் தனியாக கொட்டகை இருளுக்குள் சென்றான். கொஞ்ச நேரத்தில் வெளியில் வந்தான்.

"வாங்கிக்குச்சா...?" என்று கேட்ட, சிவப்பிரகாசத்திற்குத் தன் தலையசைப்பு மூலம் பதில் சொன்னான் அண்ணன்.

"காசேதான் கடவுளடா" என்று ஒரு கிச்சுக்கிச்சு படம் அது.

நடுநிசியில் படம்விட்டு வெளியே வருகையில், ரஸியா பேகம் தன் குடும்பத்தினருடன் முக்காடிட்டு, கண்கள் மட்டும் அலைபாய யாரையோ தேடுவதைப் போல அடிக்கடி திரும்பிப் பார்த்துக் கொண்டே வந்தாள்.

17

ஊசுட்டேரி உடைத்துக் கொண்டதாம்!

ஊரின் பெரிய ஏரி. தவித்த வாய்க்கெல்லாம் தண்ணீர்தரத் தயங்காத ஏரியது. அந்த வருடம் வருணபகவானுக்கு ஏது சந்தோஷமோ தெரியவில்லை. "பேய் மழை" என்று பேசிக் கொண்டார்கள்.

சிலுசிலுவென்று சதாநேரமும் விசிறும் காற்று சலிப்பதைத்தான் தந்தது. தகர சீட்டைக் கிழிக்கிறாற்போன்று ஓசைகள் தொடர்ந்தபடி கேட்டுக் கொண்டிருந்தன. அந்த மழைப்பொழுதுகள் ஏனோ மனசுக்கு உகந்ததாய் இல்லை. பகலிலும் இரவிலும் தெளிந்த தண்ணீர்ப் பரப்புகள்... திகிலைக் கொடுத்துக் கொண்டிருந்தன. பள்ளிக் கூடத்தில் கிற்றுக் கொட்டகைகள் சதசதத்து கறுப்பேறிக் கிடக்கும். பெஞ்சு களுக்கிடையே நீரோட்டங்கள் பாய்ந்து கொண்டிருக்கும். மழையை யொட்டி விடுமுறை விட்டிருந்தார்கள். வாத்தியார்கள் மட்டும் நடுங்கும் கோழிகளோடு கோழிகளாய் பெரிய வாத்தியார் அறையில் கையெழுத்துப் போட்டுவிட்டு, ஓய்வு அறையில் ஆயா கொண்டுவரும் எண்ணெய் மிதக்கும் டீயை எதிர்பார்த்துக் கொண்டிருப்பார்கள். ஜெயலக்ஷ்மி டீச்சரின் குதிக்கால்கள் மழையின் நனைதலால், மேலும் பளீச்சென்று காட்சியளிக்கும்!.

நான் அறையில்தான் முடங்கிக் கிடந்தேன். அறை எனக்கு கடுப்படிக்கும் சங்கதியாய் இருந்தது. இருந்தாலும், மழையினின்றும் பாதுகாத்தது. சுழற்றிக் கொண்டு வரும் தூக்கத்தைக் கதகதப்பாக ஆக்கி வைத்திருக்கிறது.

பெரிய, அழகான, அகலமான ஏரிதான். ஊற்ற ஊற்றக் குறையாமல் தண்ணீர்வந்து கொண்டிருந்தால் பாவம், அது என்ன செய்யும்? கரை உடைத்துக் கொண்டது. ஐயங்குட்டிப் பாளையம், தருமபுரி, மேட்டுப் பாளையம், முத்திரைப் பாளையம், கதிர்காமம் வழியாக தபதபவென்று நீர் பாய்ந்தோடி வந்தது. ஊரையே கழுவிக் கொண்டு வருகிறமாதிரி தனது கைகளுக்குத் தட்டுப்படும் பொருட்களையெல்லாம் எடுத்துக் கொண்டு வந்தது. அனேக குடிசைகள் தூக்கிக் கொண்டன. ஒப்புக்குக் கட்டியிருந்த ஏழைகளின்

வீடுகள் சரிந்து விழுந்தன. அதிகம் பாதிக்கப் பட்டவை முருங்கை மரங்கள். தாழ்வுப் பகுதியிலிருந்த வீடுகள், கடைகள் என எல்லோருக்கும் சவால் விடுவதுபோல, நீர் உள்ளே புகுந்து கொண்டது. “ஐயோ, ஐயோ...!” என்ற அலறல்கள் ஒலித்துக் கொண்டிருக்க, தண்ணீரில் தாம்பாட்டுக்கு கிடந்த உயிரினங்கள் மனிதர்களுக்கு திகிலைக் கொடுத்துக் கொண்டிருந்ததைக் கண்களால் நேருக்குநேர் பார்க்க முடிந்தது. பச்சைப் பாம்புகள், மீன்கள், தவளைக் கூட்டங்கள், தலைப்பிரட்டைகள் என அந்த ஜீவராசிகள் சூழ்நிலையில் ஒரு கவுச்சல் வாசனையைக் கிளப்பி விட்டபடி கிடைக்கும் பொந்துகளில் தஞ்சம் புகுந்து கொண்டிருந்தன.

“எலேய்... எல்லோரும் உள்ளே போங்க. எந்தப்பயலும் வெளியே வரக்கூடாது. வெள்ள வரத்து அதிகமாயிருக்கு... ஐயரம்மா யாரையும் காலனியை விட்டு காலை கீழே வைக்க உடாதீங்க...” பாய் தொப்பலாய் நனைந்து போயிருந்தார். அவரது வீடும் லட்சுமியின் வீடும் பாதி உள்ளே போயிருந்தன. பண்டபாத்திரங்கள் மிதந்தபடி வெளியே வந்து கொண்டிருந்தன.

“அல்லா... அல்லாவே!” என்று ஜாஹீர் அம்மா கதறிக் கொண்டிருந்தாள். அவளைப் பார்த்ததும் அம்மா இரைச்சலாய் சப்தம் போட்டாள்.

“ஏம்மா, ஜாஹீர் அம்மா இப்பிடி எங்க வீட்டுக்குள்ளே வாங்க. எந்த எழவு போனாலும் பரவாயில்லை. உசுரு முக்கியம். பாம்பும் கீம்புமாயிருக்கு... இப்பிடி வாங்க...!” என்று பதற்றமாய் குரல். ஜாஹீர் என்னோடு மிரட்சியோடு நின்றிருந்தான்.

“நாலு நாளைக்கு வெள்ளம் வந்துட்டுருக்குமாம்...!” என்று யாரோ சொல்ல, அழுகுரல்கள் கேட்க ஆரம்பித்துவிட்டன.

நான் எனது பிள்ளையாரைத் தேடினேன். கருங்கல் மேடையை எட்டி, அவரது தொப்பை வரை செம்பழுப்பு நீர் நெளிநெளியாய் ஓடிக் கொண்டிருந்தது. இடுப்பிலிருந்த வேட்டி அவிழ்ந்து ஒருபக்கமாய் பலூன்மாதிரி உப்பிக் கொண்டிருக்க. பிள்ளையாரிடம் அதே நேர் கொண்ட பார்வை. எங்களது சிறு தோட்டம் இருந்த இடம் தெரியவில்லை. வெறும் நீர்த்தரைதான் தெரிந்தது. தோப்புத்தாத்தாவின் வெற்றிலைக் கொடிகளும், அகத்திக்கீரை செடிகளும் முத்துக் கொட்டை மரங்களும் கன்னா பின்னாவென்று பின்னிப் பிணைந்து பரிதாபமாகக் காட்சியளித்தன. வேலிப்படல்கள் பிய்த்துக் கொண்டு போயிருந்தன.

இப்பொழுது, காலனியின் பொதுமுற்றம் வரை தண்ணீர் வந்து கொண்டிருந்தது. நல்லவேளை, மழை தூறல்களோடு சற்றுத் தணிந்திருந்தது.

"நாளு நாள் தண்ணியில ஓதம் கட்டி, செவுரு வுழுந்துடக் கூடச் செய்யலாம்....!" என்று மூக்குநீட்டி ஐயமெழுப்ப, ராணுவ வீரர் சட்டென்று எரிந்து விழுந்தார்.

"ஏண்டி பைத்தியம்? எரியற வீட்டுல பட்டாசைக் கொளுத்திப் போடறே? போயிட்டுப் போறோம் போ, ஏற்கனவே ஜனங்க ஆடிப்போயி கிடக்கு. இந்த அழகிலே இவவேற...?" என்க, "நான் என்னத்தச் சொல்லிப்பிட்டேன்? ஒரு முன்னெச்சரிக்கைக்காக சொன்னா... ஏன் இப்பிடி கோபப்படறீங்க...?"

"சரி, சரி.. உள்ளே போ...!"

எனக்கு ஒரு பாம்பையாவது பிடித்து வைத்துக் கொள்ள ஆசை. பாம்புக்கு சாப்பிட என்ன கொடுப்பது? துள்ளித்திரியும் சின்ன மீன்களை கொடுத்தால் போகிறது. வெள்ளத்தில் இடுப்புவரை நிற்க ஆசையாய் இருந்தது. ஆனால், நானோ சின்ன அண்ணனோ அதைக் கனவில் கூட நினைத்துப் பார்க்க முடியாது.

எல்லாத் தெருக்களும் பாதிக்கப்பட்டு விட்டன. முதன்மைச் சாலைகள் அடைபட்டு விட்டனவாம். ஒரு வாகனம் கூட வரவோ, போகவோ இயலாதாம்.

ஆலைக்கு வேலைக்குப்போன ஐயரை இன்னும் காணவில்லை! ஐயர்வீட்டம்மா கண்மைக் கண்கள் கசியத் தொடங்கியிருந்தன.

"நம்பளோட ஐயர் ஆலையில் பத்திரமாயிருப்பார்...!"

பெரிய அண்ணன், கைகளை வீசி, கால்களை அகல அகல வைத்து நீரையெதிர்த்துக் கொண்டு வந்து நின்றார். அம்மாவிடம் சொன்னார்.

"தண்ணி சாரம் வரைக்கும்தான் தேங்கிக் கிடக்கு. அதுக்கு மேல மேடு. மேலப்போகாது... முனுசிபால்ட்டிக்காரங்க, தண்ணி ஆபீஸ்காரங்க ஓரளவு ஏரியைப் பத்திரப்படுத்தியிருக்காங்களாம். இன்னும் நாப்பத் தெட்டு மணிநேரத்துல மறுபடி மழையாம். அது வந்தா ஒண்ணும் செய்ய முடியாதாம். ஊருல பாதி போயிடுமாம்...!"

அதைக் கேட்டதும் ஐயரம்மா, அழ ஆரம்பித்துவிட்டாள். அவளைப் பார்த்ததும் அம்மாவுக்கும் கரகரவென்று அழுகை சுரந்தது. எனக்கும் திகில் பற்றிக் கொண்டது. ஜாஹீர் அம்மா, ஜாஹீரை அணைத்துக் கொண்டாள்.

நான் அம்மாவை நிமிண்டினேன். என்னைப் பார்த்தாள்.

"அம்மா பசிக்குது...!"

"ஐயையோ இந்தப் பசங்களுக்கு ஏதாவது சாப்பிடக் கொடுக்கணும்...!"

"காலையில சுட்ட இட்லி ஏழெட்டுகிடக்கு குடுக்கட்டா...?" ஐயரம்மா.

"வேணாம்மா, உங்க பசங்களுக்கு கொடுங்க. பாவம் அதுங்களும் என்ன செய்யும்? நான் கொஞ்சம் அரிசி களைஞ்சு வைக்கிறேன். இவனுங்களும் ஜாஹீரும் சாப்பிடட்டும்...!"

"அம்மா... அம்மோவ்...!" என்ற குரல் கேட்டது. இந்திக்காரிதான்!

நாங்கள் திரும்பிப் பார்த்தோம்.

பெரிய எவர்சில்வத் பேசினில் அடுக்கடுக்காய் சப்பாத்திகள். அவளோடு இந்திக்காரரும் கண்களில் அன்புபொங்க நின்றிருந்தார்.

"எல்லோருக்கும் எடுத்துக்கச் சொல்லுங்க...!" என்றார்கள். எனக்கு, ஜாஹீருக்கு, ஜாஹீர் அம்மாவுக்கு என்று கைகளில் இரண்டிரண்டு சப்பாத்திகளைத் திணித்தனர்.

"ம்... நீங்களும் சாப்பிடுங்கம்மா...!"

அம்மா எடுத்துக் கொண்டாள். பாய் ஓடிவந்து வாங்கிக் கொண்டார்.

"இதுதாம்மா தெய்வம்...!" என்றார்.

அம்மா புன்னகைத்தாள்.

இந்திக்காரி, மூக்குநீட்டி வீட்டுக்குள் நுழைந்து அவர்களுக்கு ஒரு கட்டுச் சப்பாத்தி கொடுத்து விட்டு, ஐயரம்மாவைப் பார்த்து...

"இன்னும் கோபம் இருக்கு?" என்றாள்.

அம்மா சைகை காட்ட, அவளும் வாங்கிக் கொண்டு, குழந்தைகளைத் தேடி உள்ளே போனாள்.

"இன்னிக்குப் பூரா நாங்க சப்பாத்தி செய்வோம்...! யாரும் கவலை வேண்டாம்...!" என்றார் இந்திக்காரர்.

எனக்கு திடீரென்று தம்புவின் ஞாபகம் வந்தது. அத்தனை களேபரங்களிலும் திடீரென வெறுமை சூழ்ந்த உணர்வு. அவன் மேலிருந்து இங்கு நடப்பதைப் பார்த்துக் கொண்டுதான் இருப்பான்.

தம்பு... தம்புசாமி இப்போது. 'சாமி எங்களைக் காப்பாத்து!'

"ஓ... நேக்கு என்ன நடக்கிறதின்னு தெரியலை. பயபுள்ள ஆத்துக்கு வந்திட்டானோ... ஏண்டி இவளே... ஏதேச்சும் சொல்லித் தொலையேண்டி....!" என்று காரைக்குடி கிழவி கூப்பாடு போட்டுக் கொண்டிருந்தது.

எங்களோடு லக்ஷ்மியும் வந்து ஒட்டிக் கொண்டாள்.

"எல்லாம் போச்சும்மா... போச்சு...!" என்று அழுதாள். அவளோடு சில பாத்திர மூட்டைகள் முதுகில் சாய்ந்திருந்தன.

ராணுவ வீரர் வெளியே வந்தார்.

"நான் சொல்லுறத எல்லாரும் கேட்டுக்கோங்க...நெலமை ரொம்ப மோசம்னு ரேடியோக்காரன் சொல்லுறான்...!" என்றார் கையில் சின்ன வெற்றிலைப் பெட்டி ரேடியோவை வைத்துக் கொண்டு.

"ரெண்டு மூணு நாளைக்கு கரண்டு கிடையாது. மரம் சாஞ்சிடுத்தாம். நெலமை ரொம்ப மோசமாயிருக்கிறது உறுதியாயிடுச்சு. நமக்கு நாமதான் உதவிக்கிடணும். இதுதான் ராணுவத்திலே எங்களுக்கு கத்துத்தர்ற முதல் பாடம். பாவம், நம்மள சுத்திக்கிடக்கிற மனுசாளுங்க வீட மூழ்கி கிடக்கிறாங்க. ஆக, அவங்களை நாம பாத்துக்கிறதுதான் மனிதாபிமானம்.

ஆம்பிளைங்களெல்லாம் என் வீட்டுக்கு வந்துடுங்க. பொம்பிளைங்க, ராஜி அம்மா, ஐயரம்மா, இந்திக்காரம்மா, வீடுங்கள்ளே குழுவா தங்கிக்கோங்க. நாம சமைக்கிறதை எல்லோரும் பங்குப் போட்டுப்போம். ரெண்டு மூணு நாள் நாம இதைச் செஞ்சுதான் ஆகணும்... என்ன பாய் நான் சொல்றது சரிதானே...?"

"பின்னே?" என்றார் பாய்.

"சரி செஞ்சுப்புடுவோம்...!" என்றாள் அம்மா.

நடு அண்ணன் வந்தார்.

“பாதிக்கப்படுறவங்களுக்கு கவர்மெண்டு பால், ரொட்டி, டீத்தூள் தர்றாங்களாம். நான் செட்டியார்கிட்டே சொல்லி நம்ம குடும்பங்களுக்கு வாங்கிட்டு வந்துடறேன். என்கூட பாய் வரட்டும்...!” என்றார்.

ஐயரம்மா பதறப்பதற ஓடி வந்தாள்.

“என்ன...? என்ன...?” என்றார் ராணுவ வீரர்.

“மாமிக்கு உடம்பு முடியலை. நெருப்பா கொதிக்குது. நேக்கு பயமாயிருக்கு...! அவரையும் இன்னும் காணோம்...!”

அவர் ஓடிப் போய் பார்த்தார்.

கிழவி கடகடவென்று ஓலைப்படல் ஆடுவது போன்று ஆடிக் கொண்டிருந்தாள்.

“அடப்பாவமே, நாமே நொந்து நூலாயிருக்கோம். இதுல இது வேறயா...? அடமழை குளிர்ச்சி ஒத்துக்கலை. நமக்கே தாங்கலை. இதுக்கு எப்படி...?” என்றவர், “பாய்... பாய்...!” என்று கத்தினார். அவர் திரும்பி கேள்வி முகத்தோடு பார்க்க...

“கிழவியம்மா தாங்காது போலிருக்கு. உடனே நாலாவது தெரு சீனு வைத்தியரை கூட்டிட்டு வாங்க. உடனே மருந்து கொடுத்தாகணும். இந்த அழகிலே இது போய்ட்டா வம்புதான்...!”

மறுபடியும் தூறல் பலமாகத்தொடங்கியிருந்தது.

எல்லோர் முகத்திலும் பயம்... பயம்..

“ஆண்டவா, ஏதும் நடந்திடக் கூடாது...!”

மதியம் இரண்டு மணி வாக்கில், ஐயரும் சைக்கிளும் விழுந்து எழுந்து வந்திருந்தனர். பாத்திரத்தில் முக்கியெடுத்த பூனைமாதிரி வெடவெடத்து ஐயர் காட்சியளித்தார். அவருக்கு செய்தி சொன்னதும் பதறினார். யாரோ சுடுநீர் தம்ளரை நீட்ட வாங்கிக் குடித்தார்.

“பயப்படாதீங்க... மாத்திரை மருந்தெல்லாம் குடுத்திருக்கோம். அம்மா அசந்து தூங்குறாக. எல்லாம் சரியாகும்...” என்று ஆறுதல் சொன்னார் பாய்.

“முதல்லே நீங்கபோய் ஆடைய மாத்துங்க. நீங்களும் படுத்துறப் போறீக....!”

“ஈஸ்வரா.. நீங்க வந்து நெஞ்சுல பாலை வார்த்தேள்...!” என்றாள் ஐயரம்மா, அழுதபடி. ஐயரைக் குழந்தைகள் ஈரத்தோடு அணைத்துக் கொண்டனர்.

திடீரென்று, மழை ஊற்றத் தொடங்கியது.

“கடவுளே... கடவுளே... இன்னுமா, தண்ணீ கேக்கிறோம்? சீக்கிரம் வானம் மூடிக்கக்கூடாதா...?” என்றாள் அம்மா கலவரமாக.

“நம்ம நேரம் நல்லாயிருந்தா, அம்மை, காலராவிலேர்ந்து தப்பிக்கலாம். ஆனா... மழை, வெள்ளம் அந்தப் பிசாசுகளை நிச்சயம் கொண்டு வரத்தான் செய்யும். கவர்மெண்டு ஊசிபோட கூப்பிட்டா, எல்லாரும் ஓடிப்போய் போட்டுக்கிடுங்க...!” என்றார் ராணுவ வீரர்.

எல்லோரும் வீட்டுக்குள் நுழைந்து கிழவியைப் பார்த்தோம். ஐயர் கன்னத்தில் கையை வைத்துக் கொண்டு அழுக்கு மோடாவில் அமர்ந்திருந்தார்.

“இன்னும் தூங்கறா...!” என்றாள் ஐயரம்மா.

“ஏம்மா... நீ பேசாம காரைக்குடிக்கே போயிட்டிருக்கலாமே....?” என்று ஐயர் தூங்குபவளைப் பார்த்துக் கண்ணீர் வழியக் கேட்டார்.

“உனக்கு ஏதாவது ஆச்சுன்னா... இந்த மழையிலயும் வெள்ளத்திலேயும் என்ன செய்வேன்...!”

“அப்படியெல்லாம் ஒண்ணும் ஆகாது. ஆனாலும் கவலைப்பட வேண்டாம். நாங்களெல்லாம் இருக்கோம்...!” ராணுவ வீரர்.

அங்கு இறுக்கமான அமைதி நிலவியது.

வானத்தில் பகல் நேர, இடிச்சத்தம் துரத்திக் கொண்டே வெடித்தது.

கிழவிக்கு ‘விலுக்விலுக்கென்று’ தூக்கிப் போட, “சின்னப் பசங்கல்லாம் பக்கத்து ரூமுக்குப் போங்கடா...!” என்ற சப்தம் கேட்க நாங்கள் ஓடினோம்.

“என்ன... என்ன...?” பதற்றக் குரல்கள்.

“ஒண்...ணும் இல்ல; ஒண்ணுமில்ல...!” என்று சாந்தக் குரல்கள் ஒலித்தன.

“காய்ச்சல் உட்டுருக்கு; இனி ஒண்ணும் ஆகாது...!” மந்தகாசமான சூழ்நிலை படு எரிச்சலாய் இருந்தது எனக்கு. விளையாடி நாலைந்து

நாட்களாகின்றன. மழையின் ஆட்டம் ஒருபுறமிருக்க, விளையாட ஒரு தலையையும் தெருவில் காணோம்! தெருவே இல்லாதபோது தலைகளை எங்கு தேடுவது?

"உலகம் அழியப் போகிறது..." என்று பேசிக் கொண்டார்கள். "அதுவும் ரெண்டாயிரத்துல அழிஞ்சுடுமாம்...!" என்று வருடமும் குறித்துப் பேசினார்கள். எனக்கு ஒரு கணக்கு எழவும் புரியவில்லை. தாகம்... தாகம்... தாகம்... விளையாட்டு தாகம்...

"என்னிக்கு வெய்யிலடிக்கப் போவுது' என்று ஏங்கத் தொடங்கினேன்.

"புள்ளையார் மேடை சரிஞ்சு போச்சு... புள்ளையார் சாஞ்சுடுச்சு... இது அழிவுக்கு அறிகுறி..." என்று கூச்சல் எழும்ப, யாருக்கும் தெரியாமல் பொதுமுற்றம் நோக்கி நகர்ந்தேன். அங்கு எனது தொடை வரை நீர்த்தேக்கம்.

நடுநடுங்க வைக்கும் சில்லிப்பு; பாதத்திற்கு கீழே ஏதேதோ நழுவுவது போன்ற பிரமை. இலை, தழைகள் அல்லது வேறெதாகிலும் காலைப் பின்னிப் பிணைந்து பிறகு நழுவி ஓடியது.

'ஐயோ பிள்ளையார் சாமி வுழுந்துடுச்சா...!' என்ற பரிதாபம் மேலோங்க வெளியே எட்டிப் பார்த்தேன். பிள்ளையார் பின்புறமாய் நாட்டிக் கொண்டிருந்தார். உடம்பின் அடிப்பகுதி வட்ட வடிவமாய்க் காட்சியளித்தது. நல்லவேளை முழுச்சிலையாய் இருந்திருந்ததால், அம்மணக் கட்டையாய் கிடந்திருப்பார். வேஷ்டியைக் காணவேயில்லை. இடுப்பிலிருந்த நாணயங்கள் வெள்ளத்தில் அடித்துக் கொண்டு போயிருக்கலாம்.

இரண்டு, மூன்று பேர் அவரை நெருங்கி தூக்கி நிறுத்தப் பார்த்தார்கள். ஊஹூம், முடியவில்லை.

"கடப்பாரை வேணும்...!" என்றார் பாய்.

"அதெல்லாம் இப்போ மழையில தேடிக்கிட்டு இருக்க முடியாது...! வெள்ளம் வடிஞ்சாத்தான். மொதல்ல மனுஷங்களைப் பாருங்க. பிள்ளையார் எங்கேயும் போயிட மாட்டார்..!' சொன்னவர் யாரென்று தெரியவில்லை... சிவப்புச் சட்டையும் கறுப்பு கால்சட்டையும் போட்டிருந்தார்.

எல்லோரும் அவரவர் வேலையைப் பார்க்கப் போய்விட. நான் செய்வதறியாது திகைத்து நின்று கொண்டிருந்தேன்.

'இப்போது வைக்கோல் பைத்தியம் என்ன செய்து கொண்டிருக்கும்? வெள்ளத்தில் நீந்திக் கொண்டிருக்குமா? அது என்ன சாப்பிடும்?' நினைவுகளை விலக்க முயன்றேன். முடியவில்லை.

"ஐய்யோ... அம்மா...!" என்ற ஐயரின் அலறல் கேட்டது. எல்லோரும் பரபரப்பாக ஓடினர். நானும் கவனம் கலைக்கப் பெற்றவனாய் தண்ணீரை விலக்கிக் கொண்டு போனேன்.

"கிழவிக்கு தூக்கித் தூக்கி போடுது. இனிமே அவ்வளவுதான்...!"

"அடக்கடவுளே, பாட்டி இந்த நேரத்திலதானா மண்டையப் போடணும்? வெள்ளம், மழை நின்னப்பிறகு மூச்சு போகக் கூடாதா?"

"பால் ஊத்தலாமா...?"

"அட, சும்மாயிருங்கப்பா, உசிரோட இருக்கிற ஜென்மத்தை நீங்களே காட்டுக்கு அனுப்பிடுவீங்க போலிருக்கு. ஒத்து... ஒத்து... ஜன்னி கண்டிருக்கு அவ்வளவுதான். ஒண்ணும் ஆகாது. சம்பூர்ணம் சிஸ்டரை ஊசிபோட யாராவது வரச் சொல்லுங்கோ...!" என்று கத்தினார் ராணுவ வீரர்.

ஐயர் தேம்பித் தேம்பி அழுதார்.

"மொதல்ல ஐயரை வேறெங்காவது உட்கார வையுங்கோ. இவர் தொல்லை தாங்க முடியலை...!"

"வழிவுடு... வழிவுடு.. சிஸ்டர் வர்றாங்க...!"

சம்பூர்ணம் சிஸ்டர், வண்ணக் குடையோடும்... சின்ன ஊசிப்பெட்டியோடும் வந்தார்கள்.

"கொஞ்சம் சுடுதண்ணி போடுங்க... ஸ்டெரிலைஸ் பண்ணனும்...!" குரல் மிக இனிமையாய் இருந்தது.

அப்புறம், ஊசி மருந்து உள்ளே ஏற்றி காற்றை பீய்ச்சி வெளியேற்றி விட்டு கிழவியின் சுருங்கிய இடுப்பில், ஊசியை ஏற்றினார்கள். கொஞ்சம் மட்டுமே அசைவு. பிறகு மறுபடியும் பாட்டி குதித்தாள். அமுக்கிப் பிடித்து குவளை வாயைத் திறந்து ஒரு மஞ்சள் மாத்திரையைப் போட்டு நீர் ஊற்றினார்கள். மூக்கைப் பிடித்து விட, மாத்திரை உள்ளே போனது.

"யாரும் தொந்தரவு தர வேணாம். பாட்டியம்மா இன்னும் அம்பது வருஷம் உயிரோட இருப்பாங்க... எல்லாரும் போங்க...! என்று சிரித்தபடியே சிஸ்டர் சொன்னார்கள்.

எனக்கு ஊசிமிஷினின் மேலேயே கண்கள் இருந்தன.

18

சகஜநிலைக்குத் திரும்பப் பத்து நாட்களாகின. உடலுக்கு இதமாய் வீசும் வெய்யில் திரும்பியிருந்தது. ஊரையே கழுவி விட்டாற்போல தண்ணீர் இடத்தைச் சுத்தம் செய்திருந்தாலும், மாற்றங்களும் சேதங்களும் மிக அதிகம்.

உள்ளூர் காங்கிரஸ் பிரமுகர் அம்மா தேணுகா செல்லதுரை வந்து பார்த்து விட்டுப் போனார்கள். அவரது கண்களில் கருணை மிகுந்திருந்தது. அவரும் இந்திராகாந்தி போல பெண் அரசியல்வாதி என்று பெருமையாகப் பேசிக் கொண்டார்கள். இந்திராகாந்தியின் பிரமிப்பு நிழல் அவர்மேல் வந்து படிய மக்கள் சூழ்ந்து கொண்டார்கள்.

"முதலமைச்சர்கிட்டே நிவாரணம் கிடைக்க எல்லா ஏற்பாடுகளும் செஞ்சிருக்கேன். நாளையிலேர்ந்து தடுப்பு ஊசி போடறாங்க. எல்லாரும் தவறாம போட்டுக்கோங்க... என்ன செட்டியார், பிள்ளையார் அடி ரொம்ப பலமா பட்டுட்டாரோ?"

"ஆமாங்கம்மா. தூக்கி நிறுத்திப் பிட்டோம். ஆனா, புத்துக் கோயில்தான் ரொம்ப பாதிக்கப்பட்டுடுச்சு. பாம்புபுத்து பூரா சேறும் சகதியும் சேர்ந்து நாலைஞ்சு நாளா பாம்பைக் காணலை...!"

"அதான் எக்கச்சக்கமா பாம்புக்குட்டிங்க வெள்ளத்திலே வந்துச்சே. எல்லாம் புத்து காஞ்சதும் வந்துடும்... மாரியம்மா நம்மளைக் கைவிட மாட்டாங்க...!"

"சரியாச் சொன்னீங்கம்மா...!"

"அறநிலையத் துறைக்கு ஒரேயொரு கடிதம் கொடுங்க நிதி வாங்கித் தர்றேன். கோயிலை சரிசெஞ்சுடலாம்."

"அப்படியே ஆகட்டும்மா...!"

"அப்புறம் செட்டியாரே... வர்ற தேர்தல்லே சீட்டு கிடைச்சா நல்லபடியா முடியுமா...?"

"உங்களுக்கு சீட்டுக் கிடைக்கும்மா! எம்.எல்.ஏ. ஆயிடுங்க!"

“யாரோட பையன் இவன்? நம்பளையே வச்ச கண்ணா பார்த்துட்டிருக்கான்...?”

தேனுகா என்னைக் கையைக் காட்ட வெட்கப்பட்டேன்.

ஓதம் கட்டிய சுவர்கள் பாசிப்பழுப்போடு காய ஆரம்பித்திருந்தன. ஜாஹீர், லஷ்மி வீடுகளை பூமி தாங்கியிருந்தது. சுவர்கள் கரைந்து போய்விட்டனவாம். ஓவியக்கிழவி வீட்டுக்கு ஏதும் நிகழவில்லை. அனேகமாக மழையிலும் வெள்ளத்திலும் கதவே திறக்கப்படவில்லை. கிழவருக்கு என்ன சமைத்துப் போட்டிருப்பார்கள் என்று யூகிக்க முடியவில்லை. வீடு போனவர்களுக்கு நிவாரணத் தொகை முன்னூறு ரூபாய் கிடைக்குமாம். குடிசை மாற்றிக் கொள்ளலாம்.

தோப்புத்தாத்தா பிள்ளையார் மேடையில் கவலை தோய்ந்த முகத்தோடு அமர்ந்திருந்தார். அவருக்குத்தான் முழு கேடுகளும். குத்தகைக்கு எடுத்த தோப்பு அடியோடு அழிந்து போய்விட்டது.

“எம்.எல்.ஏ. ஏதாவது செய்வாரா...?” பாய் கேட்டார்.

“குத்தகை நிலத்துக்கெல்லாம் தரமாட்டாங்களாம். நிலம் சொந்தமா இருந்தா ஏதாவது கிடைக்கும்..!”

“அதான் யோசிச்சிட்டிருக்கேன். என்னோட ஒரு வருஷ சாப்பாடும் இந்த வெள்ளத்துல அடிச்சிட்டுப் போயிடுச்சு, பாய்...!” தாத்தாவின் தொண்டை கட்டியது.

“கவலைப்படாதீங்க. அல்லா எந்த குறையையும் வைக்கமாட்டான்... ஆவுறதப் பாப்போம்...!”

கிழவி நன்கு தேறியிருந்தாள். புதிதாய்ப் பிறந்த குழந்தையைப் போல சுறுசுறுப்பாக இருந்தாள்.

“மழையெல்லாம் உட்டுடுத்தோ...?” என்றாள்.

“ம்... மழை பிராணனை எடுத்து விட்டுடுச்சு...!” என்றாள் மாட்டுப் பெண்.

காலனியில் வெள்ளத்திற்குப்பின் ஒருவித இறுக்கம் தளர்ந்திருந்தது. மொத்த மனங்களுக்கும் விழுந்த பாதிப்புதான் வெள்ளம். எனக்கு அந்த சமயத்தில் கூடியிருந்த மக்களின் நெருக்கம் பிடித்திருந்தது. இந்திக் காரியின் முகத்திலிருந்த சாந்தமான புன்னகை

எனக்குப் புதிது. ஜாஹீர் அம்மாவின் கிண்டல் பார்வைகள் முற்றிலும் காணாமல் போயிருந்தனவே, அதுவும் புதிது. ராணுவவீரர், பாய், இந்திக்காரர் ஓடி ஓடி செய்த உதவிகள் பிரச்சினைகளை மறக்கச் செய்தன. மொத்தத்தில் அனைவரும் நாலைந்து நாட்களாக இணக்கமாக இருந்திருக்கிறார்கள்.

புற்றுக்கோயில் தனது மஞ்சள் குங்குமக் கறைகளை முழுவதும் இழந்திருந்தது. கையால் கலைத்துப் போட்டதுபோல பாம்புப்புற்று பிசைந்து போயிருந்தது. யாரோ வைத்திருந்த முட்டையும் பாலும் அப்படியே இருந்தன. விறகுக்கடையில் வெள்ளம் புகுந்துவிட்டிருந்திருக்க சேறுசூழ கடை மூடியிருந்தது. பங்க் கடைக்கு பாதிப்பு ஏதுமில்லை. ஆனால், கிழவி 'வெள்ளக்காய்ச்சலில்' படுத்த படுக்கையாயிருக்கிறாள் என்று அண்ணன் சொன்னார். பங்க் கடையில் வெண் முறுக்கு மீசை கிழவர்தான் வியாபாரம் செய்து கொண்டிருந்தார். 'இந்த விஷயம் கிழவியை நிரந்தரப் படுக்கையில் போட்டுவிடும்...' என்று அக்கா பெரியண்ணனிடம் சொன்னாள். அக்காவிற்கு வயிறு தள்ளிக் கொண்டிருந்தது.

"கட்டியா...?" என்று கேட்டேன்.

"லூஸு, லூஸு... குட்டிப்பாப்பா பொறக்கப் போவுதுடா...!" என்றாள்.

19

வீடு வெறிச்சோடிப் போயிருந்தது. எனக்கு அழுகை அழுகையாய் வந்தது. சின்ன அக்கா அழுக்குப் பாத்திரங்களை தேய்த்துக் கொண்டிருந்தாள். இனி, பாத்திரங்களோடு அவள் காத்திருக்கணும். பெரிய அண்ணன் சாயந்திரம் ஆலையிலிருந்து வருகையில் அரிசியும் பருப்பும் சொற்பக் காய்கறிகளும் வாங்கி வரலாம். அதன் பிறகுதான் உலை பொங்க வேண்டும்.

“என்னடா பசிக்குதா...?” அக்கா கேட்டாள்.

“ஏதாவது திங்க...”

“அவன் எங்கடா...?”

“வெளையாடப் போயிருக்கான்”

“சாமிமாடத்துல பேப்பரத் தூக்கிட்டுப் பாரு. மூணு பைசா இருக்கும். ஏதாவது முட்டாய் வாங்கிச் சாப்புடு...!”

காசைத் தேடிக்கொண்டே, “அம்மா எப்ப வரும்...?” என்றேன்.

“புதன்கிழமைதா. அக்காவுக்கு பாப்பா வர்றவரை அம்மா அடிக்கடி போய்ட்டு வந்துட்டுதா இருக்கும். ஒழுங்கா தர்றதைச் சாப்டுட்டு சண்டை வாங்காம மரியாதையா பாடப் புஸ்தகங்களைப் படி...”

அக்கா சொன்னது எதுவுமே பிடிக்காததால், பைசாவோடு பங்க் கடையை இலக்காக வைத்து ஓடினேன்.

அம்மா வீட்டிலிருந்தால் ஒரு தைரியம். எப்பொழுதும் சொற்ப அன்பாவது கிடைக்கும்.

பக்கத்து வீடுகளில் விதவிதமான மசாலா வாசனைகள் வயிற்றை உசுப்ப, மூன்று சிவந்தமண்களோடு வந்து அமர்ந்தேன். சிவந்த மண் என்பது மல்லாட்டை (நிலக்கடலை. பாண்டிச்சேரியில் மல்லாட்டை. மணிலாக்கொட்டையின் திரிபாக இருக்கலாம்). இனிப்பு சேர்ந்த கடிக்க ஒரு கடினமான மிட்டாய்.

எங்கள் வலைக்கூடை வீட்டில் அக்காவை வைத்து பராமரிக்க இயலாது என்பதால், மாமா தனது வீட்டுக்கு அம்மாவை அழைத்துக் கொண்டார்.

"அதுக்கு நாக்குக்கு ருசியா, புளிப்பா ஏதாவது சமைச்சுப் போடுங்க, பிரசவம் ஆனதும் நீங்க மறுபடி போய்க்கலாம்...!"

அம்மா, சின்ன அக்காவிடம் தன் பொறுப்புகளை ஒப்படைத்த போது அவள் அழுதாள்.

"சோத்தை வடிச்சுடு. சாம்பார், ரசம் ஏதாவது வச்சு சமாளி. சின்னப் பசங்க மத்தியானத்தில் பள்ளிக்கூடத்தில் சாப்பிட்டுக்குவானுங்க. பெரியவனுக்கு மட்டும் மில்லுக்கு போம்போது சாப்பாட்டை சரியா கொடுத்துடு... என்னடி செய்யிறது? குழந்தையை நாம வச்சு, பிரசவம் பார்த்து அனுப்ப நமக்கு வக்கில்ல. கடன் கேட்டுத்தான் பார்க்கலாம். கொடுக்க ஆளு வேணுமே. மருமவன் நல்லவரா இருக்கிறதால எதையும் எதிர்பார்க்கல. தானே எல்லாத்தையும் செஞ்சுக்கிறார்., இதுதான் நாம செஞ்ச புண்ணியம்."

"நான் பார்த்துக்கிறேம்மா...!"

"டின்னுல கொஞ்சம்தான் அரிசி இருக்கு. பெரியவன் ஏதாவது ஏற்பாடு பண்ணுவான். சவுக்கை மிளார் வந்தா, பத்து கட்டு வாங்கிப்போடு..." என்ற அம்மா ஏதோ காசை கையில் திணித்தாள்.

"அடுப்பை ரொம்ப புகைய விடாத, சரியா எரிய வை. கரும்புகை படிஞ்சா வீட்டுக்காரரர் திட்டுவார்..."

"ம்..."

"வனஜா அக்காவை பார்த்து ஏதாவது மளிகை சாமானுக்கு ஏற்பாடு செய்யச் சொல்றேன். அப்புறம் ஒரு முக்கியமான விஷயம். காலனியில யார்ட்டயும் வீண் பேச்சு வச்சுக்காதே. இந்திக்காரிக்கிட்டே வாயைக் குடுத்திடவே குடுத்திடாதே...!"

அம்மா புறப்பட, "நானும் வரட்டா...?" என்றேன்.

"உசிர எடுக்காம அக்காகிட்டே ஒழுங்காயிருக்கனும். உள்ளே போ...!"

மிட்டாய் தீர்ந்து விடக்கூடாது என்ற கவனத்தில் நக்கி நக்கி கடித்தேன். திடுதிப்பென்று பள்ளிக்கூடம் மனதில் உட்கார்ந்து கொண்டது. அடிப்பதற்கென்றே ஒரு பி.டி. மிசே வந்திருக்கிறார். அக்கா படிக்கும் 'வாராந்தரி' புத்தகத்தினுள்ளே வரும் விளம்பரத்தில் இருப்பதுபோல கட்டுக்கட்டாய் உடல்வாகு கொண்டிருந்தார். உடற்பயிற்சி வகுப்புகளில் இறுக்கமாக வெள்ளை பனியன், கால்சட்டை, சப்பாத்துகளை போட்டுக்கொண்டு 'ஹெக்... ஹெக்...'

என்ற விநோத ஒலியெழுப்பி மைதானத்தைச் சுற்றி வருகையில் ‘ஒண்ணுக்கு’ முட்டிவிடும். எங்களனைவரையும் வரிசையாக நிற்கவைத்து ஒரேமாதிரி கை, கால்களைத் தூக்கி பயிற்சிகளை செய்யச் சொன்னது பரவாயில்லை. ஆனால், ஒரு கை (அ) ஒரு கால் வடிவம் மாறினால் ‘பச்’ என்று கன்னத்தில் அறைந்தார்.

உதைப்பதற்கென்றே வந்து சேரும் இம்மாதிரி வாத்தியார்கள் பெரும் பீதியை ஏற்படுத்துவார்கள் என்று சொல்லித் தெரிய வேண்டியதில்லை.

கணக்கு டீச்சரம்மாவும் அறிவியல் மிசேவும் சிரித்து சிரித்து பேசுவதை நாங்கள் அறிவோம். பி.டி. வந்ததும் டீச்சரம்மா அவரிடம் பேசவே விரும்பினார்கள். அதனால், அறிவியல் மிசே அடிக்கடி விடுப்பு எடுத்துக்கொண்டார்.

நாளைக்கு பள்ளிக்கூடம். மத்தியானம் ‘ஹெக்... ஹெக்’ உண்டு.

ஒழுங்காய் படிக்காதவர்கள் மைதானத்திற்கு அனுப்பப்படுவர். மிசேதான் அனைவரையும் தண்டனை ஓட்டம் ஓடவைப்பார். என் அண்ணனும் அந்த பட்டியலில் அடிக்கடி இடம்பெறுவான்.

நான் எப்படியோ படிக்கத் தொடங்கியிருந்தேன். எழுத்து கூ...ட்...டி.... ‘நமது நாடு பாரதம். அதன் பெயர் இந்தியா. பட்டொளி வீசிப் பறக்கும் மூவர்ணக் கொடியாம் அது ஆரஞ்சு, வெண்மை...’ என்று படபடவென்று எப்பொழுது பாடம் முடியும். உட்காரலாம் என்று படிப்பேன்.

இதில், செல்லம்மிசேதான் ஜாலி. அவருக்கு சூசையையும் என்னையும் மிகவும் பிடிக்கும். எனவே, எங்களைத்தான் விளையாட்டு மணியில் கதிர்காமத்திலிருக்கும் தனது வீட்டுக்கு அனுப்புவார். கேழ்வரகு கூழ் வாங்கிவர!

பெரிய பெரிய தேக்குமரத் தூண்கள் நிறைந்த திண்ணை வைத்த வீட்டினை அடைந்து கொஞ்சம் இருட்டான அறைக்குள் நுழைந்தால் மோர் வாசம் வீசிக்கொண்டிருக்கும்.

வாத்தியாரின் பல் நீண்ட மனைவி எதிர்கொள்வார்கள்.

“வாங்கடா... சித்த இருங்க....!” நீண்ட யுகங்கள் நிற்க வைத்து, பெரிய பித்தளை கூஜாவின் காதை திருகியபடியே கொடுக்க, ஓடிவந்தால், விளையாட்டு மணி முடிந்து மணி அடித்திருக்கும்.

அனைவரும் வகுப்புக்குள் போயிருக்க அந்த அமைதி - அந்தக் கணம் பயங்கரமாய் இருக்கும். மிசே கூழை ஒரு தம்ளரில் ஆர அமர உறிஞ்சிவிட்டு, மீதத்தை மூடிவைத்துக் கொள்வார்.

'சக்கர மிட்டாய்...!' ஒலி கேட்டு திடுக்கிட்டேன். சங்கு, குருவி, பந்து வடிவங்களில் வண்ணங்குழைத்த சர்க்கரை மிட்டாய். இப்பொழுது அக்காவிடம் காசு கேட்டால், நிச்சயம் பூசை உண்டாதலால், மிட்டாய்க்காரரை போக வழிவிட்டேன். என் கையிலிருந்த ஒரு சிவந்தமண் கரைந்து போயிருந்தது. எச்சிலும் வெல்லப்பாகும் உள்ளங்கைகளை நசநசவென உறுத்த, கால்சட்டையில் துடைத்துப் பார்த்தேன். போகமாட்டேனென்றது. கையைக் கழுவினால் தேவலை.

காலனி முற்றத்தில் இப்பொழுது தண்ணீர் வரும் நேரமில்லை. துணிதுவைக்கும் மேடைக்கருகில் பச்சை அகல வாளி காட்சியளித்தது. எழுந்துசென்று பார்த்தேன். நிறைய தண்ணீர். அதற்குச் சொந்தம் இந்திக்காரி. வழக்கமாக அதைத் தொடக்கூடாது. தொடவும் மாட்டார்கள். நானோ சுற்றுமுற்றும் பார்த்துவிட்டு கைகளை நனைத்தேன். பிறகு துடைத்துக்கொண்டு இறங்கினேன்.

மனசுக்கு சந்தோஷமாய் இருந்தது.

வெள்ளத்தால் தோட்டம் காணாமல் போயிருந்த இடத்தில் வித்தியாசமாக ஏதாவது புதிய பொருள் கிடைக்குமா என்று தேடினேன். இன்னும் வெள்ளம் கொண்ட சுவடுகள் தெரிந்தன. சில சோடாமூடிகள்தாம் இருந்தன. 'அவை பத்து காசுகளாய் மாறினால் எப்படியிருக்கும்?'. தம்பு வசித்திருந்த வீட்டினை இப்பொழுதெல்லாம் பார்க்கவே பிடிப்பதில்லை. பிள்ளையாரைச் சுற்றி வந்தேன். காசு எதுவும் கண்ணில் படவில்லை. மேடையில் அமர்ந்து கொண்டேன்.

ஓவியக்கிழவியின் வீடு அழுத்தமாகச் சாத்தியிருந்தது. அது சூரியன் மறைந்ததும்தான் திறக்கும். கிழவர் மசாலா அடைத்து, நூலால் தைத்த பொரித்த மீனை சாப்பிட்டுவிட்டு, பீடி புகைத்துவிட்டு, மெத்மெத் கட்டிலில் படுத்து உறங்கிக் கொண்டிருப்பார்.

அக்காவுக்கு பாப்பா எப்படி பிறக்கும் என்று தெரியவில்லை. ஒரு சமயத்தில், தோப்புத்தாத்தா வேலிக்கருகில் பழுப்புநாய் ஏழெட்டு

குட்டிகளைப் போட்டுவிட்டு தூங்கிக்கொண்டிருந்தது. கண்கள்மூடிய நாய்ப் பாப்பாக்கள் அம்மாவை குட்டிக்கால்களால் அணைத்துக் கொண்டிருந்தன.

"கிட்டே போயிடாதேடா. பெரிய நாய் கடிச்சுக் குதறிடும்...!" பாய் எச்சரித்தார்.

அமைதியும் இளங்காற்றும் தூக்கத்தை அழைத்து வந்தன.

அக்காவின் குட்டிப்பாப்பாவை தொட்டுப் பார்க் மிகவும் ஆசையாய்...

20

நடு அண்ணனுக்குத் தபால் ஆபீஸில் வேலை கிடைத்தது. தற்காலிக வேலையாம். பிற்பாடு நிரந்தரம் செய்வார்கள் என்று தகவல் சொன்னார். அம்மா, "சம்பளம் எவ்வளவு இருக்கும்...?" என்றாள்.

"ஆலையில் தர்றதோட இப்போ முப்பதுரூபா கம்மிதான். இருந்தாலும் கவுரமான வேலை...!"

எனக்குத் தபால் ஆபீஸ் குறித்த சிந்தனைகள் ஓட ஆரம்பித்தன. அப்பா அனுப்பிவைத்திருந்த இருபத்தைந்து ரூபாய் மணியார்டர் ஒன்றை, அம்மாவும் நானும் வாங்க நேரிடையாகத் தபாலாபீஸ்க்குப் போயிருந்தோம். கருஞ்சிவப்பு நிறத்தில் 'அஞ்சல் அலுவலகம்' என்ற பெயர்ப்பலகை ஒருக்களித்தவாறு தொங்க, வாசலில் இரண்டு பெரிய தபால்பெட்டிகள் இருந்தன. அவை பூட்டுகளால் பூட்டப்பட்டிருந்தன. ஒருவர் தபாலை அதன் வாயில் வைத்து, தள்ளி விட்டார். அது உள்ளே போய் விழுந்தது. 'கையால் தள்ளும்போது கை மாட்டிக்கொண்டால் எப்படி எடுப்பது?' என்று எனக்குப் பயமாயிருந்தது.

உள்ளே ஏழெட்டு காக்கிச்சட்டை மனிதர்கள் சுறுசுறுப்பாகத் தபால்களோடு போராடிக் கொண்டிருந்தார்கள். பெரிய இரும்புக் கட்டையால் முத்திரை குத்திக் கொண்டிருந்தார் ஒருவர்.

அம்மா எங்கள் தபால்காரரைத் தேடினாள். அவர் தடித்த மூக்குக் கண்ணாடியை நுனிமூக்குவரை விழுவது போல் மாட்டிக்கொண்டு தபால்களை அடுக்கிக் கொண்டிருந்தார். ஒரு கட்டத்தில் நிமிர்ந்து பார்த்தவர், "வாங்கம்மா...!" என்று எழுந்து வந்தார்.

"நேத்து கொண்டாந்தேன். பெரிய பொண்ணு வீட்டுக்குப் போயிருக்கிறதா சொன்னாங்க...!" என்று கூறியபடி பாரத்தில் கையெழுத்து வாங்கிக் கொண்டு பணத்தை எண்ணிக் கொடுத்தார்.

அம்மா அவரிடம் "காப்பி சாப்பிடுங்க...!" என்று சொல்லி ஒரு ரூபாய் கொடுத்தார்.

"இருக்கட்டுமா...!" என்று சொல்லி வாங்கிக் கொண்டார்.

“இது தான் உங்க ஆபிஸா...?”

“ஆமாம்மா உள்ளே வாங்க...!” என்று அழைத்தார். சாக்கு மூட்டைகளின் வாசமும் அரக்குப் புகையின் வாசமும் மூக்கைத் துளைத்தன. வண்ண வண்ண தபால்கள் இறைந்து கிடந்தன.

“இன்னைக்கு நிறைய தபால் வந்திருக்கும்மா. எல்லாத்தையும் பகுதி வாரியா அடுக்கணும். பிறகுதான் ‘டெலிவரி’ செய்யணும்... அது தான் எங்க போஸ்ட் மாஸ்டர்...!” என்று உள்ளறையிலிருந்த வயதான மனிதரைக் காட்டினார். மரமேசையில் பல காகிதங்கள், புத்தகங்கள், தபால்கட்டுகள் இருக்க சந்தனப்பொட்டு வைத்துக்கொண்டு போஸ்ட் மாஸ்டர் குழப்பமாக அமர்ந்திருந்தார்.

“இவங்கதான் முத்திரை குத்துவாங்க. இவங்கதான் தபாலைப் பிரிச்சு ஒவ்வொரு போஸ்ட் மேன்கிட்டேயும் குடுப்பாங்க. நாங்க கதவு எண், தெருவு வாரியாய் பிரிச்சி அடுக்கிக்கிட்டு கிளம்புவோம்...!” வரிசையாக அங்கிருந்தவர்களைக் காட்டி சொன்னார்.

“அம்மா ஸ்டாம்பு கிடைக்குமா...?” என்று நச்சரித்தேன்.

“ச்சூ... சும்மாயிருடா...” என்றாள் அம்மா.

அப்புறம் தபால்காரரிடம் விடைபெற்றாள் அம்மா.

அம்மா “உனக்கு என்ன வேலை...? போஸ்ட் மாஸ்டர் வேலையா?” என்று அண்ணனிடம் கேட்டாள்.

“ஊஹூம், போஸ்ட் மேன்கள் லீவு போட்டால் அதை நான் பார்க்கணும். தபால் கொடுக்கணும்...!”

அம்மாவுக்கு திருப்தி. பிள்ளையும் ஒரு தபால்காரர் ஆகிவிட்டான்.

நான் நினைத்துக் கொண்டேன்.

‘அப்போ அண்ணன்ட்ட ஸ்டாம்பு கேக்கலாம்...!’

அண்ணன், காலனி மக்களுக்கு உறைமூடிய சாக்லேட்டுகளை விநியோகம் செய்து மகிழ்ந்தார். எனக்குக்கூட நான்கு மிட்டாய்கள் கிடைத்தன.

“உமாம்மா... உங்களுக்கு நல்ல காலம் பொறந்துடுச்சு...” என்றாள் ஐயர் வீட்டம்மாள். ஆனால், முகத்தில் அவ்வளவாகத் திருப்தி தெரியவில்லை.

பாய் கையைப் பிடித்துக் குலுக்கினார்.

"அம்மா மனசுக்கு எல்லாம் நல்லபடியா முடியும். சம்பாதிச்சு அம்மாவைக் காப்பாத்துப்பா தம்பி...!" என்றார்.

அண்ணன் தலையாட்டினார்.

இனி அண்ணனை பஞ்சு சூழ்ந்த தலையோடு பார்க்க வேண்டிய தில்லை. பெரிய அண்ணனை மட்டுந்தான் அப்படிப் பார்க்க முடியும்.

இதனிடையில், இந்திக்காரி வீட்டுக்கு ஒரு பாட்டியும் ஒரு அண்ணனும் விருந்தாளியாக வந்து சேர்ந்தனர். வட மாநிலமே இடம் பெயர்ந்து வந்து விட்டதுபோல் பயங்கரச் சப்தம். பாஷையின் இனிமை அவர்களுக்குத்தான் தெரிந்ததே தவிர, ஐயர்வீட்டம்மா காதுகளைப் பொத்திக் கொண்டாள்.

தனது கணவனின் அத்தையும் அவளது மகனும் என்று சொன்னாள் இந்திக்காரி. எல்லோரிடமும் அவர்களை அறிமுகப்படுத்தி வைத்தாள். அவர்கள் கும்பிட்டு மரியாதை சொன்னார்கள்.

அந்த சிவந்த பாட்டியம்மா அகன்ற தோல்களையும் பெருத்த உடம்பாயும் இருந்தாள். தலையை புடவையால் முக்காடிட்டிருந்தாள். மூக்கில் பெரிய வளையலை மாட்டியது போலிருந்தாள். அடிக்கடி சிரித்தாள்.

அண்ணன் செக்கச் செவேலென்று வெள்ளை வேட்டித் துணியில் பெல்பாட்டமும், கருப்பு பாதுகைகளும் அணிந்திருந்தார். மெலிதான முறுக்கிய முசை. கையில் செப்புத்தகட்டாலான காப்பும் கழுத்தில் புலி நகம் பதித்த கருப்புக் கயிறு கட்டியிருந்தார். பார்ப்பதற்கு வசீகரமாகவும் அதே சமயம் பயங்கரமாகவும் இருந்தார். வாயில் சதாநேரமும் சிவப்பாய் ஏதோ மென்றுகொண்டேயிருந்தார். சின்ன அக்காவை வைத்த கண் வாங்காமல் பார்த்தார்.

மூக்கு நீட்டி "உள்ளே போடி, இவளே...!" என்று அக்காவை அறைக்குப் போகச் சொன்னாள்.

"ஒருவாரம் அவர்கள் தங்குவார்கள்...!" என்று பேசிக்கொண்டார்கள். இந்திக்காரி வீடு ஒரே விழாக்கோலமாயிருந்தது. இந்திக்காரர் சிகரெட்டை தனது விருந்தாளிப் பையனுக்கு நீட்ட அவர், "வேண்டாம்" என்று மறுத்தார்.

மாலை, சந்திரநாத்துடன் பாட்டில் பானம் அருந்துகையிலும் அந்த அண்ணன் எதுவும் தொடவில்லை. என்னைப் பார்த்ததும் அந்த புது அண்ணன் அருகில் அழைத்தார். சென்றேன். விரல்களை அபிநயம் பிடித்து இந்தியில் ஏதோ கேட்க புரியாமல் புன்னகைத்தேன்.

ராணுவ வீரர், "டேய் உன்னோட பேர் என்னான்னு கேட்கிறார்...!" என்றார்.

"ராஜி..." என்றேன். அண்ணன் முதுகில் தட்டிக்கொடுத்து, கொஞ்சம் வறுத்த முந்திரிப்பருப்பு கொடுத்தார். நான் சந்தோஷமாய் பிள்ளையார் மேடைக்கு ஓடினேன். பிள்ளையார் தும்பிக்கையில் ஒரு முந்திரியை வைத்து விட்டு, மீதியைச் சாப்பிட்டேன்.

மூன்றாம் நாள், மொட்டை மாடியில் புது அண்ணன் அமர்ந்திருந்தார்.

"ரா...ஜி....!" அவர் கூப்பிட அருகில் சென்றேன்.

"இதர் பைட்டோ...!" என்று தூசுத் தட்டி சைகை காட்ட அமர்ந்தேன். ஏதேதோ தொடர்ந்து இந்தியில் பேசி, என்னைப் பார்த்து புன்னகைத்தார். பிறகு என் கையைப் பிடித்துக் கொண்டே கேட்டார். "தும் தீதி கீ நாம்... நம்ப அக்கா பேரு...?"

எனக்குப் புரிந்தது. "மனோன்மணி....! பெரிய அக்கா உமா...!" என்றேன்.

அன்று அம்மா, காந்தி நகரிலிருந்து வீட்டுக்கு வந்திருந்தாள். திடுதிப்பென்று இந்திக்காரியும் அவளின் அத்தையும் வீட்டுக்குள் இனிப்பு வகைகளோடு வந்து நின்றார்கள். அவர்களைத் தொடர்ந்து இந்திக்காரரும், ராணுவ வீரரும் வர, அம்மா விழித்தாள்.

"என்னம்மா... நல்ல சேதியோடுதான் இந்திக்காரர் வீட்டுக்கு வந்திருக்கார்...!" என்றார் சத்திரநாத்.

"சொல்லுங்க கோபால் அப்பா...?"

"நம்மச் சின்னப்பாப்பாவை பீகார் தம்பிக்கு ரொம்ப பிடிச்சுப் போயிடுச்சாம். கல்யாணம் பண்ணிக்க ஆசையாம். அதான் பேச வந்திருக்காங்க...!"

இந்திக்காரி அம்மாவின் கைகளைப் பிடித்துக் கொண்டாள் சிநேகமாய்.

சந்திரநாத், "பையன் கல்யாணம் வேண்டாம், வேண்டாம்னு சுத்திக்கிட்டு இருந்தானாம். பீகாரில் ஒரு கிராமத்திலே கர்ணமா வேலை பார்க்கிறாராம். நல்லப் பையனாம். பாப்பாவை செலவில்லாம கல்யாணம் செஞ்சிக்கிட்டு பீகாருக்கு கூட்டிட்டு போறதா சொல்றாங்க... என்ன சொல்றீங்க...?"

"என்ன இப்பிடி திடுதிப்னு கேட்டா... என்ன சொல்லறது? தம்பிங்ககிட்டே கேட்கணும். வீட்டு மாப்பிள்ளைகிட்டே ஒரு வார்த்தை... உமாப்பா வரும்போது கேட்கணும்...!"

"அட என்னாம்மா, கடவுள் கண்ணைத் தொறக்கிற மாதிரி இருக்கு. சட்டுப்புட்டுன்னு யோசிங்க. நல்ல பதிலா சொல்லுங்க. நான் பேசிடப் பார்த்த வரைக்கும் பையன் தங்கமானவனா இருக்கான். அவ்வளவுதான் சொல்ல முடியும். எனக்கு இதில தலையிடாம இருந்திருக்க முடியும். ஆனா, மனசு கேட்கலை. நல்லது கெட்டது நடந்தா பொறுப்பை ஏத்துக்கறதுன்னு வந்தேன்...!"

"ஐயையோ உங்கள எதுவும் சொல்ல வரலை... இருந்தாலும் நானா முடிவெடுக்க முடியாது, ரெண்டு நாள் டயம் கொடுங்க...!"

ராணுவ அதிகாரி, இந்தியில் தெரிவிக்க, அவர்கள் முக மலர்ச்சியோடு தலையாட்டினார்கள். அம்மாவின் முகத்தை அத்தைக்காரி தொட்டுப் பார்த்துச் சிரித்தாள். அம்மா நெளிந்தாள். எனக்கு அந்த கும்பலில் கடுகு எண்ணெய் வாசம் குடலைப் புரட்டியது.

சின்ன அக்கா, ஏதோ புரிந்தவளாக அங்கும் இங்கும் ஓடி சுறுசுறுப்பாக வேலை செய்தாள். தேவையில்லாமல் டிரங்கு பெட்டியை சுத்தம் செய்தாள். பவுடர் அடித்து மையிட்டுக் கொண்டாள்.

பெரிய அண்ணன், நெற்றியில் சுருக்கங்களோடு சொன்னார்: "செஞ்சு அனுப்பிடலாம்மா. பாவம் அது இங்க இருந்து கஷ்டப்பட வேண்டாம். பெரியநாயகி மேல பாரத்தைப்போட்டு முடிச்சுடலாம்...!" என்றார்.

"சரி, இந்த விஷயத்திலே அவசரப்பட வேண்டாம். எதுக்கும் உங்கப்பாட்ட ஒரு வார்த்தை கேட்டுடனும்... நாளைக்கு பழி என்மேல விழுந்திடக் கூடாது...!"

"என்னம்மா, அப்பா... அப்பானு. எதை ஒழுங்காச் செஞ்சாங்க அவங்க?"

“அப்படி உட்டுட முடியாதுப்பா. இப்படி எக்கச்சக்கமா குழந்தையை வளர்த்து ஆளாக்கிறதுங்கிறது முடியாத விஷயம்... உங்கப்பன் முதலாளிக்கேன்னு அழிஞ்சான். யாரைக் குறைசொல்றது? என் தலைவிதி... இப்படி கஷ்டப்படறதுன்னு எழுதியிருக்கு... என்னைக்கு மாறப்போவுதோ...?” அம்மாவின் கண்களில் கண்ணீர் துளிர்த்தன.

“சரிம்மா அவர் வந்திரட்டும். தபால்ல முடிவை அனுப்பிடலாம்...!”

காலனியில் ஏற்கெனவே சின்ன நெருப்புத்துண்டு கிடந்தால் போதும், ஊதிப் பெரிதாக்கி விடுவதுதானே வழக்கம்? தானாகத் தேடி வரும் அதிர்ஷ்டத்தை குறி வைத்து தாக்கத் தொடங்கினார்கள்.

“கோபால் அப்பாவுக்கு சேர்ந்து குடிக்கத் தெரியுமுன்னு நினைச்சேன். இப்படி கல்யாண புரோக்கர் வேலையும் பார்க்கிறாரே? அம்மா சொல்றேன்னு தப்பா நினைச்சிக்காதீங்க. நான் சொல்றது மனசுக்கு கஷ்டமா இருக்கும். கண்ணுக்கு தெரியாத தூரத்துக்கு, பாஷை புரியாத இடத்துக்கு புள்ளைய அனுப்பி வச்சா நாளைக்கு அதுக்கு எதாவது பொல்லாதது நடந்துட்டா, என்ன செய்யறது...?” ஐயர், தன் கருத்தை முன்வைத்தார்.

அம்மா அலங்க மலங்க விழித்தாள்.

“வடநாட்டுபக்கத்திலேல்லாம் மருமகளை எருமை மாடுகளை மேய்க்க விட்டிடுவாங்கம்மா...!”

“அது கூட பரவாலம்மா... புள்ளையை காசுக்கு ஆசைப்பட்டு வித்துப்புட்டாங்கன்னா...?”

ஜாஹீர் அம்மா தம் பங்குக்கு வந்து சேர்ந்தாள்.

“அங்கன அடிக்கடி கொள்ளைக்காரன் வந்து பொண்டுகளை இழுத்துக்கிட்டு போயிடுவாங்கனு எங்க வாப்பா சொல்லக் கேட்டிருக்கேன்...!”

“ஒரு நல்லது கெட்டது நடந்தா குழந்தை வந்து சேர ரயில்லே ஒரு வாரமாயிடும்...!”

உள்ளறையில் சின்ன அக்கா, கண்ணாடியில் முகத்தை அழகு பார்த்துக்கொண்டிருந்தாள். சீவி முடித்த தலையிலிருந்து ஒரு கொத்து முடிக் கற்றையை நெற்றியில் தவழவிட்டுக் கொண்டாள். ராணுவ அதிகாரி வீட்டிலிருந்து, “என் கண்மணீ...!” என்று இனிய பாடல் அசரீரியாய்க் கேட்டுக்கொண்டிருந்தது.

கொஞ்ச நாட்களில் அப்பா குத்தாலத்திலிருந்து வந்தார். தீர்மானமாகச் சொன்னார்.

“வே...ண்டாம். கண்காணாத தூரத்துக்கு நான் அனுப்ப சம்மதிக்க மாட்டேன். நான் கையாலாகாகதவன்தான். இருந்தாலும் பெத்தவன். அவளுக்கு சொந்தத்திலே மாப்பிளை பார்க்க வேண்டியது, என் பொறுப்பு...!”

அந்தத் தீர்மானம் அம்மாவுக்கும் திருப்தியாய் இருந்தது, அவள் முகத்தைப் பார்த்தாலே தெரிந்தது. சந்திரநாத், மறுப்பை இந்திக்காரியிடம் நாசூக்காய் சொல்லிவிட்டார். அவள் ஒரு வாரகாலம் ‘உம்மென்று’ இருந்தாள். ஊருக்குச் சென்றுவிட்ட அந்த அண்ணன் விஷயத்தைக் கேள்விப்பட்டவுடன் மூலையில் உட்கார்ந்து சப்தமிடாது அழுவார் என்று நம்பினேன். ஏனென்றால் சின்ன அக்கா அப்படித்தான் பிழியபிழிய அழுதாள்!

21

ஏறக்குறைய காலனியில் எவருமில்லை. இந்திக்காரி ஜிகினாப்புடவை அணிந்து, குழந்தைகளுடன் கண்காட்சிக்குப் போய்விட்டாள். கண்காட்சி மிகவும் ஜாலியாய் இருக்குமாம். எக்கச்சக்கமாய் கடைகள், பொம்மைகள், துணிவகைகள், மிட்டாய் வகைகள், பாம்பே அப்பளம்... அப்புறம் பெரிய பெரிய குடைராட்டினங்கள். சின்னதாக ரயிலொன்று என்று பார்க்க, விளையாட என்று கண்காட்சி அட்டகாசமாய் இருப்பதாகப் பள்ளிக்கூடத்திலும் பேசிக் கொண்டார்கள்.

ஐயர் வீட்டில், கிழவியைத்தவிர அனைவரும் சிவகுமார் நடித்த சினிமாவுக்கு போயிருந்தார்கள். ஜாஹீரும் பாய் பின்னால் அமர்ந்தபடி எங்கேயோ கிளம்பினான். எனக்கு அழுகை பொத்துக் கொண்டு வந்தது. விளையாட யாருமில்லை. சின்ன அண்ணன் நிலைமையும் பரிதாபமாகவே இருந்தது. பாடப் புத்தகங்களைப் பிரித்து வைத்துக் கொண்டு பக்கம் பக்கமாய் நோட்டில் காப்பிசெய்து கொண்டிருந்தான். அப்புறம் சொன்னதையே திருப்பி திருப்பிச் சொல்லிக் கொண்டு மனப்பாடம் செய்ய முயன்றான். எல்லாம் பி.டி. மிசே பயம்தான் காரணம் என்று எனக்குப் புரிந்தது.

"ஏதாவது விளையாடப் போகலாமா...?" என்று கேட்டேன்.

"போடா மயிரு...!" என்று எரிந்து விழுந்தான். அவனுக்கும் அம்மா வீட்டிலில்லாத கடுப்பு. பாடங்களின் எரிச்சல்.

நானும் எனது புத்தகத்தை எடுத்து வந்து "செம்மை கூட்டல் ஒளி, செவ்வொளி" என்று படிக்க ஆரம்பித்தேன்.

தண்ணீர் பிடிக்க வந்த சின்ன அக்காவுக்கு ஆச்சரியமோ ஆச்சரியம். அவள் தன் கவலைகளையெல்லாம் மறந்து, மலர்ந்து சிரித்தாள்.

"என்னடா ஆச்சு, உங்க ரெண்டுபேத்துக்கும்...?" என்று நம்ப முடியாதவளாய் கேட்டாள்.

“சரி, சரி படிங்க. நான் உலையில் அரிசியைப் போட்டுடறேன். அதுக்கப்புறம் சாம்பார் வச்சு, சாதம் போடுறேன்...!” என்று சொல்லிச் சென்றாள். உடனே திரும்பி வந்தாள். கையில் பத்துக்காசைக் கொடுத்தாள்.

“போய் வத்தல் பாக்கெட் வாங்கிட்டு வா. எனக்கு கொஞ்சம் கொடுத்துட்டு ரெண்டுபேரும் மீதியைச் சாப்பிடுங்க...!” என்றாள்.

கொஞ்சம் காரம்பூசிய, நீண்ட நீண்ட மஞ்சள் வற்றல்களை வாங்கி வந்தேன். மொத்தம் ஐந்து. அக்கா ஒன்று எடுத்துக் கொள்ள அண்ணனும் நானும் விரல்களில் நீளமாக கோத்துக் கொண்டு கொஞ்சம் கொஞ்சமாய் கடித்து ருசித்தோம்.

ரொம்ப நேரம் கழித்து, அண்ணன், “சிவப்பிரகாசம் கடைக்கு போவலாமாடா..?” என்று கேட்க, மகிழ்ச்சியோடு தலையாட்டினேன்.

“சாயந்திரம் காரசேவு பொட்டலம் உனக்கு கிடைச்சா எனக்கே குடுத்துடுவியா...?”

அண்ணன் ஆலையிலிருந்து வாங்கிவரும் பொட்டலத்தைக் குடுக்க மனசு வராசு. ஆனாலும் இந்தத் தருணத்தில் என்ன செய்வது? தலையாட்டினேன்.

புத்தகங்களை மூடிவைத்துவிட்டு, அக்காவுக்குத் தெரியாமல் நடையைக் கட்டினோம்.

கொஞ்சம் கடலைப்புண்ணாக்கு, கொஞ்சம் பட்டாணி, கொஞ்சம் வெல்லம் ஆகியவற்றைப் புசித்துவிட்டு இருட்டிய பிறகுதான் வீடு திரும்பினோம். அக்காவும் தபால் அண்ணனும் கோபமாய் எதிர் கொண்டார்கள். அண்ணன், “அம்மா இல்லாத சமயத்திலே ரெண்டு பேரும் சொல்லாம கொள்ளாம வெளியே சுத்துவீங்களா?” என்று கேட்டபடியே கண்ணிமைக்கும் நேரத்தில் இரண்டு குட்டுகளை நறுக்கென்று வைக்க கண்கள் கலங்கிவிட்டன.

“படிச்சுக்கிட்டிருந்த நாய்ங்க எங்க ஓடினீங்க? பசி மயக்கத்துல எங்காவது சுருண்டு உழவா...?” என்று திட்டிய அக்கா, சாப்பாட்டுத் தட்டை எடுத்தாள்.

அக்காவுக்கு இப்பொழுதெல்லாம் பொசுக்பொசுக்கென்று கோபம் வந்து விடுகிறது. அம்மாவையே தேவையில்லாமல் எரிந்து விழுந்தாள்.

“சாப்பிட்டு, கொஞ்ச நேரம் படிச்சுட்டு ஒழுங்கா மரியாதையா தூங்குங்க...!” என்றார் அண்ணன்.

‘**வை**க்கோல் பைத்தியம்’ எட்ட எட்ட நடையைப் போட்டுக் கொண்டிருந்தது. நடையில் வேகம் அதிகமிருந்ததால் நிம்மதியாய் உணர்ந்தேன். ‘ஹெக்... ஹெக்...’ பென்சில் மீசை பி.டி. மிசே குதித்தோடி பயிற்சி கொடுத்துக் கொண்டிருக்க, எனக்கு உடல் தொப்பலாய் நனைந்தி ருந்தது. ஓட்ட நடையிலிருந்த பைத்தியம் இப்பொழுது நின்று நிதானித்தது. அக்கம் பக்கம் பார்த்து ஏதோ யோசித்தது. கீழே மொடமொடவென்று ஓர் அட்டைத் துண்டு கிடந்தது. குனிந்து அதனை எடுத்த பைத்தியம் அதன் முனையைப் பசியோடு கடித்தது. தொண்டைக் குழி குண்டு மேலும் கீழும் இயங்க, கணநேரத்தில் ஆவேசமாய்த் திரும்பி என்னைப் பார்த்தது. ஆனால், அதன் பார்வையில் கனிவு தெரிந்தது. படுதாபோன்று தன் உடலைப் போர்த்தியிருந்த ஆடையை விலக்கியது. குண்டு குண்டாய் இரண்டு பிருமாண்ட முலைகள். ‘வா... வா...’ என்று பைத்தியம் என்னை ஏந்த அழைத்தது. ‘கரே முரே’ என்று ஏதோ ஓசைகள். சிலநொடிகள் பைத்தியத்தின் அசல்முகம் மறைந்து இந்திக்காரியின் முகம் தெரிந்தது. அந்த முகம் மறுபடியும் அட்டையை இன்னொரு கடி கடித்தது. இந்திக்காரியின் வாய்பூராவும் ரத்தம் பஞ்சுப்பஞ்சாய் கசிந்தது. தனது ஆட்காட்டி விரலை வைத்து மொறுக் மொறுக்கென்று கடித்து தின்னத் தொடங்கினாள்...

‘சிலீர்...’ என்று என் முகத்தில் தண்ணீர் விசிறியடிக்க பெரும் அலறலோடு எழுந்து நின்றேன். குண்டு பல்பு எரிந்து கொண்டிருக்க பெரிய அண்ணன், நடு அண்ணன், அக்கா எல்லோரும் கலவரத்தோடு என்னைப் பார்த்துக் கொண்டிருந்தார்கள். அக்கா என் நெஞ்சை நீவி விட்டாள்.

“இலேசா காய்ச்சல் அடிக்குதுண்ணா...!” என்றாள்.

“என்ன இழவு இவனுக்கு? மறுபடி பழைய கதையா ஆயிடப் போவுது. நாளைக்கி டாக்டர்கிட்டே காட்டிட்டு, அம்மாட்ட ரெண்டு நாளு கொண்டுவிட்டாத்தான் சரியாவான்...!” என்றார் பெரிய அண்ணன்.

நான் அக்காவின் மடியில் அமர்ந்து கொண்டேன். அவள் கைகளை இறுக்கமாகப் பிடித்துக்கொண்டு கண்களை மூடினேன். தூங்க பயமாயிருந்தது.

"கொஞ்சம் தண்ணி குடிடா கண்ணு...!" என்றாள் அக்கா. அது மிகவும் ஆறுதலாய் இருந்தது. கொஞ்சமாய் உறிஞ்சினேன். நடு அண்ணன் கைநிறைய விபூதியை ஏந்தி வந்து நெற்றியிலும் நெஞ்சிலும் பூசி விட்டார்.

"இனிமே பேய் உன்னைப் பார்த்து ஓடும்...!" என்றார்.

குழந்தைப்பேறு இன்னும் ஒரு வார காலம் என்று சொல்லி விட்டார்கள். அக்காவுக்கு இன்னும் வயிறு வலியெடுக்கவில்லையாம். அம்மா மறுநாள் நடுவில் வீட்டுக்கு வர முடிந்திருந்தது. அம்மா மிகவும் சோர்ந்து காணப்பட்டாள்.

சோர்வுகளும் நடுக்கங்களும் அவளுக்கு புதியன அல்லாவிட்டாலும் அக்காவைக் குறித்த திடீர்க்கவலை அவளை குழப்பமடையச் செய்திருந்தது.

அடிக்கடி சாமி கும்பிட்டாள். "வெங்கடேசா... நல்லபடியா பெத்துப்போட்டு பிழைச்சுதுன்னா போதும். ரொம்ப கஷ்டம் கொடுத்திடாதேப்பா...!" என்று வாய் விட்டு அடிக்கடி சொல்லிக் கொண்டாள்.

அமைதியாயிருந்த காலனியில் புயல் மையம் கொண்டது. கொஞ்சம் கொஞ்சமாய் மையம் கொண்ட அந்த செய்தி அம்மாவுக்கு மூக்குநீட்டி மூலம் வந்து சேர்ந்தது. அம்மா மிகுந்த வேதனைப்பட்டாள். இது வெறும் கைகளால் காதுகளை மூடி வைத்துவிடாத செய்தி.

ஐயர் வீட்டம்மா, ஜாஹீர் அம்மா மற்றும் லக்ஷ்மி போன்ற ஜீவன்களுக்கு மிகவும் பொறுப்பான ஓர் ஐயம் எழுந்திருக்க, ஒன்றாகக் கூடி ஆய்வு செய்திருக்கிறார்கள். அனேகமாய் அதுவாகவே ஆகிவிட்டால் அவர்கள் சந்தோஷம் அடையக்கூடும் என்று மணிநாத் சொன்னாள்.

"அவோ கூட்டிட்டு வந்த மனுசனுக்கு கால்முடியாது. பொறக்கப் போற குழந்தை நல்லா பொறக்குமா...?"

"நமக்கு ஏன் இந்த வெட்டிப்பேச்சு...?" - ஜாஹீர் அம்மா. எனினும், அவளே தொடர்ந்து சொல்லியிருக்கிறாள்.

"நம்ப முத்துப்பேட்டையில ஒரு பாயி குடும்பத்தில் இப்படித்தான்... அவுக வீட்டுக்காரர் தாங்கித்தாங்கிதான் நடப்பாக. பொறவு பொறந்த குழந்தையும் அப்படித்தான் பொறந்தது...!"

"நம்ப கையில என்னயிருக்கு. அவோ திமிருபிடிச்சு அலைஞ்சு கூட்டியாந்தா. அல்லல்படப்போறது யாரு...?"

"அது கொழுப்புவச்ச ஆளு...!" லக்ஷ்மி.

கொஞ்சம் கொஞ்சம் பேச்சு வளர்ந்து, அது இறுதியில் மூக்கு நீட்டியிடம் ஐயத்தை போக்கிக் கொள்ளவர, அவள் இது ஏதடா புது வம்பு என்று நழுவிக்கொண்டாள். இம்மாதிரி அக்கப்போரில் நாட்டம் எனினும் அது அம்மாவின் சம்பந்தப்பட்டது என்பதால் விலகிக் கொண்டு, 'மனசு' கேட்காமல் அம்மாவிடமும் சொல்லிவிட்டாள்.

"நா யாருக்காவது கெட்டது நினைச்சிருக்கேனா, கோபால் அம்மா? எனக்கு மட்டும் ஏன் இப்பிடி எல்லாத்திலேயும் சோதனை...?"

"சரி, சரி மனசுல வச்சுக்கோங்க. யார்ட்டயும் கேட்டுடக் கூடாது...!"

"நான் கேட்டு என்னத்தை செய்யப் போறேன்? பசங்களுக்கு இது தெரிய வேண்டாம். ரொம்ப வருத்தப்படுவாங்க...!"

"உமா நல்லாயிருக்காளா...?"

"இருக்காம்மா. உடம்புதான் சாப்பாட்டை எதுவும் ஏத்துக்க மாட்டேங்குது. ஒரு உருண்டை சாப்புட்டாலும் வாந்தி வந்துடுது...!"

"பாவம் தலைப்பிரசவம்...!"

"அதாம்மா பயமாயிருக்கு...!"

"கடவுள்மேல பாரத்தைப் போடுங்க. நான் சொன்ன விஷயம் யாருக்கும் தெரிஞ்சிட வேண்டாம்...!"

"இதை நீங்க என்கிட்டே சொல்லியிருக்கவே வேணாம்...!"

"மனசு ரொம்ப தட்தட்னு அடிச்சுது.. ஆறலை... சொன்னதுகூட தப்புதான்...!"

"அவங்களா பேசலைம்மா. என்னோட நேரமும் உமாவோட நேரமும் பேசுது...!"

மூக்குநீட்டி கைகளைக் காற்றில் விசிறினாள். "போகட்டும் சனியனுங்க... நல்லவங்களுக்கு நல்லதுதான் நடக்கும்...!"

அக்கா முறுக்கி முறுக்கி உடம்பைக் குலுக்கியதும் தாரைத் தாரையாய் கதறியதும் ஒரு மணிநேரம் போராடி, டாக்டர்கள் பிரசவம் பார்த்ததும் கூட அம்மாவை ஏதும் செய்யவில்லை. குழந்தையைக் கண்ணில் காட்டியதும் அவள் முதலில் பார்த்தது, குழந்தையின் கால், கைகளைத்தான்! 'ஆண்டவா ஏதும் நடந்து விடவில்லை.' அம்மா நிம்மதியில் குலுங்கி குலுங்கி அழுதாள்.

குட்டிப்பாப்பா கறுப்புதான் என்றார்கள். ஆனால் கொழுக்மொழுக் கென்று அழகாக இருந்தது. கண்களை மூடி அக்காவின் நெஞ்சில் முகம் புதைத்துக் கொண்டது. நான் தொட்டுப் பார்த்தேன். பஞ்சுமுட்டாயை அழுத்திப் பார்த்தது போன்ற மென்மை. அக்கா ரொம்ப நாட்களுக்கப்பால் புன்னகைத்தாள்.

குட்டிப்பாப்பா ஒரு வாரம் எங்கள் வீட்டிலிருந்தது. மாமாவுக்கு மகிழ்ச்சியோ மகிழ்ச்சி! சின்ன மோதிரமும் குட்டிச் செயினொன்றும் போட்டார்.

நாங்களனைவரும் பாப்பாவைக் கொஞ்சிக் கொண்டேயிருந்தோம். காலனியில் எல்லோரும் வந்து பார்த்தார்கள். பாப்பாவுக்கு சர்க்கரை, பவுடர், ஐந்து ரூபாய் நோட்டுக்கள் என்று சேர்ந்து கொண்டிருந்தன.

ஜாஹீர் அம்மா, ஐயரம்மா, லக்ஷ்மி ஆகியோர் ஒன்று சேர்ந்து வந்திருந்தார்கள்.

ஐயரம்மா - கிளுகிளுப்பை.

ஜாஹீர் அம்மா - சின்ன கவுன்.

லக்ஷ்மி - சோப்பு டப்பாவும், கிரைப் வாட்டரும்.

அம்மா பெருமையாய் அவர்களிடம், "பாத்தீங்களா என் ராஜாவை" என்று பீற்றிக் கொண்டாள். எனக்கும் பெருமையாகவே இருந்தது.

ராணுவ வீரர் குடும்பம் பார்க்க வந்தது. பாப்பாவுக்கு வெள்ளை அரைஞாண் கயிறு போட்டார்கள். எனக்கு அதைப் பார்க்க ஆசையாக இருந்தது.

அப்பா ஞாயிற்றுக்கிழமை வரப்போவதாக தபால் எழுதியிருந்தார்.

22

அக்கா, பாப்பாவோடு தன் வீட்டுக்குப் போய்விட, வீடு வெறிச் சோடிப்போயிருந்தது. குழந்தையின் அழுகைகூட வீட்டை நிறைவாய் வைத்திருந்தது. பாப்பாவுக்கு அம்மாதான் குளிப்பாட்டி விட்டாள். அக்காவுக்கும் கற்றுக் கொடுத்தாள். பாப்பா குளித்து முடித்தவுடன் சர்க்கரை கலந்த பச்சை மருந்தை (ஏதேதோ கொட்டைகளை குழைத்தும் ஓமம், வெற்றிலைச் சாறு கலந்தும்) புகட்டினாள். குட்டிக் கிண்ணத்தில் அந்த மருந்தையும் அதன் பிழிந்த சக்கையையும் எனக்கு கொடுக்க அது மிகவும் உப்பு, காரச் சுவையாகவே இருந்தது. பாப்பாவின் வாயெல்லாம் விரும்பத்தக்க மருந்தின் வாசனை. பவுடரெல்லாம் அடித்து முடித்து பெரிய திருஷ்டிப் பொட்டு நெற்றியிலும் கன்னத்திலும் அப்புறம் உள்ளங்கால்களிலும். கையைக் காலை உதைத்துக் கொண்டே வாயில் விரல் வைத்து குதப்பும் பாப்பா. பிறகு, தூங்கிப் போகும்.

பாப்பா இருந்த பொழுதுகளில் நான் வெளி விளையாட்டையே மறந்திருந்தேன். எனக்கும் சின்ன அண்ணனுக்கும் பாப்பாவோடு விளையாடுவதில் பெரும் போட்டி.

"பாப்பா என்னத்தான் பாக்குது...!" என்பான். நான் மறுப்பேன். பாப்பாவும் டீட்டு மாதிரி பால் குடித்தது. டீட்டு பால் குடித்ததும் குதிரைக்குட்டி மாதிரி எழுந்து ஓடுவான். பாப்பாவோ உறங்கிப் போய்விடுவது எனக்கு மிகவும் ஏமாற்றமாய் இருக்கும்.

அம்மா புலம்பிக் கொண்டேயிருந்தாள்.

"லெட்டர் போட்ட மனுசனை இன்னும் காணலையே...!" என்று அடிக்கடி சொல்லிக் கொண்டிருந்தாள்.

எனக்கும் எதிர்பார்ப்பால் ஆத்திரம் வந்திருந்தது.

அக்கா வீட்டுக்குப் போனபிறகு அவள் பெயரில் ஒரு கடிதத்தை அப்பா எழுதியிருந்தார்.

சின்ன அண்ணன் அம்மாவிடம் படித்துச் சொன்னான்.

‘அன்பு உமாவுக்கும் பேரக்குழந்தைக்கும் அநேக ஆசீர்வாதங்கள். நான் விரைவில் உங்களை வந்து பார்ப்பேன். அம்மாவிடம் சொல்லிவிடவும். முதலாளி காசி போயிருக்கிறார். இந்த வாரம் திரும்பலாம். கொஞ்சம் பணத்தோடே வர விரும்புகிறேன். அம்மாவின் உடல்நிலை நன்றாக உள்ளதா? பசங்களைக் கேட்டதாகச் சொல்லவும். குழந்தைக்கு என் ஆர்வாதமும் அன்பு முத்தங்களும்...’

பெரிய அண்ணன் வந்ததும் கடிதத்தைப் படித்தார். அம்மாவைப் பரிதாபமாகப் பார்த்தார்.

“தம்பி, எங்கேயாவது இருபத்தஞ்சு ரூபா கடன் கிடைக்குமாடா...?”

“எல்லா இடத்திலேயும் கடன் பாக்கி இருக்குதும்மா...!”

“வெறுங்கையோட அவளை அனுப்பிச்சாச்சு. ஏதாவது வாங்கிக் குடுக்கணும் நம்ப கடமையில்லியா....?”

“நேத்து பூராவும் சலிச்சு தேடியாச்சும்மா...ம்..சரி, இன்னிக்கு முயற்சி செஞ்சு பார்க்கிறேன்...!” குளித்துவிட்டு வெளியே கிளம்ப ஆயத்தமானார்.

“நானும் வரட்டா...?” நான் கேட்டேன்.

“நா எங்கெங்கேயோ இஸ்டத்துக்கு சுத்துவேன். இன்னிக்கு வேணாம். ஞாயிற்றுக்கிழமை பீச்சுக்குப் போகலாம்...!” என்றார். கையில் இரண்டு பைசாவைக் கொடுத்தார்.

“அவன் எங்க...?”

“டயர் வண்டி ஓட்டிட்டிருக்கான்...!”

“சரி, சரி சாக்கடையில நிக்காம வெளையாடுங்க!”

சின்ன அக்கா முகம் கழுவிவிட்டு வந்தாள்.

“தையல் டீச்சர்கிட்டே பேசியிருக்கேன். நாளையிலிருந்து தையல் கிளாசுக்கு போகணும்...!” என்றார்.

அவள், தலையாட்டினாள்.

அம்மா, அண்ணனுக்கு காபி கொண்டுவந்து கொடுத்தாள்.

“ஏம்மா... இப்ப புகையைப் போட்டுக்கிட்டு காப்பி கீப்பியெல்லாம்...?” என்று சொல்லியவாறு அண்ணன் குடித்தார்.

“பல்பொடி வியாபாரம் செய்யலாமா...?” என்று அம்மாவிடம் கேட்டார் அண்ணன்.

“என்னது பல்பொடியா...?”

“ஆமா, சித்த மருத்துவத்துல பல்பொடி செய்வோம். பாக்கெட் போட்டு கடையில தொங்கவிட்டா... நல்லா வியாபாரமாகும்...!”

அண்ணன் தபாலில் சித்த மருத்துவம் படித்துக் கொண்டிருந்தார்.

“உன் படிப்பு முடிஞ்சிருச்சா..?”

“இன்னும் ஒரு வருஷமிருக்கு... அப்புறம் போர்டு போட்டுற வேண்டியதுதான்...!”

“சித்த மருத்துவருக்கு என்னத்த காசு கிடைச்சுடப் போவுது...?”

“உபயோகிக்கிறவங்க கொஞ்சம்தான். பார்ப்போம். எதிர்காலம் சித்த மருத்துவத்துலதான் இருக்கு. இங்கிலீஷ் மருந்தெல்லாம் பக்க விளைவுகள் ஜாஸ்தி...! சரி, நான் பணத்துக்கு முயற்சி செய்யறன்...!” என்று கிளம்பி போனார்.

அண்ணன் போனபிறகு, அம்மா தலையில் கைவைத்து உட்கார்ந்து விட்டாள். முகம் கடுகடுப்பாவும் சாந்தம் துளியுமில்லாமலும் இருந்தது. இப்பொழுது ஏதாவது கேட்டால், துடை கிள்ளல் நிச்சயம். மெதுவாய் வெளியே நழுவினேன்.

ஜாஹீர் அம்மா வாசலில் உட்கார்ந்திருக்க, ஜாஹீர் அவர் எதிரில் பவ்யமாய் பாடப்புத்தகத்தை விரித்துவைத்துக் கொண்டிருந்தான். புத்தகத்தில் அவனுக்க கறுப்புளவெள்ளைப் படங்களை பார்க்கத்தான் பிடிக்கும். அப்பா உதைப்பாரேயென்று பல எழுத்துக்களை மூளைக்குள் செலுத்தி, புது வார்த்தையைத் தேடுவான். பாய்க்கு அவன் ஏட்டைப் பிரித்தாலே மனசு நிறையும்.

அவனை விளையாடக் கூப்பிட முடியாது.

“ஏந்தம்பி படிச்சிட்டயலா...?” என்று என்னைக் கூப்பிட்டார் பாய்.

என் மனநிலை அவருக்கு எங்கே தெரியப் போவுது...?

தலையாட்டினேன். “இங்கே வா...!” என்று என்னை அழைத்தார். அருகில் சென்றேன். என் தோள்களைப் பிடித்துக் கொண்டார்.

“இன்னிக்கு குளிச்சியலா...?”

“காலியிலே...!”

“அக்கா காந்திநகருக்கு போயிடுச்சா...?”

“ஆமா பாப்பாவும் போயிடுச்சு...!”

“ம்...” என்றவர், “எலே ஜாஹீர் புஸ்தகத்த மூடிவச்சுட்டு, இவங்கூட கொஞ்சநாழி விளையாடு...! நாளிக்கு படிச்சுக்கலாம்...!”

அவன் நம்பமுடியாதவனாய் மெல்ல மூடி அவர் கையில் கொடுத்து விட்டு மண்சுவரருகே சாய்த்து வைத்திருந்த சைக்கிள் ரிம்மையும் அதன் மேலே ஓய்வெடுத்துக் கொண்டிருந்த வழவழ குச்சியையும் எடுத்து வந்து என் கையில் கொடுத்தான்.

“ம்... நீ பஸ்ட்டு ஓட்டு...!”

தகர ரிம் சக்கரத்தை சற்று உருட்டிவிட்டு பிறகு அதன் விளிம்பு களில் குச்சியைவைத்து மேல்நோக்கி அழுத்த ணர... ணர... வென்று உருண்டோடியது. நான் அதனைத் துரத்த, ஜாஹீர் என்னைத் தொடர்ந்தான்.

“எலே... பசங்களா... சாக்கடையில் வுழுந்திடப் போறீக...!” என்ற பாயின் குரல் காற்றில் மிதந்து மறைந்தது. நைசாக இரண்டாவது தெருவுக்கு ஓடிப்போனோம்.

தெருவைத் தொட்டதும்... “இப்போ நானு...!” என்று ரிம்மைப் பிடுங்கிக் கொண்டான் ஜாஹீர்.

23

எண்ணெய் ஊற்றி எரியவைக்கும் முன்விளக்கு கொண்ட சைக்கிளில் யார் உட்காருவது என்பதில் போட்டி இருந்து கொண்டேயிருக்கும். அந்த விளக்குதான் அதற்கான அந்தஸ்தைப் பெற்றுத் தந்தது என்று சொன்னால் அதுதான் உண்மை. அழுத்தமான இரும்புத் தகடுகளால் சின்ன பொம்மை வீடு மாதிரியான தோற்றத்தை அவ்விளக்கு கொண்டிருக்கும். கருமையும் அலுமினிய வண்ணமும் அதற்கு உண்டு. உள்ளே எரியும் தீ தெரியவேண்டும் என்பதால் பாதுகாப்பாக உள்ளே பொருத்தப்பட்டிருக்கும் கண்ணாடிச் சதுரங்கள். இரவில் அந்த விளக்கு எரியாவிட்டால் பிரெஞ்சு தொப்பி போட்ட போலீஸ்காரர் பிடித்துக் கொள்வார். அதுதவிர, பிரேக், மணி ஆகியவையும் அவசியம்.

முன்னே மட்கார்டில் இருபக்கமும் காலைப்போட்டுக் கொண்டு முன் சக்கரத்தின் பகுதிமேல் பெருக்கல் குறிமாதிரி காலைப்பின்னி அமர வேண்டும். கொஞ்ச நாழிகைக்கு பின்புறம் வலிக்கும். பயண அழகில் அந்த வலி பிறகு தெரியாது.

தபால் அண்ணன், என்னை முன்னால் ஏற்றிக் கொண்டார். என் சின்ன அண்ணனுக்கு கோபமோ கோபம். வரும்போது அவன் முறை என்று அண்ணன் சமாதானம் சொன்னதும் அடங்கினான்.

"ஜாஹீர்! நாங்கள்லாம் கடற்கரைக்குப் போறோம்...!" என்று பெருமையாகக் கத்தினேன். அவன் எங்களை ஏக்கமாகப் பார்த்தான்.

அண்ணன் ஊன்றியிருந்த காலைத்தூக்கிக் கொண்டு எம்பி ஒரு மிதிமிதிக்க, சைக்கிள் 'விர்ரென்று' புறப்பட்டது. பயணத்தில் வீடுகளும், தெருக்களும் கடக்க ஆரம்பித்தன. காற்று சிலசிலுவென்று முகத்திலறைந்தது.

"பீச்சில அங்க இங்க ரொம்பதூரம் ஓடக்கூடாது. காணாம போனாக்க, உட்டுட்டு வந்துடுவேன், புரியுதா...?"

"ம்..."

"உனக்கு...?" என்றார் பின்புறம் திரும்பி.

“சரிண்ண...!”

‘சிங்கம் ஒயின்ஸ்’ தாண்டியபோது பாக்கமுடையான்பட்டு வந்தது. இடதும் வலதும் நிறைய குடிசை வீடுகள். ஓலைகள் அழுக்காய் காய்ந்து போயிருந்தன. நிறயை கட்சிக் கொடிகள் பறந்து கொண்டிருந்தன.

அண்ணன் மூச்சிறைக்க சைக்கிளை ஓட்டிக் கொண்டிருந்தார்.

சாரம் வந்தது. இப்பொழுது தனது முழுசக்தியைக் கொண்டு வாகனத்தை வேகமாக மிதித்தார். எங்களோடு சில ரிக்ஷாக்களும் சில சைக்கிள்களும் அபூர்வமாய் சில ஸுவேகாக்களும் ஸ்கூட்டர்களும் வந்து கொண்டிருந்தன. மேடு முடிந்து பள்ளம் வர சறுக்கிக்கொண்டே தானாகவே சுழன்றது சைக்கிள்.

கொஞ்ச நேரத்தில் வலது பக்கம் பிள்ளைத்தோட்டம் பிரிந்தது. அண்ணன் சொன்னார்.

“இப்பிடித்தாண்டா ‘நவீனா தியேட்டர்க்கு’ போகணும்.” அந்தத் தியேட்டரில் ‘குலமகள் ராதை’ படம் பார்த்திருக்கிறோம். வண்டி நேராகப் பயணித்தது.

நான்கு சாலைகள் பிரிந்தன. நாங்கள் நேராகச் சென்றோம். வலது பக்க முனையில் ராஜா தியேட்டர் மஞ்சள் நிறச் சுவர்களோடு தெரிந்தது. இன்னும் இங்கு சினிமா பார்த்ததேயில்லை. மிகுந்த விசேஷ காலங்களில் பெருமையாக இந்தத் தியேட்டருக்குத்தான் வருவார்கள் காலனி மக்கள்.

எதிர்சாலையின் வலது பக்கம் பட்டாணிக் கடலையின் வாசம் மூக்கைத் துளைத்தது. அண்ணன் ஓரமாக சைக்கிளை நிறுத்தினார். சின்ன அண்ணனை இறங்கச் சொன்னார். அவன் கையில் ஐம்பது காசுகளைக் கொடுத்தார்.

“போய் அந்தக் கடையில நாலணாவுக்கு பட்டாணியும் நாலணாவுக்கு தமாஷ்பயிறும் வாங்கிட்டு வா...!” என்று அனுப்பினார்.

அண்ணன் ஜாலியாக ஓடினான்.

சிறிது நேரத்தில் இரண்டு பொட்டலங்களோடு வந்தான். அதை அண்ணன் தனது தோளில் தொங்கிய பையில் போட்டுக்கொண்டு மறுபடியும் ஏறச்சொல்லி, வண்டியை ஓட்டினார்.

அந்த வீதி, நேரு வீதி. நிறைய துணிக்கடைகள், மருந்துக் கடைகள், ஓட்டல்கள் இருந்தன. ஒரு ஓட்டலின் பெயர் 'மாத்ரூ கபே.' ஜே... ஜே... வென்றிருந்தது. கடக்கையில் போண்டாவாசம் அடித்தது. இதைத்தவிர, நாட்டு மருந்துக் கடைகள், வாட்சு கடைகள் இருந்தன. ஏதோ ஒரு புதிய உலகத்தில் நுழைந்த அனுபவம்தான்.

"பீச்சு எப்ப வரும்...?" என்றேன்.

"தோ இன்னும் கொஞ்ச தூரம்தான்...!"

அழகான கடைகளையெல்லாம் கடந்து முடிவில் வலது பக்கம் திரும்பினோம்.

"இதுதாண்டா கவர்னர் வீடு...!" என்று நிறைய மரம், செடி, கொடிகள் சூழ்ந்த வெள்ளைமாளிகையைக் காட்டினார் அண்ணன்.

"கவர்னர்னா....?" பின்சீட்டு கேட்டது.

"ஊரைப் பாதுகாக்கிறவர் அவர்தான். புயல், வெள்ளம் இல்ல... வெற ஏதாவது ஆபத்து ஊருக்கு வந்தா... டெல்லிக்கு உடனே பேசி, பிரச்சினையை சரி செய்றவர்தான் கவர்னர்...!"

ஓவியக்கிழவர் பிடிக்கும் 'கவ்னர் பீடி' அவருடையதா என்று கேட்க பயமாயிருந்தது. நிச்சயமாய் அவருடையதாகத்தான் இருக்கும் என்ற நினைத்துக் கொண்டேன்.

அப்புறம், எப்படியெப்படியோ சைக்கிளை ஒடித்து, ஒடித்து திருப்பி முன்னேறினார் அண்ணன். எங்கு நோக்கினும் நீலம்... நீலம்... ஆகாயமும் நீர்ப்பரப்பும் ஒருங்கே சந்தித்த அற்புதம் எனக்குத்தான் முதலில் தெரிந்தது. தொடர்ந்து கரண்டு ஃபேன்மாதிரி காற்று உஸ்ஸென்று அடித்தது. அலைகளின் பேரிரைச்சல் புதுச்சூழலை உருவாக்கியிருந்தது.

"ஐய்யோ... கடல் வந்துடுச்சு...!" கத்தினேன்.

எங்களைப்போலே நிறைய சின்னப்பயல்கள் அங்குமிங்கும் ஓடிக்கொண்டிருந்தார்கள். மிகச் சுத்தமாய் நீண்ட சாலை. சிமெண்ட் வண்ண கட்டிடங்கள் வரிசையாக இருந்தன.

"இதுதான் ரேடியோ ஸ்டேஷன்...!"

"உயர்ந்த தடித்த குழலையுடைய தோற்றத்தில் உள்ள மேடையின் உச்சியில் திசைகாட்டும் கருவி சுற்றிக் கொண்டிருந்தது. நிறைய கம்பிகள் ஓடிக்கொண்டிருந்தன.

"இங்கேயிருந்துதான் பாட்டெல்லாம் போடுவாங்க..."

எனக்கு பிரமிப்பாக இருந்தது.

'இங்கேயிருந்து போடக்கூடிய பாட்டு எப்படி ரேடியோவிற் குள்ளிலிருந்து கேட்கிறது...?'

அண்ணன் சாலையோரத்தில் சைக்கிளை நிறுத்திப் பூட்டிவிட்டு எங்களை இருபக்கமும் கைகளில் பிடித்தவாறு கடற்கரையை நோக்கி அழைத்துச் சென்றார். எனது உதடுகளை நாக்கால் ஈரப்படுத்தியபோது உப்புக்கரித்தது. நான்கு சறுக்கு மரங்களைப் போல் எழும்பியிருக்க, சின்ன மணிமண்டபத்தில் காந்தித்தாத்தா கோலூன்றி நடப்பதுபோல நின்றிருந்தார். வழவழவென்று கறுப்புவண்ண பெயிண்டை அவரது மேல் பூசியிருந்தார்கள்.

"இதுதா காந்தி சிலை...! காந்தித்தாத்தா யார்னு தெரியுமா?"

"இந்தியாவுக்கு விடுதலை வாங்கித்தந்த அண்ணல் காந்தி...!" என்றான் சின்ன அண்ணன்.

"வெள்ளைக்காரன்கூட சண்டைபோட்டவர்...!" என்றேன் நான்.

அண்ணன் முதுகில் செல்லமாய்த் தட்டினார்.

சிலையையொட்டி படிகட்டுக்கள் இறங்கின. இறங்கினால், மணற்பரப்பு எதிர்கொண்டது. பத்தடி தூரத்தில் கடல், வெண்நுரை பொங்க, பேரிரைச்சல் கொடுத்தபடி அலைகள் வருவதும் போவதுமாய் இருந்தன. காந்தி மண்டபத்தையொட்டி குட்டி குட்டி யானைகளைப் போல கருங்கற்கள் கொட்டிக் கிடந்தன. அதன்மேலும், மனிதர்கள் அமர்ந்திருந்தார்கள்.

மெல்ல மெல்ல கடலை நெருங்கினோம். அதுவும் எங்களை நெருங்கி வந்தது. நடக்க நடக்க கால்கள் புதையும் ஈரமணல். மணலில் ஆங்காங்கே கிடக்கும் சிப்பிகள். பொறுக்கிக் கொண்டோம். ஒரு பெரும் அலை வந்து எங்கள் முழங்கால்வரை நனைத்தது. சிலீரிடும் மனதோடு கொஞ்சம் பயம் நீங்கி, குனிந்து தண்ணீரைத் தொடக் காத்திருக்க மற்றொரு அலை வர சொத்தென்று வயிறும் சட்டையும், கால்சட்டையும் நனைந்தன. உடம்புமுழுவதும் குதூகலம் பொங்கியது. வாயில் பட்ட நீர்த்துளி களில் உப்புச்சுவை. இன்னும் அண்ணன்

கடலினில் அழைத்துப் போய் நின்றார். தனது பெல்பாட்டத்தை சுருட்டித் தொடைவரை ஏற்றியிருந்தார். சிறுசிறு அலைகள் வர, கால்களுக்குக் கீழே வழுக்குவது மாதிரியும் நான் கடலோடு போவது மாதிரியும் உணர்ந்தேன். அண்ணன் கத்தினான்.

“பயமாயிருக்கு... பயமாயிருக்கு...!”

யாரும் எதிர்பார்க்காத சமயத்தில் பெரிய அலையொன்று வந்து எங்களை முழுவதும் நனைத்துவிட்டுச் சென்றது. இப்போது பயம் போய்விட்டது. இலேசாய் நடந்து பார்த்தோம். கைகளை ஒருவரை யொருவர் இறுகப்பிடித்துக் கொண்டோம்.

“மீனெல்லாம் எங்கே?” என்றேன்.

“எல்லாம் நடுக்கடல்ல இருக்கும்...!”

தூரத்தே ஆவலாய் நோக்கினேன். பத்துப்பதினைந்து இரும்புக் கழிகள் நீரில் நீட்டிக்கொண்டிருந்தன. பார்ப்பதற்கு வெட்டப்பட்ட மரங்கள்மாதிரித் தெரிந்தன.

“அது இன்னா...?” என்றான் அண்ணன்.

“அதுதான் பழைய ஹார்பர். துறைமுகம். கப்பல்லாம் இங்கதான் கட்டிப் போடுவாங்க...! தண்ணி நிறயை வந்துட்டதால அதோ புது ஹார்பர் கட்டியிருக்காங்க பார்... ஒரு லைட் பளிச்... பளிச்சுன்னு அடிச்சு மறையும் பார். அது எதுக்கு தெரியுமா? கடல்ல போற படகு, கப்பல்லாம் வழி கண்டுபிடிச்சு கரைக்கு வரும்...”

அண்ணன் சொன்னது எல்லாமே புதியதாய் இருந்தது.

அண்ணன், எங்களை கருங்கற்குவியல்களுக்கு அழைத்துப் போய் உட்கார வைத்தார். மணலில் கண்ணாடியைப் போன்ற நண்டுகள் ஓடிக்கொண்டிருந்தன. யாரும் சொல்லாமலே திடீரென்று அவை மணலுக்குள் மறைந்தன.

எங்கள் காலனி, அதன் சாக்கடைகள், பிள்ளையார் மேடை, தோப்புத்தாத்தா வயற்பரப்பு என்பதையெல்லாம் மீறிய வேறொரு உலகம் எங்களுக்கு நிறைவாகவே இருந்தது. அண்ணன், பட்டாணிக் கடலையும் தமாஷ்பயிறையும் எங்கள் கைகளில் கொடுத்தார். தான் கொஞ்சம் மட்டும் எடுத்து வாயில் போட்டுக் கொண்டார். அண்ணன் தான் எத்தனை நல்லவர்!

மாலை மங்கத் தொடங்கியிருந்தது. யாரோ ஒரு பெரிய படுதாவை இறக்கி மூடியதுபோலக் கறுமை சூழ ஆரம்பித்தது. காற்றின் விசிறல்கள் சற்று மந்தமாயிருந்தன.

“சீக்கிரம் வீட்டுக்குப் போகணும். இன்னொரு தடவை தண்ணியில விளையாண்டுட்டு வந்துடுங்கடா...!” அண்ணன் சொல்ல, ஓடினோம். எக்கச்சக்கமாய் கிளிஞ்சல்கள் ஒதுங்கியிருந்தன. அனைத்தையும் நீரில் அலசி கால்சட்டை பையில் போட்டுக் கொண்டோம். பையில் கொத்துக் கொத்தாய் கடல் மணல் இருந்தது கண்டு ஆச்சரியப்பட்டோம்.

கடல்நீரில் குதியோகுதியென்று ஆட்டம் போட்டோம். எனக்கு மனசு மிகவும் இலேசாயிருந்தது. மகிழ்வின் உச்சக்கட்டத்தில் திளைத்தேன் நான். சின்ன அண்ணன் என்னை, மிரட்டாமல், திட்டாமல் அன்போடு கைகளைப் பிடித்து இன்பத்தை தானும் அனுபவித்தான்.

“போகலாமாடா...?” கரையிலிருந்து அண்ணன் கத்தினார்.

மனசில்லாமல் கடலைப் பிரிந்து வந்தோம்.

அண்ணன் ஆளுக்கொரு ரோஸ்வண்ண பஞ்சுமிட்டாய் வாங்கிக் கொடுத்தார். ஒரு குச்சியை சுழலும் இயந்திர ஓரத்தில் சுழற்ற ஒட்டடை மாதிரி மிட்டாய் புசுபுசுவென ஒட்டிக் கொண்டது ஆச்சரியம்!

படிக்கட்டுகளில் ஏறுகையில், “டே தோ பார்றா...!” என்று கத்தினான் சின்ன அண்ணன்.

திடுக்கிட்டுப் பார்த்தேன்.

என்ன ஆச்சரியம்? ஹெக்... ஹெக்... பி.டி. மிசேவும், கணக்கு டீச்சரும் கைகளைக் கோர்த்தபடி மங்கிய மாலையின் அரூப வெளிச்சத்தில் நீரில் கால்களை நனைத்தபடி வந்து கொண்டிருந்தார்கள்.

“மிசே...!” என்று தைரியமாகக் கத்தினான் அண்ணன். அண்ணன் நடப்பது எதைப்பற்றியும் புரியாமல் என்னைப் பார்த்தார்.

“எங்க பி.டி. மிசேவும், கணக்கு டீச்சரும் வராங்க...!” என்றேன் பெருமிதமாய்.

அண்ணன் கூப்பிட்டது கடலின் ஒலிகளில் அமிழ்ந்து போயிருக் கலாம். நாங்கள் ஆவலாய் சந்தோஷமாய் அவர்களையே நோக்கிக் கொண்டிருக்க, சட்டென்று மிசே எங்களைப் பார்த்து விட்டார்.

நான் மகிழ்ச்சியோடு புன்னகைத்தேன்.

மிசே தலைதாழ்த்தி, டீச்சரிடம் ஏதோ பேசினார். இப்பொழுது எங்களைக் கண்டு கொண்டதுபோல பாராது, அப்படியே திரும்பி நடந்தார்கள். எனக்கு அதிர்ச்சியாய் இருந்தது. கையிலிருந்த பஞ்சு மிட்டாய்க் குச்சி பிசுபிசுவென உணர, தூக்கியெறிந்தேன். கையை கால்சட்டை ஈரத்தில் பதமாகத் துடைத்துக் கொண்டேன்.

சைக்கிள் நகர ஆரம்பித்தது.

"சே, மிசே நம்பள பார்க்கலைடா...!" என்று வருத்தப்பட்டான் சின்ன அண்ணன்.

எனக்கு அவர் பார்த்தும் சிறு புன்னகைகூட உதிர்க்கவில்லையே அப்போது... என்ற கேள்வி தொக்க சுவராஸ்யமின்றி சாலைகளைக் கவனித்துக் கொண்டிருந்தேன்.

அண்ணன் மூச்சிரைக்க சைக்கிளை வழித்துக் கொண்டிருந்தார்.

24

அப்பா சேவு பொட்டலத்தோடுதான் வரமுடிந்தது. இரண்டு பெரிய பொட்டலங்கள். எங்களிடம் ஒன்றைக் கொடுத்துவிட்டு, இன்னொரு பொட்டலத்தோடும் இரண்டு முழ மல்லிகைப்பூவோடும் அக்காவைப் பார்க்க காந்தி நகருக்குப் புறப்பட்டார்.

"பெரியவன் எங்க போயிருக்கான்…?"

"இரண்டாவது முறை. ராத்திரிதான் வரும்ப்பா…!"

"அந்த புள்ளைப் பெத்த குழந்தைக்கு என்ன கொண்டு வந்தாங்கன்னு கேளுடா, தம்பி…!" கதவுக்குப் பின்னாலிருந்து அம்மாவின் எதிர் பார்ப்பான குரல்.

அப்பா, நிலையை நோக்கினார்.

"ஏதும் கிடைக்கலை தம்பி. பயணத்துக்குத்தான் காசு இருக்கு… போயி ரெண்டு மூணு நாள்ல அனுப்புறேன்…"

அதன்பிறகு கதவிலிருந்து ஏதும் குரலில்லை. அப்பா தளர் நடையோடு சைக்கிள் பக்கம் நின்றார்.

தபால் அண்ணன், அவரை சைக்கிளில் ஏற்றிக் கொண்டார்.

நானும் சின்ன அண்ணனும் சேவை பிரித்து வாயில் போட்டுக் கொண்டோம். காராசேவை சர்க்கரைப்பாகில் நனைத்து, உலர்ந்தவுடன் எடுப்பார்கள். சீனிமாவு பூசியதுபோல பூசிக் கொண்டு ரொம்பவும் சுவையாய் இருக்கும்.

சின்ன அக்கா தையல் வகுப்புக்குச் சென்றிருந்தாள்.

அப்போதுதான் கவனித்தேன். அம்மா கதவோரம் அமர்ந்து கொண்டு, சத்தமில்லாமல் அழுது கொண்டிருந்தாள். கண்களில் வழியும் கண்ணீரை எங்களைப் பார்த்ததும் முந்தானையால் துடைத்துக் கொண்டாள். நான் சேவோடு அவளை நெருங்கினேன்.

"அக்காவுக்கும் அண்ணனுக்கும் கொஞ்சம் வைச்சுட்டு ரெண்டுபேரும் சாப்பிடுங்கடா…!" என்றாள்.

எனக்கு ஏனோ அதன்பிறகு திண்பண்டம் ருசிக்க மனசில்லை. அண்ணனிடம் பொட்டலத்தைக் கொடுத்துவிட்டு வீட்டைவிட்டு வெளியே வந்தேன். எனக்கு பிள்ளையாரைப் பார்க்க வேண்டும்போல இருந்தது.

பிள்ளையாருக்கு யாரோ எருக்கமாலை அடுக்கடுக்காய் போட்டிருந்தார்கள். அது குட்டித் தொப்பைவரை தொங்கிக் கொண்டிருந்தது. மடியில் அருகம்புல் விசிறி மாதிரி செருகியிருந்தது. அலங்காரம் செய்யப்பட்ட குழந்தைமாதிரி பிள்ளையார்சாமி என்னைப் பார்த்தார்.

எனக்கு சாமியிடம் ஒரு கேள்வி கேட்கத் தோன்றியது. கண்களை மூடிக்கொண்டு மனசுக்குள் கேட்டேன்.

'எல்லா அப்பாக்களைக் கண்டு எல்லா அம்மாக்களும் சந்தோஷமா யிருக்க, எங்க அம்மா மட்டும் ஏன் அப்பாவைக் கண்டால் சோக மாயிடுறாங்க...?'

பிள்ளையாரிடம் மௌனம்தான் பதிலாக இருந்தது.

'நாளைக்காவது சொல்லிடு...!" போனாப்போகுது என்று தெருவில் நடைபோட்டேன்.

'அப்படியே நடந்து வேறெங்காவது போய்விடலாமா?'

எனக்கு அம்மா, அக்கா, அண்ணன் அனைவரும் உடன்வர வேண்டும் போல இருந்தது. அவர்களில்லாத உலகம் நன்றாக இருக்காது. எங்கள் அம்மா ரொம்ப ரொம்ப இனிமை. நீர் ஊற்றிய பழையசாதம் எனினும் அதனைக் குழைவாகப் பிசைந்து ஆளுக்கு ஓர் உருண்டை வைப்பாள். உருண்டையின் தலைமேலே ஆட்காட்டி விரலால் சிறுகுழியை ஏற்படுத்துவாள். அதில் துளி குழம்பை ஊற்றுவாள். அப்படியே வாயில் போட்டுக் கொள்ள வேண்டும். அதற்கு ஏது ஈடுஇணை? அம்மா, வாழ்க்கையை எங்களை ஆதாரமாக வைத்துக் கொண்டு ஓட்டிக் கொண்டிருக்கிறாள்.

தெருமுனையில் விக்டர் அண்ணன் வந்து கொண்டிருந்தார். அவரது வருகையில் அவசரம் இருந்தது.

"அண்ணே...!" என்று கூவினேன்.

"ஏண்டா, ராஜி அம்மா எங்க இருக்காங்க...?' என்று பதட்டத்துடன் கேட்டார் அண்ணன்.

"வூட்டுலதா...!"

வேறு ஏதும் என்னிடம் பேசாமல், விடுவிடுவென காலனிக்குள் நுழைய, நானும் அவரை அவசரமாய்ப் பின் தொடர்ந்தேன்.

அம்மா, "வாப்பா தம்பி...!" என்றாள்.

விக்டர் அண்ணன், அம்மாவின் கையைப் பிடித்துக் கொண்டார்.

"அம்மா... நான் சொல்லப்போறதைக் கேட்டு பயப்பட வேண்டாம். சின்ன விஷயம்தான். நம்ம சுந்தருக்கு ஆலையில் சின்ன ஆக்ஸிடெண்ட். ஓடுற மெஷின்ல விரலை உட்டுட்டான்..."

"என்னது விரலை உட்டுட்டானா...?" அம்மா கலவரமானாள்.

"ரொம்ப பெரிய அடியில்லை. நூல்போற மெஷின்ல மோதிர விரல் மாட்டிக்கிச்சு. உடனே பெரியாஸ்பத்திரியில சேத்துட்டோம். நீங்க பதட்டப்படாம என்கூட கிளம்பி வாங்க. போய்ப் பார்த்துட்டு வந்துடலா..."

"வேற ஏதுமில்லியேப்பா...?" என்று சந்தேகத்துடன் கேட்டாள் அம்மா.

"இல்லம்மா. சின்ன அடிதான்... நாலஞ்சுநாள்ல சரியாயிடும்னு டாக்டர் சொன்னார்...!"

அம்மா பொங்கி வந்த கண்ணீரை ஒரு கை தண்ணீரால் முகத்தை அலம்பிக் கொண்டாள். குங்குமம் வைத்துக் கொண்டு அண்ணனோடு கிளம்பினாள்.

"ஏண்டா ராஜி, சின்னவ வந்தா வீட்டைப் பார்த்துக்கச் சொல்லு. நான் உடனே வந்துடறேன்...!" என்று என் பதிலை எதிர்பாராமல் அண்ணனோடு விடுவிடுவென்று நடந்தாள்.

எதிர்ப்பட்ட மூக்குநீட்டியிடம் மட்டும் விஷயத்தைச் சொல்லிவிட்டுச் சென்றாள்.

எனக்கு கொஞ்சம் புரிந்தும் புரியாமலும் இருந்தது. ஆனால், அண்ணனுக்கு ஏதோ நடந்திருக்கிறது. எனக்கு வயிற்றை ஏதோ செய்தது.

இரவு எட்டு மணிக்கு அம்மா, விக்டர் அண்ணனுடன் மிக சோகமாக வந்து சேர்ந்தாள்.

“ராத்திரியில ஒருத்தர் கூட தங்கணும். நானும் தொழிலாளிங்களும் மாறிமாறிப் பார்த்துக்கிடுவோம்மா... பொம்பளங்க தங்கக்கூடாது... நீங்க கவலைப்படாம இருங்க...”

“விரலு திரும்ப சரியயிடுமா தம்பி...?”

“அந்த ஆண்டவனுக்குத்தான் தெரியும்மா... நமக்கு எதை சொல்ல முடியும்...?”

அண்ணன் கிளம்பிச் சென்றார்.

காலனியே வழக்கம்போல சூழ்ந்து கொண்டது. விசாரித்து விட்டுச் சென்றது.

நடு அண்ணனோடு, அப்பாவும் வந்து சேர்ந்தார். விஷயம் அறிந்து பதைபதைத்தார்.

“ஆஸ்பத்திரிக்குப் போய்ட்டு வந்துடலாண்டா... தம்பி...” என்றார் அண்ணனிடம்.

அம்மா, “இப்போ போனா உடமாட்டாங்க. இனிமே காலையில ஆறு மணிக்குத்தான்...! யாரும் யாருக்காகவும் கவலைப்பட வேண்டாம். எல்லாம் ஒழுங்கா இருந்திருந்தா இப்பிடி ஆயிருக்குமா...? அந்தப் பய எதுக்காக மிஷின்ல விரலை உட்டுருக்கான் தெரியுமா...? விரலு போச்சுன்னா ரெண்டாயிரம் ரூபா தருவானாம். அத வச்சு வாங்கின கடனை அடைக்கலாமாம். புத்தி எப்பிடி போயிருக்குன்னு எல்லாரும் தெரிஞ்சுக்குங்க...!”

அப்பா அமைதியாக இருந்தார். மறுநாள் சென்று பார்த்தார்.

அண்ணனுக்கு விரலில் ஆபரேஷன் செய்யப் பட்டிருந்தது. விரலில் வெள்ளை உருண்டைப் பந்தைப்போல கட்டு கட்டியிருந்தார்கள். ஒண்ணரை அங்குலம் விரலை வெட்டி விட நேர்ந்துவிட்டது என்று பேசிக் கொண்டார்கள். அண்ணன் வேதனையோடு சிரித்தார்.

“அப்பா ஊருக்குப் போயிட்டாங்களாடா...?” என்று கேட்டார் அண்ணன். நான் தலையாட்டினேன்.

“அந்த மனுசன்தான் என்ன பண்ண முடியும்..?” என்று அம்மாவிடம் கேட்டார்.

அம்மா, அண்ணனின் விரல்கட்டை பார்த்தவாரே ஏதோ யோசனையிலிருந்தாள்.

"ஆலையில வேணுமின்னே கையை விட்டேன்னு வர்ற ஆபீஸருங்ககிட்டே ஏதும் சொல்லிட்டிருக்க வேணாம். இதெல்லாம் சகஜமான விஷயம்னு அவங்களுக்குத் தெரியும். நான் நாலாவது ஆள். பொண்ணு கல்யாணத்த முடிக்க ஒரு ஆள் தலையையே மிஷின்ல விட்ட வரலாறு அங்கயிருக்கு....!" அதைக் கேட்டதும் அம்மா பொத்திக் கொண்டு அழுதாள். அண்ணன் அம்மாவைச் சமாதானப்படுத்தினார்.

"இனிமே இப்படியெல்லாம் செய்யமாட்டேன்னு சத்தியம் பண்ணு....!" என்று தலையைக் குனிந்து அண்ணனிடம் வந்தாள் அம்மா.

"ம்... தலையில அடி....!"

அண்ணன் தலையில் கை வைத்தார்.

விக்டர் அண்ணன் பழங்களோடும் ஹார்லிக்ஸ் பாட்டிலோடும் வந்தார்.

"யூனியனும் முதலாளியும் பேசிட்டாங்கப்பா... உனக்கு நாலாயிரம் பணம் கிடைச்சிடும், கவலைப்படாதே...!"

அதைக் கேட்டதும் அண்ணன் முகத்தில் விரக்தியாய்ப் புன்னகை.

25

சொந்தக்காரர் என்று சொல்லிக் கொண்டு, தலை, மீசை நரைத்த மனிதர் ஒருவர் வந்திருந்தார். அடுத்த வண்டியைப் பிடிக்கும் தோரணையில் அவசரமாகப் பேசிக் கொண்டிருந்தார்.

அம்மாவுக்கு தம்பி முறையாம்...! எங்களது "மாமா....!" என்று அவர் அறிமுகப்படுத்தப்பட்டார்.

"அக்கா, அக்கா...!" என்று பாசம் பொங்கிக் கொண்டிருந்தார். மல்லிகைப்பூ பந்தையும் இனிப்பு, கார வகைகளையும் பெரிய பையில் வைத்துக் கொடுத்தார். பழைய கதைகளைப் பற்றி, பழைய மனிதர்களைப் பற்றி நிறைய தகவல்கள் சொல்லி, பேச்சில் சுவாரசியத்தைக் கூட்டியிருந்தார்.

அம்மாவுக்கு சந்தோஷம். சொந்த ஊரின் சோக, சந்தோஷங்களை மறுபடி கூட்டி வந்து பேசுகையில் அவளுக்கு அங்கு போய்விட்டதன் உற்சாகம். தன் ஞாபகத்துக்கு வந்தவர்களை, வந்தவைகளை அனைத்தையும் கேட்டு, அவர்களின் தற்கால நிலைகளைக் கேட்டறிவதில் பெரும் ஆனந்தம். ரொம்ப நாளைக்குப்புறம் அவள் முகத்தில் களை...!

“பள்ளிக்கூடத்திலேர்ந்து ‘ரிடையர்’ ஆயிட்டேன், ஆயி....! ஏதோ சைடு பிஸினஸ் கமிஷன்னு காலம் ஓடுது... ஆமா, இனிமே நாம சாப்பிட போறது என்ன இலைச்சாப்பாடா...? ஒரு கவளம் கையில் விழுந்தால் போதாதா... ஆயி...?”

அம்மா தலையாட்டினாள்.

“ஏதோ ஆயி, நாங்களெல்லாம் உங்க குடும்பத்தை கவனிக்க முடியலை. வேலையும் வாழ்க்கையும் அப்பிடி. மனசில ஏதும் வச்சுக்காதே. தோ, நல்லகாலம் பொறந்துடுச்சுன்னு நினைச்சுக்கோ. மாமாதான் ஆடுதுறையில பஸ்டாண்டுல பாக்குறப்போ ஒரு வார்த்தை போட்டு வச்சார்... இது அவரு கடமை மட்டுமா? என் கடமையும்கூட....! மாப்பிள்ளை உனக்கு தெரிஞ்சவன்தான்....!”

“யாரு...?” என்றாள்.

“நம்ம சீனிமாமா இருந்தாரே. அவரோட ரெண்டாவது பையன் முனியனோட பெரிய புள்ளைதான். தலைமுடியெல்லாம் சுருட்டை சுருட்டையா செவப்பா... “அத்தை... அத்தை”ன்னு உன்னோட காலைப் பிடிச்சு விளையாந்திருக்கான்...!”

அம்மா யோசித்தாள். நினைவில் உதித்தானா அந்த சுருட்டைப் பையன் என்று தெரியவில்லை. இருந்தாலும்... “ஆமா ஞாபகமிருக்கு...!” என்றாள்.

“அவனேதான்...! இருபத்தெட்டு வயசாயிடுச்சு. ஆனா தங்கமான பையன். என்ன... ஒன்பது, பத்து வயசு வித்தியாசந்தானே? அப்புறம் தேடுனாகூட கிடைக்காது...!”

“படிச்சிருக்கானா...?”

“பட்டறிவு இருக்கில்ல? படிப்பு என்ன படிப்பு? நிலபுலன் இருக்கு. பெரிய வீடு ஒண்ணு இருக்கு. ஏழெட்டு தென்னைமரம். அண்ணன்க மூணுபேரு. தம்பிமேல பாசம் அதிகம். அனேகமா வீட்டை கேட்க மாட்டானுங்க. வயல் வெளியிலேர்ந்து அரிசி, பருப்பு, பங்கு வந்துடும்... சொந்தமா இருக்கிற கொஞ்ச நிலத்திலே ஏதாவது பயிறு போட்டு மேஞ்செலவுக்கு பாத்துட வேண்டியதுதான். வேலைக்காரங்களை வைச்சு கட்டளையிடற திறமை இருக்கு. இதுக்கு மேல படிப்பு எதுக்கு... ஆயி...?”

“சரி, பசங்ககிட்ட சொல்லிவிட்டு மற்றதுக்கு ஏற்பாடு செய்யலாம், தம்பி...!”

"சரி, ஆயி... நா கிளம்புறேன்...!"

"இரு. ரவா உப்புமா செய்துடறேன். சாப்டுட்டு போகலாம். ஏன் ரெண்டு நாள் தங்கிட்டுதான் போயேன்...!"

"போட்டது போட்டபடி வந்துருக்கேன். எல்லாம் நல்லபடியா முடியட்டும், பார்க்கலாம்...!"

சின்ன அக்காவுக்கு ஒருபுறம் ஆனந்தமாயும் மற்றொரு வகையில் கலவரமாகவும் இருந்தது.

"மாப்பிள்ளை எம்.ஜி.ஆர். ரசிகராம். கர்லாக்கட்டை, சிலம்பம் எல்லாம் ஆடுவாராம். முரடராய் இருப்பாரோ...? மாயவரத்தில் பெயரெடுத்த சிலம்பாட்டக்காரராம். வீடு, பெரிய பெரிய தூண்களோடு தோட்டத் தோடு இருக்குமாம். பண்ணையார்மாதிரி இருப்பாரோ...? சிவப்புப் பண்ணையார்...! வீட்டில் எங்கேனும் புலித்தலை மாட்டி வைத்திருக்குமோ...?" என்று என்னிடம் ரகசியமாய்ப் புலம்பினாள்.

எனக்கும் கற்பனைக் குதிரை ஓடத் தொடங்கி விட்டது. பண்ணையார் வீடு என்றால், சாப்பிட ஏதாவது வந்து கொண்டேயிருக்கும். நிறைய சினிமாவில் பார்த்திருக்கிறேனே! ஆனந்தத்தில் எனக்கு ஒண்ணுக்கு முட்டிக்கொண்டது.

எல்லோருடைய ஒப்புதல்களுக்குப் பிறகு மாப்பிள்ளை பெண் பார்க்க காலனிக்கு வந்தார். ஆரஞ்சு வண்ண அம்பாசிடர் காரிலிருந்து இரண்டு பெண்களும் நான்கு ஆண்களுமாய் இறங்கினார்கள். அதில் தூரத்து மாமாவை அடையாளம் காணமுடிந்தது. யார் மாப்பிள்ளை என்று அடையாளம் காண இயலவில்லை. கார் வந்திருந்ததை ஓடிப்போய் முதலில் சொன்னேன். அண்ணன்களும் அம்மாவும் வாசல்வரை வந்து அவர்களை உள்ளே அழைத்தார்கள். பட்டுப்புடைவைகளும் புதுவேட்டிகளும் சரசரக்க பழங்கள், பூக்கள், பொட்டலங்க்ள் கொண்ட ஏராளமான வாசனைகளோடு அவர்கள் புன்னகைத்தபடி உள்ளே நுழைந்தார்கள்.

ஐயர் வீட்டம்மா கொடுத்திருந்த வண்ண ஜமுக்காளம் விரிக்கப்பட்டிருந்தது. ராணுவ வீரர் வீட்டிலிருந்து வந்திருந்த இரண்டு தேக்கு நாற்காலிகள் காத்திருந்தன. வீட்டினுள்ளிலிருந்து ஊதுவத்தி வாசனை சூழ்நிலைக்கு ரம்யமாய் இருந்தது. அதையும் மீறி பஜ்ஜி, கேசரி செய்யும் வாசனை மூக்கைத் துளைத்தது.

பெரிய அக்கா, குட்டிப்பாப்பாவோடு வந்திறங்கினாள். எல்லோரையும் பார்த்து, "வாங்க... வாங்க!" என்று வணக்கம் சொன்னாள். பாப்பா கொஞ்சம் சிணுங்கிவிட்டு மறுபடியும் தூங்கியது.

"மாப்பிள்ளை வர்லியாமா...?"

"இல்லீங்க மாமா. வேலைக்குப் போயிருக்காங்க....!"

"குழந்தைக்கு பேர் என்ன வைச்சிருக்கே...?" என்ற மாமா "பொண்ணு தயாராம்மா...?" என்று சற்று உரக்க சத்தம் கொடுத்தார்.

அக்கா குழந்தையை சின்ன படுக்கையில் வைத்துவிட்டு, சமையலறைக்குச் சென்றாள்.

முடிவாகிவிட்டது. வரும் தை மாசம் மாயவரத்தில் கல்யாணம். அதன் பிறகு அக்கா அங்கேயே இருந்து விடுவாளாம். இந்த அக்காவும் போய்விட்டால் வீடு வெறிச்சோடித்தான் போகப்போகிறது. ஏன் கல்யாணம் முடிந்ததும் அக்கான்னய் வீடு பெயர்கிறார்கள் என்று தெரியவில்லை.

இந்திக்காரி வெளியில் புன்னகைத்தாலும் உள்ளே எரிந்தாள். அவளுக்கு சின்ன அக்காவை இழந்த கடுப்பு.

"மாப்பிள்ளை கூட வயசு இருந்திருச்சு...!" என்று பிரச்சினை கிளப்பப் பார்த்தாள்.

ஏழைகளுக்கு பிரச்சினைகளைப் பார்த்தால் முடியுமா? அம்மா மூக்குநீட்டியிடம் சொல்லிவிட்டாள்.

"யார் என்ன சொன்னா என்னம்மா? தலையில எழுதியிருக்கிறதை யாரால மாத்த முடியும்? ஒரு செலவு வைக்காம இப்பிடி பிள்ளைகளுக்கு மனுஷங்க கிடைக்கிறப்போ, என்ன தப்பு...?"

26

'கிருஷ்ணலக்ஷ்மி டீ டிபன் ஓட்டல்' என்று மொட்டைமாடி தடுப்பு முகப்பில் கரும்பச்சை வர்ணப் பின்புலத்தில் வெள்ளை வர்ணத்தில் எழுதப்பட்டிருந்தது. சாலையில் அங்கே இங்கே கண்களை ஓட்டிவிட்டு பார்க்க நாகர்கோவில் மனிதரின் இந்த ஓட்டல் கட்டிடம் தான் நிற்கும். அப்படியொரு அடிக்கும் பச்சை வர்ணம்!

பேட்டையான்சத்திரத்தில் மொத்தம் இரண்டு ஓட்டல்கள்தான் இருந்தன. கிருஷ்ணலக்ஷ்மிக்கு போட்டியாக 'காக்கா கடை' கோரி மேட்டுக்குச் செல்லும் சாலையில் இருந்தது. பத்துப்பதினைந்து தென்ன மரங்களைக் கடந்தால் அந்த ஓட்டலுக்குப் போய்விடலாம்.

கொஞ்சம் சுத்தபத்தம் என்று பேசுபவர்கள் நாயர்கடை ஓட்டலில் பலகாரங்களை வாங்கிக் கொண்டார்கள். மசாலா வாசனையோடு கறிவாசம் வீசும் பலகாரங்கள் வேண்டுவோர் காக்கா கடையை நாடினர்.

நாயர்கடையில் மசால் வடை, பூரிக்கிழங்கு வாசம் மூக்கைத் துளைக்கும். மலைமலையாய் வடைகளைச் சுட்டு அலுமினிய பேசினில் அடுக்கி வைத்திருப்பர். கடலைப்பருப்பு முழித்துக் கொண்டு வடை பொன்னிறமாகக் காட்சியளிக்கும். பூரிக்கு கிழங்குமசால்தான் சரி. ஒரு விள்ளல் பூரியைப் பிய்த்து, மசாலை உருளைக்கிழங்கு துண்டுகளோடு புசிக்க வேண்டும். அத்தனை ருசி. கிழங்கு நொறுங்கி வாயில் நிரம்ப மறு விள்ளலுக்கு நாக்கு ஏங்கும். ருசியும் வாசனையும் சொல்லவியலா இன்பத்தை நாக்குக்கும் நாசிக்கும் வழங்கிக் கொண்டேயிருக்கும்.

ஓவியக்கிழவி தனக்கு உடம்பு சரியில்லாவிட்டால் தாத்தாவுக்கு பூரி, மசால்தான் வாங்கி வர என்னை அனுப்புவாள். எனக்கொரு பூரி நிச்சயம்.

இது தவிர, இட்லி, சாம்பார், கடலைப்பருப்பு சட்னி மற்றும் பொங்கல், மெதுவடை ஆகிய பலகாரங்களும் உண்டு. மதிய நேரத்தில் தேங்காய், எலுமிச்சை, தயிர் சாதங்கள் உண்டு.

இவற்றையெல்லாம்விட, நாயர் டீ அடிப்பதைப் பார்ப்பது மிகவும் சுவாரஸியமாய் இருக்கும். நாயருக்கு சுருட்டைமுடி தலை. பெருத்த மூக்குக்குக் கீழே உதடோடு ஒட்டியபடி மெல்லிய கோடு மீசை இருக்கும். இந்திக்காரியைப் போல சிவப்பான உதடுகள் அவருக்குண்டு. கழுத்தில் படிகமாலை தொங்கிக் கொண்டிருக்க, சட்டையில்லா உடம்பு. தோளில் ஒரு பழுப்புநிற துண்டு.

பெரிய தொந்தி, வட்டமாய் தொப்புள். இடுப்புக்குக் கீழே சிவப்புநிற வேட்டியை மடித்துக் கட்டியிருப்பார்.

வெந்நீர் கும்பா, தணலுக்கு மேலே கொஞ்சம் நீறுபூத்து சூடாகிக் கொண்டிருக்க... பக்கத்தில் பெரிய மண்ணெண்ணெய் அடி அடுப்பில் அலுமினிய வட்டாவில் பால் சூடாகிக் கொண்டிருக்கும். அதன் பக்கத்தில் சின்ன அடுப்பில் டீ டிகாஷன் குவளை, வடிகட்டியோடு கொதித்துக் கொண்டிருக்கும்.

“ஒரி டீ...!” என்று முண்டாசு கட்டிய கிழசப்ளையர் சப்தம்போட, நாயர் துண்டால் முகத்தைத் துடைத்துக் கொண்டு டீ தயாரிப்புக்கத் தயாராவார்.

பித்தளை கைப்பிடி வைத்த நீண்ட தம்ளரில் ‘சளக் சளக்... கென்று’ கரண்டியால் பால் ஆடையை தள்ளிவிட்டுவிட்டு பாலை வார்த்துக் கொள்வார். அதில் சூடாக கும்பாவிலிருந்து கொஞ்சம் வெந்நீரை பிடித்துக் கொள்வார். அப்புறம் டிகாஷனை வடிகட்டிவைத்து கொஞ்சம் ஊற்றுவார். எல்லாம் மின்னல் வேகத்தில் நடக்கும். இறுதியாக சர்க்கரையைப் போட்டுவிட்டு இன்னொரு அகன்ற கைப்பிடி குவளையை இடது கையில் பிடித்துக் கொண்டு வேகமாய் ஆற்றுவார். ஒரு கயிற்றைப் பிடித்தபடி அந்தரத்தில் டீயானது பாய்வது போலிருக்கும். சர்... சர்ரென்று வளைத்து வளைத்து ஆற்றி, இறுதியாக ஓங்கி ஒரு அடி அடிக்க அவரது தொந்தி வயிறு ஒரு குலுங்கு குலுங்கி அடங்கும். அதன் பிறகு கோடுகள் பதித்த கண்ணாடித் தம்ளரில் டீயை ஊற்றி விட்டு, கொஞ்சம் ஆடைப்பால் ஊற்றி, அதன் நடுவில் கொஞ்சம் டிகாஷனைவிட்டு.... “ஒரி... டீ.... எடுத்துக்கோ...!” என்பார். இரண்டு மூன்று நான்கு என்றால்... கொஞ்சம் பாலின் அளவு, நீரின் அளவு, டிகாஷனின் அளவு கூடி.... கொஞ்சம் பெரிய குவளையில் ஆற்றி தம்ளர்களை நிரப்பிவிடுவார். எனக்கு டீ போட அவர் எடுத்துக் கொள்ளும் ஆயத்தங்களை, இறுதியாக குலுங்கும் அவரது தொந்தியைப் பார்க்க மிக மிக ஆவலாய் இருக்கும்.

ஓய்வு கிடைக்கையில் கடையின் வாசலுக்கு வந்து பீடிக்கட்டைப் பிடித்து, ஒன்றை வாயில் வைத்து ஊதுவார்.

நாயரின் 'கொழுக் மொழுக்' மனைவியும் ஒரு சுறுசுறுப்பாளியே. மந்தார இலையில் பார்சல் கட்டுவது, கல்லாவில் காசு வாங்குவது, ஓட்டலுக்குத் தேவையான காய்கறி, மளிகைச் சாமான்களை வரவழைத்து சோதித்து பிறகு அனுப்புவது, இரண்டு பொடிப் பையன்கள், ஒரு பெண் கைக்குழந்தையை ஓட்டலிலேயே வளர்ப்பது என்று அவளது அன்றாட நடவடிக்கைகள் நடக்கும். வாயில் ஒரு புகையிலைத் துண்டை கமர்கட்டு மாதிரி அடக்கிக் கொண்டாளானால் எல்லா வேலைகளும் சடுதியில் ஈடேறும்.

அங்கு அவளுக்கு மிக முக்கியமானதொரு வேலையும், இருந்தது.... அது-கணக்கில் சாப்பிடுபவரை 'சவட்டிக் களைவது.' ஒவ்வொரு முகத்தையும் பார்த்தே 'இன்னிக்கு இவ்வளவு ஆச்சு' என்று பழைய கணக்கோடு மிகச் சரியாகச் சொல்வாள். அதற்கப்புறம் நீள்செவ்வக நோட்டுப்புத்தகத்தில் கணக்கு விவரங்களை எழுதிக் கொள்வாள்.

யாராவது கணக்கை குறைத்துச் சொன்னால் அவ்வளவுதான். நான்கு நாளைக்கு அவமானத்தில் சாப்பிட வரமாட்டான்.

"ரஸ்தாவிலே போற நாய்கூட சாப்பிட்டு தப்புக்கணக்கு சொல்லாது. நீ எப்பிடி கூசாம சொல்றே...?" இது ஒத்தாம்பட்டின் (வசவின்) ஒரு பதம்.

அதே சமயம், யாராவது கூட்டி கூடுதலாகச் சொன்னாலும் மறுத்துவிடுவாள்.

"எனக்கு கிடைக்கிற பணத்தைச் சரியா கொடுத்தாப் போதும். தப்புக்காசு எந்த ஜென்மத்திற்கும் வேணாம்...!"

பெரிய அண்ணனுக்கு அங்குக் கடன் உண்டு. எப்பொழுதாவது அவசரத்திற்கு சாப்பிடுவார். அம்மா ஆசைப்பட்டால் மசால் வடையோ, பொங்கலோ கிடைக்கும். எனக்கும் சின்ன அண்ணனுக்கும் இனிப்பு போண்டா வாங்கித் தருவார். அக்காக்களுக்கு பார்சல் கட்டித் தரச் சொல்வார்.

"தம்பி, உங்க குடும்பத்துக்கு பார்சல் கட்டச் சொல்லாதீங்க. அடிக்கடி ஓட்டல்ல சாப்பிடவும் சொல்லாதீங்க. அப்புறம், ஆலை சம்பளம்பூரா கிருஷ்ணலக்ஷ்மி ஓட்டலுக்குத்தான் சமமாகும்...!"

அண்ணன் தலையாட்டிக் கொள்வார்.

நாயருக்கு இந்த உபரி சமாச்சாரங்களுக்கெல்லாம் இடமில்லை. மனைவியிடம் சொல்வார்.

"இந்த ஓட்டலைப் பெரிசாக்கணும்... ஒரு வீடு ஒண்ணு சொந்தமாக கட்டிரணும்...!"

"ஒரி டீ, ஒரி காப்பி...!"

தொந்தி குலுங்கத் தயார்.

காக்கா கடையைப் பற்றிக் கொஞ்சம் தெரிஞ்சுக்கலாமா?

தென்னை மரங்களைச் சூழ்ந்த இடம் என்பதால், மரம் ஏறுபவர்கள், தேங்காய் உரிப்பவர்கள், கயிறு திரிப்பவர்கள் பசிக்கும் சமயம் மரத்தைவிட்டு அல்லது இடத்தைவிட்டு கடையில் ஆஜராகிவிடுவார்கள். கிருஷ்ணலக்ஷ்மியைவிட விலை கொஞ்சம் மலிவு. ஆனால், இட்டிலிக்கு குருமாதான் கிடைக்கும்.

'ஹலால் செய்யப்பட்ட இறைச்சி' என்ற அழுக்குப் பலகை ஓட்டலின் மூங்கில் கழியில் தொங்கும். இன்னொரு சிலேட்டில் சாக்பீசால் எழுதப்பட்ட 'கடன் கிடையாது.' பெரிய பெரிய தென்னை ஓலைகளால் வேயப்பட்டு ஓட்டலே இருட்டாகக் காணப்படும். பகலிலேயே இரண்டு, மூன்று குண்டு பல்புகளைப் போட்டால்தான் 'சரக்கு மாஸ்டருக்கு' சரக்கை மீறி போதைக்கண்கள் புரியும். பலதடவை கவுண்டன்பாளையம் கள்ளுக் கடையில் (நெ.6) அந்த சரக்கு மாஸ்டரை மொந்தையும் கையுமாகப் பார்த்திருக்கிறேன்.

ஓட்டலின் பின்பக்கம் ஆட்டுத் தோலும், ரத்த சிதறலும், கொஞ்சம் ஜவ்வுக் கொழுப்புகளும் ஒதுங்கியிருக்கும். பல் விளக்கி விட்டோ (அ) விளக்காமல் போனாலோ விடியல் ஆறு மணிக்கே பரோட்டா தயார்!

இடியாப்பம், பூரி அங்கேயும் உண்டு. ஆனால், தொட்டுக் கொள்ள குருமாக்குழம்பு மட்டும்தான்.

"பாய் கொழுப்பு கொஞ்சம் போடு...!" என்று உணவுப் பிரியர்கள் கேட்க, அவர் துழாவித்துழாவி ஊற்றுவார்.

மத்தியானம் வெஜிடபிள் பிரியாணியும் மட்டன் பிரியாணியும் சுடச்சுட ரெடி.

'சிங்கம் ஒயின்ஸ்' குடிமக்களும் ஜிப்மர் ஆஸ்பத்திரிக்குச் செல்லும் நாக்கு செத்த மனிதர்களும் ஓட்டலை அடைய ஏறக்குறைய வியாபாரம் நடக்கும்.

கிருஷ்ணலக்ஷ்மிக்கும் அதற்கு சேரும் வாடிக்கையாளர்கள் உண்டு. எனவே, இந்த இரண்டு ஓட்டல்களும் பேட்டையான்சத்திரத்தின் ‘வயிர்நாடியாக’ இருந்தன.

ஒரு தடவை நான் நாயர் ஓட்டலில் பார்சல் டீ வாங்க நின்றிருந்தேன். வெளியே நசநசவென பெய்யும் மழை. அது மழைக்காலம். நாயர் டீ தயார் செய்து கொண்டிருக்க, ஒரு ஆள் சைக்கிளை உரசியபடி கடைவாசலில் ஒருக்களித்து நின்றார். ஒரு பெரிய பொட்டலத்தை நாயர் கையில் கொடுத்தார்.

“நாயர் சீக்கிரம் புடி. மழை நசநசன்னு...” என்று மறுபடி கிளம்பிச் சென்றுவிட, நாயர் பிரித்தார்.

கடுகு உளுத்தம்பருப்பு பொட்டலம்!

“தம்பி இதைக் கொஞ்சம் சமைக்கிற மாஸ்டர்கிட்டே கொடுத்திரு...!” என்று பொட்டலத்தைச் சுருட்டி என்னிடம் கொடுத்தார்.

“உள்ளுக்குள்ளே...!” என்று இருட்டான இடத்தை கையால் காட்டினார்.

கொழகொழவென மழைத்தரை. இரண்டு பெரிய மண் அடுப்புகள் பெரிய பெரிய விறகுத் துண்டங்களோடு எரிந்து கொண்டிருந்தன. பெரிய வாணலி, பெரிய இட்லிப்பானையென்று எல்லாமே பெரியதாக இருந்தன. சமையல்காரர், ஒல்லியாக வியர்த்து வழிய ஒரு மூங்கில் மோடாவில் அமர்ந்து பூரி துழாவிக் கொண்டிருந்தார். ஓர் அழுக்கு அம்மாவும் ஓர் அழுக்கு சிறுவனும் அழுக்குப் பாத்திரங்களைக் கழுவிக் கொண்டிருந்தனர். சிமெண்ட் மேடையில் முதுகைக் காட்டிக் கொண்டு ஒருவர் காய்கறி நறுக்கிக் கொண்டிருந்தார்.

அகல அலுமினிய தட்டில் வடைகளும், பூரிகளும் தயார் செய்யப்பட்டு வெளியே விற்பனைக்குக் காத்திருந்தன.

காய்கறி வெட்டிக் கொண்டிருந்தவரிடம் போனேன். சரசரவென மின்னலினும் வேகத்தில் முட்டைக்கோஸை அரிந்து கொண்டிருந்தார். அருகே முழுசு முழுசுசாக முட்டைக்கோஸ்கள்.

“அண்ணே சாம்பாருக்கு கோஸி ரெடியா...?”

“தோ...!”

அப்பொழுதுதான் கவனித்தேன். அவர் ஒரு முட்டைக் கோஸை எடுத்து பாதியாக வெட்டினார். உள்ளே கருப்பாக ஏதோ இரண்டு உயிரினங்கள். ஓ... அது அட்டைப் பூச்சிகள்! அரண்டுபோய் பக்கத்தில் கவனித்தால் தரையின் விளிம்புகளில் அட்டைகள் எச்சிலோடு உறங்கிக் கொண்டிருந்தன. எனக்கு பயமாகிவிட்டது. நமநமவென அருவருப்பு.

பட்டைக் கத்தியால் அந்த கோஸைப் படபடவென துண்டுபோடத் தொடங்கினார். உடன் அட்டைகளும் துண்டாகின. அதைப் பார்த்தும் சலனமில்லாதவராக வெட்டிக் கொண்டிருக்க எனக்கு வாந்தி வரும்போல இருந்தது.

"என்னடா தம்பி...?"

கையில் பொட்டலத்தைக் கொடுத்தேன்.

"ஓ... சட்னிக்கு கடுகா...?"

"ஐயோ அட்டைப்பூச்சி...!" என்றேன் வெட்டப்பட்ட துண்டு களைக் காட்டி. உடனே அவர் இரண்டு துண்டுகளைக் கத்தியாலேயே ஒதுக்கிவிட்டு விட்டு...

"மழையில்லா... அப்பிடித்தான் இருக்கும்...! எல்லாம் வெந்துபோனா ஒண்ணும் செய்யாது" என்று இயல்பாகக் கூறிவிட்டு இன்னொரு கோஸை உருட்டி இழுத்தார்.

அன்றிலிருந்து ஓட்டலின் சாம்பார் என்றாலே என் கண்முன்னால் அட்டைப்பூச்சி பெண்டுலம்போன்று ஆடத்தொடங்கியது. வெறும் இட்லியில் தண்ணீர் ஊற்றி சாப்பிடுவேனே தவிர, சாம்பாரைத் தொடுவதேயில்லை.

அம்மாவிடமும் அக்காவிடமும் விஷயத்தைச் சொன்னேன்.

"ஓட்டல்னா அப்பிடித்தான். சாப்புடறதே தப்பு...!" என்றாள் அம்மா.

அதன்பிறகு, கிருஷ்ணலக்ஷ்மி ஓட்டல், 'அட்டைப்பூச்சி ஓட்டல்' என்று எங்கள் வீட்டில் அழைக்கப்படலாயிற்று.

ரொம்ப வருடங்களுக்குப்பிறகு, அந்த கிருஷ்ணலக்ஷ்மி ஓட்டல் நாயரின் கனவுப்படி பெரிய ஓட்டலாக மாறியது. மோகன்நகரில் ஒரு பங்களாவையும் கட்டினார் நாயர். அதன்பிறகு, நெஞ்சு வலியால் இறந்து போனார். நிர்வாகம் நாயரின் மனைவி கையில் வந்தது. படிப்படியாய் வியாபாரம் நொடிக்க, சொத்துக்கள் கடனுக்கு

கைமாறிக் கொண்டிருந்தது. தோளுக்கு கீழே வளர்ந்த மகன்கள் உள்ளூர் வெட்டிப்பயல்கள் கூட்டத்தோடு சேர்ந்து 'சிங்கம் ஒயின்ஸ்' போக ஆரம்பித்துவிட்டனர்.

ஓட்டல் மூடப்பட்டது. ஒடுக்குடித்தன வீட்டிற்கு நாயரின் மனைவி குடிபெயர்ந்தாள்.

புற்றுக்கோயிலைத் தாண்டியவுடன் மனசு இயல்பாக கிருஷ்ணலக்ஷ்மி ஓட்டல் இருந்த இடத்தை உருவகப்படுத்திப் பார்க்கும். ஒருவிதப் பரபரப்பு, உழைப்பு சூழ்ந்திருந்த இடத்தில் லாட்டரிச் சீட்டு கடை திறந்திருந்தார்கள்.

நல்லவேளை, அடையாளங்களை இழந்து, சிறு ஒட்டடைகூட தங்கமுடியாமல் தொலைந்து போன அந்த இழப்புகளைக் காண நாயர் இல்லை...!

காக்கா ஓட்டலும் நடுவே காணாமல் போயிருந்தது. அந்த இடம் புதிதாகக் கட்டப்படப்போகும் மசூதிக்காக விற்கப்பட்டுவிட்டது குறித்து பேட்டையான் சத்திரத்தில் செய்தியாக இருந்தது.

27

பெரிய அண்ணனின் மோதிர விரல் இரண்டங்குல அளவிற்கு கத்தரிக்கப்பட்டு, மொழுக்கென்று இருந்தது. அதைப்பார்த்ததும் அம்மா அழத் தொடங்கி விட்டாள்.

அண்ணன் "த்சு... சும்மாயிரும்மா...!" என்றார்.

அம்மா கண்களைக் கசக்கிக் கொண்டாள்.

"உன்னோட பேரப்பயலுக்கு ஏதாவது செஞ்சுப்போடு..." என்று அண்ணன் கொஞ்சம் பணம் கொடுத்தார்.

அம்மா மறுபடியும் அழுதாள்.

எனக்கு எல்லாம் புதிராக இருந்தாலும் குடும்பத்தில் புதிதுபுதிதாக ஏதேனும் நிகழ்வுகள் ஏற்பட்டுக் கொண்டிருந்தன. காலனியே கொஞ்சம் மாறியிருந்தது போலத்தான் இருந்தது.

ஐயர் வீட்டுக் கிழவிக்கு மஞ்சள்காமாலை வந்து விட்டுப் போயிருந்தது. ஏதோ சுக்குத் துண்டத்திற்கு உயிர் இருப்பது போல நூல் புடவையைச் சுற்றிக் கொண்டு அவள் காட்சியளித்தாள். ஐயர் வீட்டம்மா "எப்போது கூடம் காலியாகும் என்று காத்திருக்கிறேன்...!" என்று மூக்குநீட்டியிடம் புலம்பித் தீர்த்தாள்.

"நான் என்னதுதான் செய்யுறது சொல்லுங்கோ...? மூணு பசங்களையும் தோ... நாலாவதா இந்த மனுசனையும் வச்சிண்டு அல்லல்படறது போதாதா...? ஈசன் ஏன் என்னண்டையே சோதிக்கிறான்."

"அறுபதைத் தாண்டி உயிருக்கு உபயோகமாயிருந்தா சொர்க்கத்திலே இடம் கிடைக்கும். கலைப்படாதீங்க...!"

"இப்ப நகரத்திலன்னா கிடக்கேன்...!" என்றாள்.

கிழவி நாளொரு வண்ணமும் பொழுதொரு புலம்பலுமாக நாள்களைக் கடத்திக் கொண்டிருந்தாள்.

"டே புள்ளை...! காரக்குடிக்கு தபால்போட்டு யாராது வர்றச்சே மாவடு கொண்டாரச் சொல்லுடா...! எழவு ஊரா இது...? ஒரு மாவடுக்கு நாதியுண்டா...?" கிழவி அடிக்கடி சொல்லிக் கொண்டுதானிருக்கிறாள்.

ஜாஹீர் வாப்பாவை மிசே கூப்பிட்டிருந்தார். ஒன்று அல்லது இரண்டு என்றால் பரவாயில்லை. ஐந்து பாடங்களிலும் ஐந்து அல்லது ஆறு மார்க்குகளையே வாங்கியிருந்தான். இது எப்படி சாத்திய மென்றும் இந்த களிமண்ணைப் பெற்ற தகப்பனை ஒருமுறை பார்த்து விடவும் ஆசைகொண்டு மிசே, "நாளைக்கு வரும்போது உங்கப்பாவோட வா...!" என்று அனுப்பி விட்டார்.

இரண்டு நாட்கள்தான் வயிற்று வலி என்று சொல்லிப் பள்ளிக்கு மட்டம் போட முடிந்தது. மூன்றாம் நாள் பாய் கண்டுபிடித்து விட்டார். போட்ட போடில் உண்மையைக் கக்கினான் ஜாஹீர். அம்மாவிடம் நியாயம் கேட்க, அவனது காதோடு வந்துவிட்டார் பாய்.

"கழுதைக்கு நான் என்னம்மா குறை வச்சேன்? இப்பிடி மெழுகு வத்தியையும், சாம்பிராணியையும் சுமந்துகிட்டு சுத்தறது இவனுக்காகத் தானே...? படிக்கிறானே... ஒண்ணுலயாவது பாசாவப்படாதா? ஒரு படிக்கிற புள்ளைகிட்ட அப்பன் என்னத்தை எதிர்பார்க்கப் போறான்? இது புள்ளையா இது....? மயிர்புடுங்கிற புள்ளை...!" கோபத்தில் வார்த்தைகள் விழுந்ததும் சட்டென்று வாயை மூடிக் கொண்டார் பாய்.

"ஐயோ மன்னிச்சிடுங்கம்மா. வாயிலேர்ந்து தப்பான வார்த்தை விழுந்துட்டுது...!"

"சின்னப்புள்ளதான பாய். கொஞ்சம் வயசானா புரிஞ்சுப்பான். உட்டுப்புடிங்க. சாயங்காலத்துல சின்ன பாப்பா சும்மாயிருக்கிறப்போ அனுப்பி வையுங்க. கொஞ்சம் பாடம் படிச்சுக்கட்டும்...!"

"சரிங்கம்மா...! எதுக்காகம்மா நா கவலைப்படணும்...? நானும் ஒழுங்கா படிக்கலை. இவனோட அம்மாக்காரியும் பூஜ்ஜியம்தான். ஊர்வம்பு வளர்க்கத்தான் தெரியும். இவன் ரெண்டு படிச்சான்னா... தெருத்தெருவா அலையத் தேவலை...!"

ஜாஹீரின் கதை இப்படி ஓடிக்கொண்டிருக்க... ராணுவ வீரரின் இரண்டு பெரிய பிள்ளைகளும் வரப்போகும் பெரிய பரீட்சைக்குப் படித்துக் கொண்டிருந்தார்கள். விடிய விடிய.

தடித்தடியாய் இங்கிலீஷ், கணக்கு புத்தகங்கள். மேசைவிளக்கை எரியவிட்டுக் கொண்டு, அண்ணன்காரன் அடிக்கடி டீ, காபி தயாரித்துக் கொடுக்க... படித்துக் கொண்டே இருந்தார்கள்.

இந்திக்காரி மூன்று பசங்களை மட்டும் *டெல்லி ஸ்கூலில் சேர்த்து விட்டிருந்தாள். தனது ஸ்கூட்டரில் இந்திக்காரர் குழந்தைகளை ஏற்றிக் கொண்டு போனார். அவர்களும் பூட்டுகளும் டைகளும் போட்டுக் கொண்டார்கள். இந்தியிலேயே படித்தார்கள். அடிக்கடி தாய், தந்தையரிடம் இந்தி வசவுகளையும் இந்தி உதைகளையும் வாங்கிக் கொண்டார்கள். பெரியவன் பாபுவுக்கு "ஷோலே" தர்மேந்திரா போல ஜாலியாக வாழ ஆசை. ஆனால் விட மாட்டேங்கிறாங்களே...! அவன் அதிகம் எதிர்த்துப்பேசி எருமைமாடு கணக்காக உதை வாங்கிக் கொண்டான்.

"அந்த முண்டைக்கு இவந்தான் சரியான பதிலடி கொடுக்கப் போறான்...!" என்பாள் ஐயர்வீட்டம்மா, நக்கலாகச் சிரித்தபடி.

ஆறுமாத வாடகைப் பாக்கியைக் கேட்டு முன்னூறு தடவை ராமு அண்ணன் வந்து போய்விட்டார். மூன்றாவது காலனி கறுப்பு மனிதர்கள் அதனை மிகச் சாதாரணமாக எடுத்துக் கொண்டார்களே தவிர, ஒற்றை ரூபா தந்த பாடிலில்லை. அனேகமாய் ராமு அண்ணன் போலீஸோடு வரக்கூடும் என்று கற்பனையாகப் பேசிக் கொண்டு அதில் இலயித்தும் போனார்கள்.

லக்ஷ்மி குழந்தைப் பேற்றுக்காக வயிற்றைத் தள்ளிக் கொண்டு மதுராந்தகத்துக்குப் போய்விட்டிருந்தாள். ஜாஹீர் அம்மாவுக்குதான் சரியான ஜோடி இல்லை!

காலனி வழக்கமான நடவடிக்கைகளைத் தன்னகத்தே கொண்டிருந்தாலும் ஏதோ மிக விரைவில் ஒரு பிரளயம் (அ) புயல் உருவாகப்போவது போல ஒரு பீதி என் குட்டி இதயத்திற்குள் மையம் கொண்டிருந்தது. காரைக்குடி கிழவி சளியோடு இருமும் சப்தம் தொடர்ந்து கேட்டுக் கொண்டிருந்தது.

---

* கேந்திரிய வித்யாலயா பள்ளி.

28

“**போ**டுங்கம்மா ஓட்டு, ரெட்டை இலையைப் பாத்து...!” கோஷங்கள் விண்ணைப் பிளந்தன. கை, சூரிய, ஏர் உழவர், கதிர் அரிவாள் சின்னங்களும் கொண்ட வண்ண வண்ண பிட் நோட்டீசுகளும் கொடிகளும் ஊரைப் புதுவித அலங்காரப் படுத்தியிருந்தன. சைக்கிள்களின் புழக்கங்கள் நிறைய ஆரம்பித்திருந்தன. இந்திராகாந்தி வரப்போவ தாகப் பேசிக் கொண்டார்கள். மாச இறுதியில் புரட்சித்தலைவர் எம்.ஜி.ஆர்., கலைஞர் கருணாநிதி வரப்போவதாகவும் மற்றும் நிறைய சினிமா நடிகர், நடிகைகள் வரவும் கூடும் என்றும் காலனியில் பேச்சு அடிப்பட்டது.

எங்களிடம் சின்ன சின்ன கையிலடங்கக்கூடிய கொடிகள் கிடைத்திருந்தன.

“நம்ம சின்னம்... கை சின்னம்...!”

“ஆகவே... மக்கள் கண்மணிகளே உங்களது பொன்னான வாக்குகளை உதயசூரியன் சின்னத்திற்கு அளித்து, அதிகப்படியான ஓட்டு வித்தியாசத்தில் வெற்றி கிடைத்திட வேண்டுமாய் பணிவன்புடன்...” ஜீப்புகளில் மைக் ஏந்தி கெஞ்சிக் கேட்டுக் கொண்டு போனார்கள். ஓட்டு, வாக்கு என்றால் என்னவென்று எனக்கு சுத்தமாகப் புரியவில்லை. ஆனால், ஓட்டு என்பதை எங்கேயோ போட வேண்டும் என்பதைப் புரிந்து கொண்டேன். யாரையும் என்னவென்று கேட்கவும் தெரியவில்லை. சொல்வாரும் யாருமில்லை.

“நான் ஏர் உழவன் கச்சி. எங்க கச்சிதான் ஜெயிக்கும்!” என்றான் ஜாஹீர்.

எனக்கென்னவோ கதிர் அரிவாள் படம்தான் மிகவும் பிடித்திருந்தது. இடையே ஆரஞ்சு, வெண்மை, பச்சை கொண்ட கொடி வண்ணத்தில் நடுவில் கொழுக்மொழுக்கென்றிருந்த கை படமும் என்னை மிகவும் கவர்ந்தது. ஏர் உழவன்கூட வசீகரமாய் இருந்தான். கலப்பையை தோளில் சுமந்து செல்லும் முண்டாசு கட்டிய மனிதன்.

‘கோட்டி’ ராஜேந்திரன். “கை தான் முக்கியம். அது இல்லாட்டா நாம வாழவே முடியாது...!” என்றான்.

குட்டி ஐயர் வீட்டம்மாவிற்கு 'ஏர் உழவன்' தான் பிடித்திருந்தது. அவள் மூக்கை உறிஞ்சிக் கொண்டே சொன்னாள்: "வயல்ல வேலை செய்யாட்டி நமக்கெல்லாம் அரிசியே கிடைக்காது. அது கிடைக்க லேன்னா சோறே இல்ல. போடுங்கம்மா ஓட்டு ஏர்உழவனைப் பார்த்து...!" என்று கத்தினாள்.

வீட்டுக்கு வீடு வேட்டி கட்டிய புதியபுதிய மனிதர்கள் வந்து கும்பிட்டார்கள். செட்டியார் வீட்டின் காம்பவுண்டில் வெள்ளை வெளேறென்று சுண்ணாம்பு பூசி கை சின்னத்தை வரைந்து வைத்தார்கள். ஏதேதோ எழுதி வைத்தார்கள்.

ஊரே விழாக் கோலம் பூண்டது போலிருந்தது.

தோப்புத்தாத்தா, புதிய பயிரை விளைவித்திருந்தார். வெள்ள, மழைக்குப்பிறகு இப்போதுதான் அவரது முகத்தில் சிரிப்பு வந்து சேர்ந்திருந்தது. பச்சைப்பசிய அகத்திக்கீரை தாவரங்கள் காற்றில் சிலுப்பிக் கொண்டிருக்க, அதனை ஒட்டி உறவாடி வெற்றிலைக் கொடிகள். புதிய மூங்கில் முட்கள் வேலிகளையும் அமைத்திருந்ததால், இப்போதைக்கு நுழைய முடியாது. நன்கு வெயிலடித்து சற்று காய்ந்துபோனால்தான் வேலியை சேதப்படுத்தி நுழைய முடியும். பொன்வண்டுகளும் கொழுந்து வெற்றிலைகளும் எங்களைவிட்டு எங்கே போய்விடப் போகின்றன? என்ற தைரியத்தில் இருந்தேன். அரைப்பரீட்சைவேறு வந்து விட்டிருந்தது.

செல்லம்மிசே (கூழ் மிசே) என்னையும் சூசையையும் பாஸ்போட்டு விடுவதாக வாக்கு கொடுத்திருந்தார். இருந்தாலும் எனக்கு படிக்கப் பிடித்திருந்தது.

சின்ன அண்ணனுக்குத்தான் அடிக்கடி ஜுரம் வர ஆரம்பித்தது. ஜுரத்திற்கு மொழிப் பிரச்சினையேயில்லாமல் அது பாட்டுக்கு தமிழ் பரீட்சைக்கும் வந்தது, இங்கிலீஷ் பரீட்சைக்கும் வந்தது.

தேர்தல் சூடுபிடிக்க ஆரம்பித்திருந்தது. படைபடையாய் வீட்டுக்கு வந்து கும்பிட்டார்கள். தேணுகா என்ற அம்மாவும் கட்சியில் நிற்கிறார்கள். ரோஸ் பவுடர் அடித்துக் கொண்டு, வரிசைப் பற்கள் மின்ன பெண்மணிகளிடம் ஓட்டுக் கேட்டார்கள்.

"இந்திராகாந்தியின் கரத்தை வலுப்படுத்த வந்தவரே... ஏழைப் பெண்மணிகளை உயர்த்த உருவானவரே... சரியான ரேஷன் கிடைக்க பாடுபட்டவரே... மண்ணெண்ணெய் விலை குறைத்தவரே..."

என்று அவரின் புகழ்பாடி மைக்கில் ஒருவர் அலற, ரோஸ் பவுடரை எனக்குப் பிடித்திருந்தது. சினிமா நடிகை மாதிரி என்ன ஒரு பளிச்?

"நேருவின் மகள் இந்திரா... உங்கள் வீட்டு மகள் தேனுகா....!"

"போடுங்கம்மா... ஓட்டு..."

கொஞ்ச நேரத்தில், 'அந்தக் கூட்டம் எப்பொழுது கலையும்?' என்று எனக்கு தோன்ற ஆரம்பித்து விட்டது. நாளைக்கு எம்.ஜி.ஆர். அண்ணா திடலில் பேசப்போகிறாராம். கூட்டம் முடிந்து, திறந்த காரில் காட்சியளித்து, கோரிமேடு சாலையில் செல்வாராம்.

மாலை செட்டியார் மற்றும் அவரது நண்பர்கள் சிலர் ரகசியமாய் எல்லோருடைய வீட்டுக்கும் வருகை தந்தனர். சின்னம்போட்ட காகித உறையில் ஓட்டுப்போடும் நபர் ஒன்றுக்கு ஐந்து ரூபாய் வீதம் ரகசியமாய்ப் பணம் கொடுத்தனர்.

"யார்ட்டேயும் சொல்லாதீங்க... உங்க ஓட்டை மறக்காம இந்த சின்னத்தில இந்த இடத்தில குறி போடுங்க...!" என்று செயல்முறை விளக்கம் தந்து சென்றார்கள்.

அதே போல ஒவ்வொரு கட்சியும் ரகசியமாய் வந்தது.

"பணம் வாங்கிறது தப்புன்னா... அரசாங்க குத்தம்....!" என்று அனேகரும் வாங்கிக் கொண்டனர்.

"ரகசியமாத்தான தர்றாங்க...!"

"மளிகை சாமான், அரிசிக்கு ஆச்சு...!"

அம்மாவுக்கு அந்தப் பணம் மிகவும் உதவியது. விறகுக் கட்டுக்களும், கொஞ்சம் மண்ணெண்ணெயும் சாப்பாட்டுக்குத் தேவையான பொருட் களையும் வாங்கினாள்.

"எனக்கு பணம் உண்டாம்மா...?" என்று கேட்டேன்.

"வாயத் திறக்காம படிக்கிற வேலையைப் பாரு...!" என்றாள் அம்மா.

எனக்கு உப்புமா உட்பட சில சுவையான உணவுப் பதார்த்தங்கள் ஒரு வாரக்காலத்திற்குக் கிடைத்தன.

"தினமும் தேர்தல் நடந்தா நல்லாயிருக்கும்!" என்று நினைத்துக் கொண்டேன்.

29

தீபாவளிக்கு அப்பா வருவார் என்று நம்பினோம்.

ஆங்காங்கே பொட்டுபட்டாசின் சப்தங்கள் ஆரம்பச் சகிதமாய் வெடித்துக் கொண்டிருந்தன. ரோல் பட்டாசு கூட புதுமையாகத்தான் இருந்தது. தம்பு உயிரோடிருந்த பொழுதில் பளபளவென்று ஒரு துப்பாக்கி வைத்திருந்தான். ரோல் பட்டாசை அதில் மாட்டி "பட பட" என்று சுட்டான். எனக்கும் துப்பாக்கியை எப்படி இயக்குவது என்று சொல்லிக் கொடுத்தான். துப்பாக்கி சில்வர் உலோகத்தினால் 'சில்லென்று' இருந்தது. சுட்டு முடிக்க அதன் குழலில் குட்டியாய் புகை வெளியேறியது. அது வாசமாய் இருந்தது. தம்புவோடு கழித்த தீபாவளி இனிதாயிருந்தது, உண்மை. ஆனாலும் அவனில்லாத தீபாவளியும் ஏறக்குறைய கவலையை மறக்கத்தான் செய்தது.

பெரிய அண்ணன் பட்டாணி வெடி வாங்கித் தந்தார். பட்டாணியை வண்ணக் காகிதத்தில் சுற்றி பசை போட்டு ஒட்டியிருந்தது போலவே வெடி காட்சியளித்தது. சிறு காகிதக் குடுமியைப் பிடித்து ஓங்கி தரையில் அடித்தால் வெடித்தது. சின்ன அண்ணன் கால்சட்டைப் பையில் போட்டுக் கொண்டு வெடித்தவன், இரண்டு மூன்று வெடிகளை தவறவிட்டுவிட்டு படுத்து விட்டான். நடுராத்திரியில் புரண்டு படுக்க "படீர்...! படீர்!" என்று வெடித்து கால்சட்டை ஓட்டையாகிப் போனது.

ராணுவ வீரரின் மகன் கோபால் அண்ணன் என்னை அன்போடு அழைத்தார். ஊசிப்பட்டாசுக் கட்டொன்றை கொடுத்தார். ஊதுவத்தி கொளுத்தி ஒரு பட்டாசை எப்படி வெடிப்பது என்று காட்டினார். "புஸ்ஸென்று..." என்று பொறி கிளம்புகையில் பின்பக்கமாய் ஓடி நின்று கொள்ள வேண்டும். வெடித்தவுடன் திரிகிள்ளியபடி அடுத்த வெடிக்குத் தயாராக வேண்டும். எனக்கு செம ஜாலியாக இருந்தது.

ஜாஹீர் சில வெடிகளை வைத்து வெடித்துக் கொண்டிருந்தான்.

அனைவரும் தீபாவளிக்குத் தயாராகிக் கொண்டிருந்தோம்.

கண்கள் எரிய, முதல்நாள் தூக்கம் வரப்பிடிக்காமல் வெகு நாழிகை கழித்துத் தூங்கியிருக்க... அம்மாவோ, அக்காவோ, அண்ணனோ எழுப்பி விட, கண்களைப் பிட்டுக் கொண்டால், யாராவது ஒரு குத்து நல்லெண்ணெயைப் பிசுபிசுவென தலையிலும் முகத்திலும் பூசிவிட்டு, "குளிக்கப்போங்கடா...!" என்று என்னையும் அண்ணனையும் விரட்டு வார்கள். அழுகை வந்தாலும், புதுச்சட்டையும் வெடியும் வெடிக்க போகிறோம் என்பதால் பொறுத்துக் கொள்வோம்.

முதல்நாள் இரவுவரை புதுத்துணி தைக்கப்பட்டு வருமா என்ற திகில் ஒட்டிக்கொண்டிருந்தது கலைந்து, இதோ நடுங்கும் குளிரில் குளித்து ஆடையையும் அணிந்தாகிவிட்டது. பெரிய அண்ணன் பட்டாசுப் பெட்டியைப் பிரித்தார்.

வண்ணமாய்க் கொட்டிக் கிடக்கும் பட்டாசுகள். எதை எடுப்பது என்பதுபோலக் குழப்பம். புஸ்வாணங்கள் மிகமிக கவர்ச்சிகரமாய்க் காட்சியளித்தன. பவுன் குல்லாவைப்போல பளபள வண்ணத்தில் அவை இருந்தன. கம்பி மத்தாப்பூ டப்பாக்கள் அழகிய அக்காக்கள் படங்களோடு இருந்தன. எல்லா அக்காக்களும் மை தீட்டிய விழிகளோடு, செக்கச் செவேரென்று, உதடுகள் சிவப்புநிற 'டாலடிக்க' கழுத்திலும் கையிலும் நிறைய நகைகள் அணிந்து சிரித்தபடி மத்தாப்பு பிடித்திருந்தனர். வண்ண வண்ண நட்சத்திரங்கள் அவர்கள் முன்னால் சிதறிக் கொண்டிருந்தன.

சின்ன அக்காவையும் பெரிய அக்காவையும் இப்படி பார்த்த தேயில்லை. ஆனால், செட்டியார் வீட்டு மகள் பண்டிகைக் காலங்களில் பட்டாசுப் படம் மாதிரியே வலம் வருவாள். அவளது மிகக் குண்டான அம்மாவும் கழுத்து மறைய நகைகளைப் போட்டுக் கொண்டு அலைவாள்.

"அக்காக்கெல்லாம் இப்பிடி நகைங்க இல்லியா...?" என்று அம்மாவிடம் கேட்டேன்.

"ஆமா, உங்கப்பாரக் கட்டிக்கிட்டு இப்பிடில்லாம் நகை வச்சுக்க முடியுமா? இந்தக் கழுதைங்க பாவம் செஞ்சதுங்க. என்கூட அல்லாடுதுங்க. சின்ன வயசுல உன்னை மாதிரி அக்காவெல்லாம் இருந்தப்போ இப்பிடி எல்லாத்தையும் போட்டு அழகு பாத்திருக்கேன். எல்லாம் ஆடுதுறை யோடப் போச்சு...!" அம்மா பழைய நினைவுகளில் மூழ்கிப் போனாள்.

சின்ன அண்ணன் ஒரு கொத்துப் பட்டாசுகளை லபக்கென்று எடுத்துக் கொண்டு ஓடினான். எனக்கு இழப்பின் அடையாளமாக அழுகை முட்டிக் கொண்டது. ஆனாலும், எனக்கு மீதமிருந்தவை நிறைய இருந்தனபோன்றே தோன்றியது. இருந்தாலும் முக்கியத்துவத்துக்காக கண்களைக் கசக்கினேன். சின்ன அக்கா சொன்னாள்:

"தீபாவளிக்கு சிரிச்சுட்டேயிருக்கணும். அழாதே. நீ எல்லாத்தையும் வெடிச்சு முடி. நான் கொஞ்சம் வெடிவாங்கித் தருவேன்!" என்றாள். எனக்கு ஆறுதலாயிருந்தது. ஆனாலும், பட்டாசுகள் வெடிக்க வெடிக்க தீரவேயில்லை. வளர்ந்தபடிதான் இருந்தது.

ஐயர் ணர்ஊசிப்பட்டாசுக் கட்டில் நெருப்புபொறி வைத்து, தீபாவளியைத் துவக்கினார். 'டிச்சென்று' இருந்தார்.

கால்களைப் பிடித்தபடி பேண்ட், முழுச்சட்டை. அட என்ன ஆச்சரியம்? அவரது இரண்டு பையன்களும் அவர் அணிந்திருக்கும் வண்ணத்திலும் டிசைன்களிலும் ஆடை அணிந்திருந்தனர். மகள் மஞ்சள் பட்டு, பாவாடை சட்டையில் மூக்குறிஞ்சியபடி சதாநேரமும் பென்சில் வெடியோடு காட்சியளித்து, இளித்துக் கொண்டிருந்தாள். ஐயர் வீட்டம்மா, பட்டு புதுப்புடவையைக் கால்களோடு ஒரு மாதிரி சுற்றிக் கட்டியிருந்தாள். பின்பக்கம் திரும்பினால், சூத்தாம்பட்டை தனியாகக் காட்சியளித்தது. "ஹ்ஹே...ஹ்ஹே..." என்று ஐயரம்மா ஐயரையும் பிள்ளைச் செல்வங்களையும் பாதுகாப்பதில் மும்முரமாய் இருந்தாள்.

"நீ போய்ப் பலகாரம் சுடும்மா...!" என்றார் ஐயர் அன்போடு. "மடிசார்னா... மடிசார்தான் நோக்கு எடுப்பாயிருக்கிடியம்மா...!"

"என்ன, ஐயர் பத்து வயசு குறைஞ்ச மாதிரியிருக்கார்...?" என்று ஐயரம்மா சிணுங்கினாள்.

"புதுவளையல் நோக்கு புடிச்சிருக்கோன்னோ...?" என்று ஐயர் தீக்கங்குவிடும் வத்தியை நீட்டிப்பிடித்துக் கொண்டு அவளது விரல்களைப் பிடித்தார். அவள் கண்களைச் சுழற்றி அழகாக பார்த்தாள், ஐயரை.

"டே சாமிநாதா... பட்டாசு கொளுத்த வேண்டாம்னு சொல்லுடா...!" என்றாள் காரைக்குடி கிழவி. அவளும் புது நூல்புடவை கட்டியிருந்தாள். இல்லையில்லை, உடம்பில் புடவையை விரித்து வைத்து அவளை ஒரு சுற்றுச்சுற்றிய மாதிரி காட்சியளித்தாள்.

"சித்த சும்மாயிருங்கோ... தீபாவளிக்கு பொங்கல்னா செய்ய முடியும்? வெடிதான் வெடிப்பாவோ... ஹ்ஹே...!" என்றாள் ஐயரம்மா.

"தீபாவளியும் அதுவுமா என்னைக் 'குச்சிக்காரின்னு' திட்ட வைச்சுப்புடாதே. தள்ளிப்போய் கொளுத்தச் சொல்லு...!"

"என்னம்மா, நல்ல நாள் அதுவுமா பேசிண்டேயிருக்கேள்? சித்த திருவாய் மூடறேளா...?" என்று ஐயர் எரிந்து விழுந்தது எனக்கு ஆச்சரியமாய் இருந்தது. ஆத்துக்காரிக்கு முகமெல்லாம் புன்னகை கிளம்பியது.

"ரொம்ப வாயடிச்சா, இன்னிக்கு பச்சைத் தண்ணி என் பல்லுட படாது...!" என்று எச்சரித்தாள் கிழவி. ஐயர், ஐயரம்மாவிடம் சாடைசொல்லி "உள்ளே போ..!" என்றார்.

"என்ன காரக்குடிக்கு டிரெயின்ல அனுப்பிடு.. ரொம்ப பேசச் செய்யிறே...?" கிழவியின் புலம்பல் தொடர்ந்து கொண்டிருந்தது. எனக்குள் கிழவியின் மடியில் ஒரு கட்டு கொளுத்திய பட்டாசை எறியலாமா என்று கேள்வி பிறந்தது.

ஏனோ தெரியவில்லை. கிழவிக்கு கோபம் புஸ்புஸென புஸ்வாணம் போலக் கிளம்பிவிடுகிறது. சதாநேரமும் ஏதேனும் குற்றம் தென்படாதா என்பது போல அவளது இடுங்கிய கண்கள் அலைபாயும். பிடி கிடைக்காத சமயங்களில் ஈக்களையும் கொசுக்களையும் வம்புக்கிழுத்துக் கொண்டிருப்பாள். அவைகளை விரட்டியபடித் திட்டிக்கொண்டிருப்பாள். அவைகூட அவள் சொல்கேட்பதில்லை.

"நம்மூர்ல உங்க மூஞ்சியிலெல்லாம் வெள்ளப்பொடி தூவுவான் கக்கூஸ்காரன்! இது ஊரா இது... திமிர்புடிச்ச ஊரு...!"

எப்படியாகினும் கொசுக்கள் அவளை விட்டு வைப்பதில்லை.

எங்கிருந்துதான் கருமேகங்கள் வந்து சேர்ந்தனவோ? சில தீபாவளி களை மழையும்கூட விரும்பும். இந்த தீபாவளியும் மழை நசநசப்போடு போய்விடுமோ என்று பயமாயிருந்தது. நினைத்தது போலவே வானம் பிய்த்துக் கொண்டது. மூக்குநீட்டியும் லக்ஷ்மியும் போட்ட கோலங்கள் கொஞ்சங் கொஞ்சமாய் நீரோடு கலந்தன. நல்லெண்ணெய் சீயக்காய்க் குளியலும் இருண்ட இயற்கையும் *சொய்யான் உருண்டை வாசத்தில்

---

* **சொய்யான் உருண்டை:** கடலைப்பருப்பு, தேங்காய், வெல்லம் ஆகிய கலவைகளை அரிசி மைதா மாவு கிண்ணம் செய்து அதில் வைத்து மூடி, மாவு முடிச்சுப்போட்டு எண்ணெயில் பொரிக்கும் ஓர் இனிப்பு வகை. சுழியன், சுகியன் போன்ற இயற்பெயரைக் கொண்டது. புதுச்சேரியில் சொய்யான் உருண்டை!

தூக்கத்தைத் தானாக வரவழைத்தன. இருந்தாலும் அதற்கு அடிமையாகாமல் அழகழகான வெடிகளை அடுக்கிப்பார்த்து ஆனந்தப்பட்டோம் நானும் அண்ணனும்.

முதல் வெடிச்சத்தம் நான்கு மணிக்கெல்லாம் ஆரம்பித்து விட்டது. நாங்கள் தயாராக ஐந்தரை மணியாகிவிட்டது. மழையின் சப்தம் எங்களுக்குச் சோர்வைக் கொடுத்தாலும், கவலைப்படவில்லை. மழை எப்படியும் கொஞ்சம் ஓய்வு எடுக்கும்; அப்பொழுது வெடித்தால் போகிறது. பெரிய அண்ணன் எங்கள் வெடிகளை வாங்கி அம்மா மூட்டியிருந்த விறகு அடுப்பருகில் வைத்து நமத்துப் போயிருந்தவைகளை சூடேற்றிக் கொடுத்தார்.

சின்ன அண்ணன் இரண்டு வெங்காய வெடிகளை அடுப்பில் போட அது அமைதி காத்து படீரென்று வெடித்து புகை கக்கியது. அம்மா பளாரென்று அவனை முதுகில் போட்டாள்.

“அடுப்பு பொளந்தா காலங்காத்தால எங்க போறது? வெடிய அடுப்பில் போடலாமா? மூதேவி...!” என்று திட்ட, அண்ணன் கப்சிப்.

இங்க் வண்ணத்தில் பொழுது புலர மழை... ஓய்ந்து இலேசாய் தூறல் போட்டுக்கொண்டிருந்தது. தடதடவென்று வெளியே ஓடினோம். பிள்ளையாரின் கருங்கல் மேடையைச் சுற்றி ஜாஹீர், நொண்டிச் செல்னிம், ஜாஹீர் அப்பா, கறுப்பு மனிதரின் தடித்த பையன்கள் எல்லோரும் தயாராக இருந்தனர். ஒவ்வொருவர் கையிலும் தடித்தடியாய் நெருப்புக்கங்கு ஒளிவிடும் பெரிய ஊதுவத்தி. ஜாஹீர் அது அணை யாமலிருக்க மூக்கருகே வைத்து ஊதிக்கொண்டிருந்தான்.

“எலே பார்த்துலே! கண்ணுல வச்சுக்கப்போற...?” என்று ஜாஹீர் அப்பா எச்சரித்துக் கொண்டிருந்தார். அவர் ஒரு பெரிய *அரியாங்குப்பம் பட்டாசை வைத்து அவனது கையைப்பிடித்து நெருப்பு வைக்க... அது தூறலை முன்னிட்டு யோசித்து யோசித்து... காதைப் பிளந்தது. எங்கள் காதுக்குள் ‘ரொய்ங்’ என்று சப்தம்.

“ஐயோ... ஐயோ...!” என்று பெருங்குரலெடுத்து கத்தினாள் காரைக்குடிக் கிழவி. தீபாவளியை விரும்பாத கிழவி இவள் ஒருவளாகத்தான் இருக்க முடியும் என்று நினைத்தேன்.

---

* **அரியாங்குப்பம் பட்டாசு :** ஜிகினா வேலைப்பாடுகள் ஏதுமின்றி, பழுப்பு நிற குழல் அட்டையில் வெடிமருந்து வைத்த வெடிகள். சாதாரண வெடியைவிடப் பல மடங்கு ஒலியதிகம். குடிசைத் தொழிலாக இவ்வெடிகள் உருவாகின்றன.

ஒருவர்பின் ஒருவராக, எங்களது வெடிகளை வெடித்து மகிழ்ந்தோம். சில வெடிக்காமல் துள்ளி விழுந்தன. அவைகளை அந்த தடித்த பையன்கள் தங்களோடு பத்திரப்படுத்திக் கொண்டார்கள்.

இப்பொழுது, எங்கள் தெரு, இரண்டு, மூன்றாவது தெருக்கள்... பேட்டையான் சத்திரம் பகுதிகள் அனைத்தும் வெடிச்சத்தத்தில் மூழ்கின. குளிர் காற்று வெடிப்புகையோடு மூச்சில் அறைந்தது.

மழை ஓய்ந்து ஈரமெத்தையைப் போட்டாற்போல வீதியே பக்குவமாய் அழுந்தியது. ஏறக்குறைய எல்லா காலனி மனிதர்களும் பிள்ளையார் மேடைக்கருகில் குழுமியிருந்தார்கள், காரைக்குடிக் கிழவியைத் தவிர.

மதியம் பலகாரங்கள் உண்டு முடித்து, பாத்திரங்களைத் துலக்கி அடுக்கி வைத்தவுடன் சற்றுக் களைப்பாற குட்டித்தூக்கமும் போட்டு விட்டு எழுந்து, முகம் கழுவி பண்டிகையின் இறுதிகட்டத்திற்குத் தயாராகி அனைவரும் கூடியிருந்தது, எனக்கு ஏனோ செம ஜாலியாக இருந்தது. அவரவர் பட்டாசுகளைப் பரிமாறிக் கொண்டனர்.

இந்திக்காரி மகிழ்ச்சியில் சப்தம்போட்டு சிரித்துக் கொண்டிருந்தாள். அம்மா, அக்காள்கள், அண்ணன்கள், குட்டிக் குழந்தை மற்றும் ஐயரம்மா, ஐயர் மற்றும் ஏனையோரும் கூடியிருந்தனர். ராணுவவீரர் அப்பொழுது மணிநாத்தை அன்பொழுகப் பார்த்துக்கொண்டு, இந்திக் காரிக்கும் தன் கடைக்கண் பார்வையைக் கொடுத்துக்கொண்டிருந்தார். இந்திக்காரி பளபளவென்று கண்ணாடி, மணிகள், ஜரிகைகள் பதித்த டெல்லி புடைவையைக் கட்டியிருந்தாள். மொடமொடவென்று அது ஆங்காங்கே ஏறியும் இறங்கியும் சரசரத்துக் கொண்டிருந்தது. அவளது பால்குடி மைந்தன் அடிக்கடி முந்தானையை இழுக்க இழுக்க நெஞ்சில் ஒட்டியிருக்கும் கறுப்பு மணிமாலையைக் காட்டிக் கொண்டிருந்தாள். மற்ற சமயமாயிருந்தால் ஜாஹீர் அம்மா ஒரு சாடை சொல்லியிருப்பாள். அவள்கூடப் புதியதாய்ப் பூக்கள் வேலைப்பாடு செய்த முக்காட்டைப் போர்த்தியிருந்தாள். பண்டிகை அனைவரையும் ஒன்று சேர்த்திருந்தது.

ஜாஹீர் அப்பா, ஒரு ராக்கெட்டை மேலே விட்டார். அது விர்ரென்று சீறிப்பாய்ந்து பூக்களை உதிர்த்தது. பெரியவர்களெல்லாரும் ஒரு குழுவாகக் குழுமியிருக்க, சின்னப் பசங்கள் நாங்களெல்லாம் தனிக் குழுவாகிக் கூடியிருந்தோம்.

“இன்னிக்குத்தான் ஐயர்வீட்டம்மா, ஐயரம்மா மாதிரி தெரியறாங்க...!” என்று அம்மா சிரிக்க...

“ஏன்...?” என்றாள் புதுப்புடைவை லக்ஷ்மி.

“அதென்னவோ மடிசார்னா இவங்களுக்குத்தான் ஏத்துக்குற மாதிரியிருக்கு. நாமல்லாம் போட முடியாது...!” என்றாள்.

மூக்கு நீட்டி ஏதோ புரிந்தவளாகி, “கோபால் அம்மா இன்னிக்கு பார்க்க மீண்டும் கோகிலா ஸ்ரீதேவி மாதிரியல்லா இருக்காங்க...!” என்று பெரும் குரலெழுப்ப, ராணுவ வீரர் “அப்படியா...?” என்பது போல நோக்கினார். ஐயரம்மா முகம் சிவந்தாள். பெண்கள் அனேகமாக கம்பி மத்தாப்புகளை ஏந்தி ஏற்றினர். சின்ன ஐயரம்மா நிறைய பாக்கெட் வைத்த கவுன் போட்டுக் கொண்டு சாட்டை பிடித்தாள். அதனை சுற்றிச் சுற்றி ஒளிவட்டம் போட்டாள்.

“ஏய்... பாத்துடி...!” என்றார் ஐயர்.

மூன்றாவது காலனியின் கறுப்பு மனிதர் தன் பெரும் தொப்பையைக் காட்டிக் கொண்டு தீபாவளியைப் பார்த்துக் கொண்டிருந்தார். தனித்து நின்று கொண்டிருந்தார். அவரது தடிப் பையன்கள் அன்று பூராவும் பொறுக்கியெடுத்த பட்டாசுகளை ஒரு அட்டைப் பெட்டியில் போட்டு விவஸ்தையேயில்லாமல் நெருப்பைப் பற்ற வைக்க.. அனைத்து வகை பட்டாசுகளும் கன்னாபின்னாவென்று வெடித்தன. அதன் ஆச்சரியத்தில் அவர்கள் மூழ்கினர்.

ராணுவ வீரர், “தம்பிகளா... இப்படி கண்டபடிவெடிக்கக் கூடாது. மூஞ்சுமோரை பத்திரம்...!” என்றார் அன்பாக.

கறுப்பு மனிதர் கோலாகலமாய் நின்றிருந்த தன் சக காலனி மனிதர்களை ஒரு பார்வை பார்த்தார். பார்வையில் ஏனோ கனிவோ, புன்னகையோ இல்லை!

ஜாஹீர் அப்பா கத்தினார். “ஐயா இங்கன வாங்க. நாமெல்லாம் இன்னிக்குத்தான் ஒண்ணா கூடியிருக்கோம். அட, இங்கிட்டு வாங்க பேசிட்டிருக்கலாம்!” என்று அழைத்தார். ஐயரம்மாவிற்கும் ராணுவ வீரருக்கும் பாய் இப்படி அவரை உடனடியாக அழைத்து விட்டதில் அதிர்ச்சி.

சில கணங்கள் உற்சாகப்பேச்சுக்கள் அடங்கியிருந்தன. ஐயரம்மாவிற்கு மிகத் தாமதமாக சூழ்நிலை புரிந்தது. அவள் முகத்தில் திடீர் நமட்டுப் புன்னகை. எனக்குத் தோன்றியது போலவே அவளுக்கும்

அந்தக் கறுப்பு மனிதர் ஒருநாள் ராணுவவீரரை கூச்சநாச்சமில்லாது ஏசியது ஞாபகத்துக்கு வந்திருக்கும் போலிருக்கிறது. அம்மா, “என்னம்மா திடீர்னு சிரிக்கிறீங்க...?” என்றாள்.

“ஹ்ஹே... ஒண்ணுமில்லம்மா...!” என்றாள்.

கறுப்பு மனிதர் இயந்திரமாய், பலரது மத்தியில் பாய் அழைத்துவிட வேறு வழியில்லாமல் அருகில் வந்தார்.

“என்ன தீபாவளியெல்லாம் ஓடுச்சா...?” என்றார் பாய்.

கறுப்பு மனிதர்க்கு அதிர்ச்சி. தன்னையும் இந்தப் பெரிய மனிதக் கூட்டத்தில் ஒரு மனுசனாக மதித்து சமநிலை கொடுத்து பேசுவது அதிர்ச்சிதான். அவருக்கு இயல்பு நிலைக்கு திரும்புவது மிகவும் கடினமாக இருப்பதை அவரது நிலைகொள்ளா உடம்பின் அசைவை வைத்து என்னால் உணர முடிந்தது.

எனக்குக்கூட இப்பொழுது அவர் எங்கள் கூட்டத்தில் வந்து நின்றது மனதுக்கு மகிழ்ச்சியாகவும் இருந்தது.

“ஆமா, சட்டுபுட்டுன்னு பண்டிகை ஓடிட்டுருக்கு. எல்லாம் சாப்டாச்சா...?” என்றார் கறுப்பு மனிதர் ராணுவ வீரரைப் பார்த்து.

ராணுவ வீரர் மீசை தடவி, தலையாட்டினார்.

“கோபால்நாத் ஒரு சேரைக் கொண்டு வா...! சார் உட்காரட்டும்...!” என்றபோது, இந்திக்காரர் முழித்தார். அவரது முகத்திலும் ஆயிரமாயிரம் ஆச்சரியங்கள்.

நாற்காலி வந்தது.

நடுநாயகமாக அவரை உட்கார வைத்துக் கொண்டார்கள். எங்கிருந்தோ ஒரு தட்டு வந்தது. அதில் முறுக்கு, ஜாங்கிரி, பாதுஷா போன்ற பலகாரங்கள் இருந்தன. இந்திக்காரர் அதை வாங்கி அவரது கையில் கொடுத்தார். அவர் கூச்சத்தோடு வாங்கிக் கொண்டார். முகத்தைத் துண்டால் துடைத்துக் கொண்டு, பிறகு அதனை உடலை மறைத்தவாறு போட்டுக் கொண்டார்.

“ஏன் இதெல்லாம்...?” என்றார்.

“சும்மா சாப்பிடுங்கய்யா...” என்றார் பாய்.

அவர் கொஞ்சம் சுவைத்த போது, அவரது இரண்டு தடித்த பையன்களும் பொறாமையோடு பார்த்தபடி வந்து நின்றார்கள்.

"ஏ... அம்மாட்ட வென்னீர் போடச் சொல்லுங்க...!" என்று அவர்களை அங்கிருந்து விரட்டப் பார்த்தார். ஊஹூம், நகர்வதாயில்லை.

ராணுவ வீரர், வீட்டுக்குள் சென்று, ஒரு இனிப்புப் பொட்டலத்தையும் கொஞ்சம் பட்டாசுவகைகளையும் அந்தப் பையன்களின் கையில் திணித்தார்.

"போய்... வெடிங்கடா....!" என்றார்.

அதன்பிறகு பெரியவர்கள் பேசிக்கொண்டிருக்க நான் என் சகாக்களோடு பட்டாசு கொளுத்துவதில் மும்முரமானேன்.

காலைத் தீபாவளி ஒரு ரம்மியம் என்றால், இரவு தீபாவளி இன்னொரு ரம்மியம்! இருளைக் கிழிக்கும் பூவொளிகள் காலனியையே அழகு படுத்தின.

இப்பொழுது பட்டாசு ஓசைகள் அதிகம் கேட்க ஆரம்பித்தன. ஆனால் அதெல்லாம் கொஞ்ச நேரத்துக்குத்தான். மறுபடி தூறல் போட ஆரம்பித்தது. பிறகு கொஞ்சங் கொஞ்சமாய் வலுத்தது. மழை கொண்டு வந்த தீபாவளி, மழையோடு போகத் தயாராயிருந்தது!

30

அனேகமாக பழைய பழைய கல் வீடுகளாக அந்தத் தெரு முழுவதும் நிறைந்திருந்தது. அத்தானின் ஊர் நிறைய மனித நடமாட்டம் கொண்ட தாயிருந்தது. 'பஸ்டாண்டு' புழுதிகளோடு காட்சியளித்தது. அங்கு நிறைய குண்டுமல்லிகைகளும் விதவிதப் பழங்களும் விற்றுக் கொண்டி ருந்தார்கள். ஜிகினாப் பேப்பர்களோடு சில இனிப்புக் கடைகள் அலங்காரமாய்த் தெரிந்தன.

அம்மா ஒரு ரிக்ஷா அமர்த்திக் கொண்டாள். பெரிய எவர்சில்வர் தூக்குச்சட்டி, ஒயர் கூடையோடு என்னையும் ஏற்றிக்கொண்டாள். பயணம் ஆனந்தமாய் இருந்தது.

"தேர்முட்டி தெருவுல யாருங்கம்மா?"

அம்மா ஏதோ சொன்னாள்.

"ஓ... புதுசா கல்யாணமானவங்களா? செட்டியாரை நான்தான் காலையில பஸ்ஸு ஏத்திவுட வந்தேன். வைத்தீஸ்வரன் கோயில்ல சிலம்பாட்டமாம். கலந்துக்க தயாரா போனார்...! கவலப்படாதீங்க. பாப்பா வீட்டுலதான் இருக்கு..."

"அது என் பொண்ணுதான்..."

"அப்படியா ரொம்ப சந்தோஷம். ஒரு வகையில் நெருக்க மாயிட்டீங்க. செட்டியார் தங்கமான புள்ளை. கையிலே இருந்தா உதவுற குணம். மூணுவேளை அரிசிக் கஞ்சி குடிக்கிற அளவுக்கு வசதியிருக்கு. வீரம், வெளயாட்டுன்னு ஊர் ஊரா போய் சவாலுக்கு நிக்கும். நிறைய 'கப்புங்க' கொண்டாருவார். நாமதான் அவருக்கு 'ரெகுலர்' சர்வீசு.....!"

போகும் வழியில் ரிக்ஷா பலரை நலம் விசாரித்தது.

"சின்னண்ணே, சவுக்கியங்களா...?"

"அம்மணி கடத்தெருவுக்கா...?"

"பெரிய செட்டியார் சவாரி ஏதுமில்லீங்களா...?"

பெல்பாட்டம், சட்டை போட்டவர்கள் அபூர்வமாகத்தான் எதிர்ப்பட்டார்கள். அனேகரும் வேட்டி, சட்டை, துண்டோடுதான்

இருந்தார்கள். ரிக்ஷா சில நல்ல தெருக்களையும் ஒரு சில வெண்மாவு பூசப்பட்ட தெருக்களையும் கடந்தது. அங்கு 'பீ நாற்றம்' மூக்கைத் தொலைத்தது.

'நல்லா நாசிய பொத்திக்குங்க. யாரு கேக்கிறாக? வீட்டுல கொல்லைப்புற கக்கூஸ்ல போனாக்க, பதினோரு மணிக்குத்தான் அள்ள வர்றாங்க. அதுக்காக வேணும் இப்பிடி வீதில சிரமம் பாராம இருந்துட்டு போயிடறாங்க. ஆனா, சிரமமெல்லாம் வாசனையை இழுக்குற நம்பளுக்குத்தான்...!'

"சரியா சொன்னேப்பா!"

ரிக்ஷா செல்லும்பொழுது மணியடித்து, மனிதர்களை ஓரம்போகச் சொல்லி எச்சரித்தது.

தெருவில் ரிக்ஷா நுழைந்ததும் பெரியவர்களும் குழந்தைகளும் ஆங்காங்கே தம் வீடுகளிலிருந்து வேடிக்கை பார்த்தார்கள். எனக்குப் பெருமையாக இருந்தது.

ரிக்ஷா இழுத்துப் பிடித்து நின்றது. பிறகு, வேகமாக மணியோசை யொன்று எழுப்பியது.

"பாத்து மொள்ள எறங்குங்கம்மா... தம்பி பாத்து... பாத்து..." என்றார் ரிக்ஷாக்காரர்.

அம்மாவின் தூக்குச்சட்டியையும் கூடையையும் எடுத்து அந்தப் பெரிய பெரிய தூண்கள் நட்டுப் பிடித்திருந்த திண்ணையில் வைத்தார். பெரிய தேக்குமரக் கதவு தாள்நீக்கும் பெரிய ஓசையோடு திறந்தது. மனோன்மணி அக்கா அவசரமாக ஓடி வந்தாள்.

"வாங்கம்மா... ஏ... தம்பி!" என்று வரவேற்றுவிட்டு இடுப்பில் முடித்து வைத்திருந்த காசை அவசரமாகப் பிரித்து, ரிக்ஷாக்காரரிடம் கொடுத்தாள்.

"என்ன சின்ன ஆச்சி, அம்மா வந்துருக்காங்க போல. மொகத்துல எவ்வளவு சந்தோசம்....!" என்றபடி அவர் "வர்றேங்கம்மா... வர்றேன் பாப்பா...!" என்று விடைபெற்றுச் சென்றார்.

எனக்கு அந்தத் தெருவின் காலை அமைதி பிடித்திருந்தது. 'அப்படியே ஒரு தடவை ஓடிவிட்டு வரலாமா?' என்று யோசித்தேன். அக்கா என்னை அன்போடு கைகளைப் பிடித்து அழைத்துக் கொண்டாள்.

“ஏம்மா ஒரு லெட்டர்கூட போடலை...? திடீர்ன்னு வந்திருக்கீங்க...?”

“கல்யாணம் முடிஞ்சு மூணுமாசம் கழிச்சு வர்றேன். எங்க ஒழியுது? எல்லாத்தையும் நான்தான் பார்க்க வேண்டியிருக்கு...”

“சின்னப்புள்ள எப்பிடியிருக்கு?”

“ரெண்டு பல்லு முளைச்சாச்சு. அக்காவுக்கும் வர்றனும்னு ஆசை. பாவம், கால்முடியாதவரை விட்டுட்டு வர மனசில்லை...”

கதவுக்குப்பின் கரிய கும்மிருட்டை ஒரு சிறு நடைபாதையில் கடக்க வேண்டியிருந்தது. அடுக்கி வைத்த நெல் மூட்டையின் வாசம். உள்ளே பெரிய முற்றம் வெளிச்சமாகத் தெரிந்தது.

முற்றத்தின்மேலே இரும்புக்கம்பிகள் குறுக்கிட்டு இருந்தன. நாலாப்புறங்களிலும் சிறிய தூண்கள் நிறைந்திருந்தன. அக்கா, “ஜீவா!” என்று குரல் கொடுத்தபடியே பத்தமடைப்பாயை விரித்து, எங்களை உட்கார வைத்தாள். எனக்கு உடனடியாக எழுந்து நிற்க வேண்டும் போலிருந்ததால் எழுந்து விட்டேன்.

“என்னடா, குட்டிப்பயலே எப்படியிருக்கே. பெரியவனையும் கூட்டிகிட்டு வரலாம்ல...?” அப்புறம் புரிந்தவளாக,

“ஆமா செலவு புடிக்கும். அடுத்த தடவ வரும்போது அவனைக் கூட்டிட்டு வந்தாப்போச்சு...!” என்று தானே சமாதானம் சொல்லிக் கொண்டாள். அம்மாவோடு நெருக்கமாக அமர்ந்து கொண்டாள்.

அந்தப் பெண்மணி வந்து நின்றாள். அழுக்குப் புடைவையில் பாதியளவுக்கு ஈரம் தெரிந்தது. கைகளை முந்தானையில் துடைத்தபடி, “ஆரூ, அம்மாவா... தம்பியா...? அம்மா நல்லாயிருக்கீங்களா?” என்று தூக்கலான தன் பற்களால் முழுமையாகச் சிரித்து மகிழ்ச்சியை வெளிப் படுத்தினாள்.

“ஜீவா ரெண்டு பேருக்கும் எளநீ பொத்து சொம்புல ஊத்தி கொண்டு வாயேன்...!” என்றாள் அக்கா.

“தோ பாப்பா. உடனே கொண்டாறன். தம்பி வாங்க... என் கூட....!”

நான் கொஞ்சம் தயங்கினேன். ஜீவா பிருமாண்டமாய் இருந்தாள். நெடுநெடுவென உயரம். உயரத்திற்கேற்ற குண்டு. கரி படிந்தாற்போல நிறம்.

“போடா. அக்காதான்...” என்றதும் அவளோடு ஊர்ந்து நடந்தேன்.

“பேரு என்னப்பா...?”

“அதாம்மா ஜீவா. பாட்டன் காலத்திலேர்ந்து இந்தக் குடும்பத்தில் வேலை செய்றாங்க. இது இல்லைனா இந்த வீட்டுல ஒண்ணும் செய்ய முடியாது...!” அக்கா சொல்லிக் கொண்டிருக்க, நான் ஜீவா அக்காவோடு பயணித்தேன். முற்றத்தைச் சுற்றிலும் மூன்று புறங்களில் அகலமான இடைவெளியில் நடைபாதைகள் இருந்தன. பெரிய பெரிய வெள்ளைச் சுவரில் புராணகாலப் புகைப்படங்களும் வண்ண மணிகளால் கோத்த பிள்ளையார் ஓவியமும் இருந்தன. கொஞ்ச இடைவெளி விட்டு ஒரு பெரிய புகைப்படம் இருந்தது. அட என்ன ஆச்சரியம்? சுருட்டைத் தலை, தோள்பட்டை, பெரிய உடையணிந்து ‘ஆயிரத்தில் ஒருவன்’ எம்.ஜி.ஆரோடு அத்தான் நேர்ப்பார்வை பார்த்தபடி காட்சியளித்தார். எனக்கு உடல் சிலிர்த்தது. ஓர் இடத்தில் முள்ளு முள்ளாய் பாம்பு மாதிரி சுருட்டிக்கொண்டு ஏதோவொன்று தொங்கிக்கொண்டிருந்தது. அதை வைத்தக் கண் வாங்காமல் பார்த்தேன்.

“என்னப்பா அப்பிடி பாக்குறே? அதுதான் திருக்கவால்! கடல்ல திருக்கன்னு ஒரு மீனு இருக்கும். அதோட வால் இது. இது எதுக்குன்னு சொல்லு...?” என்று ஜீவா அக்கா கேட்டபடி அதை ஆணியிலிருந்து விடுவித்து கையிலெடுத்து காட்டினாள்.

“சும்மா தொட்டுப்பாரு...!”

தொட்டேன். முண்டுமுண்டாய் ஓணான் உடம்பில் இருப்துபோல இருந்தது. பழுப்பும் கறுப்பும் இணைந்த நிறம். இரண்டு கைகளையும் பக்கவாட்டில் நீட்டினால் எவ்வளவு தூரமோ அவ்வளவு ‘நீட்டாக’ இருந்தது.

“இது எதுக்குன்னு சொல்லு பாப்போம்...?”

உதட்டைப் பிதுக்கி தலையாட்டினேன்

“தப்பு செய்யிறவங்களை சாட்டைமாதிரி அடிப்பாங்க. தோ... இந்த முள்ளு மாதிரியிருக்குல...? அடிச்சோம்னா சாட்டைமாதிரி உடம்புல சுத்திக்கும்... அப்புறம், வேகமா விடுவிப்பாங்க... அப்பிடி செய்யும்போது தோலு பிச்சிக்கிட்டு திருக்கையோட ரத்தம் ரத்தமா கொட்டும்.”

“ஐயோ... வலிக்குமே...?” என்றேன்.

“வலிக்குமா? வடு மறையவே மறையாது.. தோ பாரேன்...” என்று ஜீவா அக்கா திரும்பி தன் தோள்பட்டையைக் காட்டினாள். அவளது முதுகு வரைக்கும் நீண்ட பூரான் மாதிரி ஒரு தழும்பு ஓடியிருந்தது. நான் கண்களை விரித்தேன்.

“இப்பிடித்தான் இருக்கும்...!”

அப்புறம், கொல்லைப்புறத்தில் நெல்குதிர் அருகில் மலைமாதிரி கொட்டிவைத்திருந்த இளநீர்/தேங்காய்களிலிருந்து நாலைந்து இளநீர்களை காம்புகளோடு தூக்கிப்பிடித்து இழுத்துப் போட்டாள் அக்கா. பெரிய சீவு அரிவாளை எடுத்து, ஒவ்வொன்றாய் கையில் வைத்து காயின் தலையை சீவி, பெரிய குவலையில் நீரைக் கொட்டினாள். முண்டாசு வியாபாரியைப் போல மிக நேர்த்தியாக அவள் காய்களைச் சீவியது எனக்கு ஆச்சரியத்தை உண்டாக்கியது.

அப்படியே, தோட்டப்பகுதியை நோட்டமிட்டேன். ஏராளமான விஷயம் அங்குக் கொட்டிக் கிடப்பதைக் கண்டேன்.

“முதல்ல நீரை குடிச்சுடு. அப்புறமா, எல்லாத்தையும் சுத்திக் காட்டுறேன். அதுக்குள்ள செந்தில் வந்துடுவான்....!”

“யாரு செந்தில்?”

“என்னோட புள்ளை. உன் வயசுதான். அவனைக் கூட்டாளியா வச்சுக்கோ, சரியா...?”

தலையாட்டினேன்.

குவளையைச் சுமந்து கொண்டு, முற்றத்திற்கு வந்து, அம்மாவிற்கும் எனக்கும் அக்காவுக்கும் ஊற்றிக் கொடுத்தாள். சப்புக் கொட்டிக் குடித்தேன். திகட்டத் திகட்ட அன்றுதான் இளநீரை இப்படிக் குடிக்கிறேன்.

“கல்கண்டு கரைச்சாப்புல என்ன ருசி!” என்றாள் அம்மா. அவளே தொடர்ந்து, “ம்... பூமிக்குள்ளே காவேரி தண்ணி ஓடுனா இனிக்காம வேற என்ன செய்யும்...?” என்றாள்.

“ஜீவா, நீ குடிக்கிலியா...?” அக்கா கேட்டாள்.

“இப்பத்தாம்மா வரக்காப்பி குடிச்சேன். வயித்துக்குள்ள உடனே வேற போட்டா சரியாயிருக்காது...”

“அத்தான் சாயந்திரம் வருவாரு...! ஏதோ போட்டினு சொன்னாரு...!”

“எல்லாத்தையும் ரிக்‌ஷாக்காரர் சொன்னார்....!”

“கை, காலை கழுவிட்டு வாங்கம்மா. அடைக்கு அரைக்கச் சொல்றேன்...!”

அம்மா, ஜீவாவோடு கொல்லைப்புறம் சென்றாள். மனோன்மணி அக்கா என்னைத் தன்னோடு அழைத்துக் கொண்டாள்.

“அப்பா... எவ்ளோ பெரிய வீடு...” என்றேன்.

“ம்...” என்ற அக்கா, அந்த பூட்டப் பட்டிருந்த அறைக்குள் அழைத்துப் போனாள். கதவைத் திறந்தவுடனே புனுகு வாசனை மூக்கைத் துளைத்தது.

மஞ்சள் வர்ணச் சுவர்கள். மேலே ஒரு கண்ணாடி சரவிளக்கு தொங்கிக் கொண்டிருந்தது. அக்கா கரண்ட் பொத்தானை அமுக்க, அந்த விளக்கு தெய்வீகமாய் ஒளியைத் தெளித்தது. இப்பொழுது, அறையை நன்கு பார்க்க முடிந்தது. பெரிய தேக்குமரக்கட்டில் அறையில் பாதியைக் கொண்டிருந்தது. அது அழகிய வேலைப்பாடுகளுடன் பெரிய பெரிய மெத்தை, தலைகாணிகளோடு காட்சியளித்தது. இரண்டு இரண்டாள் உயர அலமாரிகள். அப்புறம், ஆளுயரக் கண்ணாடி பதித்த சிறு அலங்கார மேசை. அதனருகில் உட்கார்ந்து படிப்பது மாதிரி பெரிய மேசையும் நாற்காலியும். சுவர் முழுவதும் மேலும் நிறைய எம்.ஜி.ஆரோடு அத்தான் படங்கள். சில குடும்பத்துப் புகைப்படங்கள்.

“இதுதான் அத்தானோட அறை...!” என்றாள் அக்கா.

இப்பொழுதுதான் கவனித்தேன். மேசைக்கருகில் சின்ன முக்காலிமேல் அழகுக்காக வைக்கப்பட்டிருந்த புலித்தலையொன்று கர்ணகடூரமாக முறைத்துக் கொண்டிருந்தது.

அக்கா, “பயமாயிருக்கா...?” என்றாள்.

“நிஜப்புலியா...?”

“ஆமாம்... அத்தானோட தாத்தா குறிபார்த்துச் சுட்டப்புலி. உடம்பு உளுத்துப் போச்சு. தலைமட்டுத்தான் மிச்சம்...!”

புலிக்கோடுகள் மேல் தடவிப்பார்த்தேன். ஏதும் அகப்படவில்லை. ஆனாலும், இருண்மை அடைந்த வாயிலிருந்து நீட்டிக் கொண்டிருக்கும் பற்கள் பயமாக இருந்தது.

அறையின் வடக்கு மூலையில் நிறைய பளுதூக்கும் வண்டிகள் கிடந்தன. கர்லாக்கட்டை ஒருக்களித்திருந்தது. அதைப் பார்த்ததுமே அத்தான் ஞாபகம் வந்தது. உடன் அவரது வீரமும் பார்க்க ஆசையாய் இருந்தது.

அதற்குப் பின்னே... பெரிய பொருட்களை சேமித்து வைக்கும் அறை, சமையலறை, பூஜையறை என்று சுற்றிப் பார்த்தேன். எங்கும் ஏதேனும் பிரமாண்டம் தெரியத்தான் செய்தது.

மிகச் சூடாக கார அடையைச் சாப்பிட்டபோது ஜீவா அக்காவின் செந்தில் வந்து சேர்ந்தான். கறுப்பு வெற்றுடம்பு. கீழே காக்கி டிரவுசர் மட்டும் அணிந்திருந்தான். ஜீவாவின் முகத்தைக் கொண்டிருந்தான். என்னைப் பார்த்துச் சிரித்தபோது ஈறுகள் முதலில் தென்பட்டு பிறகுதான், பெரிய பெரிய பற்கள் தெரிந்தன.

"இதாரு... உன் மகனா...?" என்று கேட்டாள் அம்மா.

"ஆமாம்மா.. என் வீட்டுக்காரன் விட்டுட்டுப்போன அடையாளம்...!"

"ஏண்டா செந்தில் அடை சாப்புடுடா...!"

வெட்கமாய்த் தலையாட்டினான்.

"கருவாயா ஒரு அடையை பிச்சுப்போட்டுக்கிட்டு, தோ இந்த பாண்டிச்சேரி தம்பிகூட விளையாடு, தோட்டத்தை சுத்திக்காட்டு. ரொம்ப இண்டு இடுக்குக்குப் போக வேணாம். பாம்பு, பூரான் கிடக்கும்...!"

அக்கா, தட்டில் அவனிடம் அடையைக் கொடுத்தாள். அவன் என்னைப் பார்த்து மறுபடியும் சிரித்தான். அவனது தோற்றம் எனக்கு அந்நியமாகத் தெரிந்தாலும் அவனுள்ளிருந்து வெளிப்பட்ட சிநேகபாவம் பிடித்திருந்தது.

அத்தான் சாயந்திரம் வந்துவிடுவார். எனக்கு அவரைப்பார்க்க ஆசையாக இருந்தது. இன்னும் நானோ, அவரோ நேருக்குநேர் பேசியிருக்கவில்லை. அவர் எப்படிப் பழகுவார் என்று என்னால் கற்பனை செய்ய முடியவில்லை. அக்காவின் கல்யாணம் இங்கேதான் இதே ஊரில்தான் நடந்தது. அம்மாவும் பெரிய அண்ணன் மட்டும்தான் போக முடிந்தது. தபால் அண்ணன் ஒரு மீட்டிங்குக்காக பாம்பே போயிருந்த சமயம், நானும் சின்ன அண்ணனும் உமா அக்காவீட்டில் தங்க வைக்கப் பட்டோம். அவ்வளவு தூரம் பயணத்திற்கும் செலவிற்கும் வழியில்லை என்பதால் நாங்கள் நிறுத்தப்பட்டோம்.

"இங்க ஊருக்கு வரும்போது அக்காவைப் பார்த்துக்கலாம்...!" என்றார்கள். ஆனால், அதற்கான வழியில்லை. எழுதி தபால்பெட்டியில் போட்டுவிட்ட கடிதம்போல அக்கா அனுப்பப்பட்டாள். அதன்பிறகு வந்து போக யாருக்கும் சந்தர்ப்பம் வரவில்லை. 'அவள் வந்ததும் சமாளிக்க, வீடோ, பணமோ பற்றாது' என்றிருந்தாள் அம்மா.

மூன்று மாதங்களுக்குப் பிறகு, இப்பொழுதுதான் அக்காவைக் காணும் வாய்ப்பு ஏற்பட்டிருக்கிறது. இடையில் அக்கா இரண்டு கடிதங்கள் மட்டுமே போட்டிருந்தாள். "ஏதோ மூணு வேளை சாப்புடுறாளே, அது எனக்குப் போதும்...!" என்று புலம்பினாள் அம்மா. பெரிய அண்ணன் கண்களிலிருந்து பாதரச துளிபோல கண்ணீர்த் துளிகள் உருண்டு விழுந்தன. அதைப் பார்த்ததும் அம்மா மிகுந்த உணர்ச்சி வசப்பட்டாள்.

"கடவுள் என் தலையில மட்டும் ஏன் இப்பிடி கோணல்மானலா எழுதி வக்கினும்?"

செந்தில் என் கையைப்பிடித்துக் கொண்டான். தயங்கித்தயங்கி என்னோடு பேசினான்.

தனது டிரவுசரில் கையை விட்டு, அழகிய பூ வேலைப்பாடுகள் போட்டிருந்த கோலிக்குண்டுகள் ஏழெட்டைக் கொடுத்தான்.

"ஊருக்கு எடுத்துக்கிட்டுப் போ... பூக்கடைத்தெருவில வாங்குனது...!" என்றான்.

நான் அவனுக்கு கைம்மாறு என்ன செய்வது என்று புரியாமல் விழித்தேன். பெரிய கொல்லைப்புறம் எங்களை கைநீட்டி அழைத்தது.

முதலில், தென்பட்டது அந்த மிகப்பெரிய வட்டக் கிணறு. நான் அதுவரை கிணறுகளை சினிமாவிலும் புத்தகத்திலும் மட்டுமே பார்த்திருக்கிறேன். கிணறு தோற்றத்திலும் பருமனிலும் என் விழிகளை அகல விரிக்கச் செய்தது. வட்டத் தடுப்புக் கட்டைகளில் கையை ஊன்றி, செந்தில் எட்டிப்பார்த்தான். என்னையும் உற்சாகப்படுத்தினான். நானும் பார்த்தேன். படிக்கட்டுகளுடன் கொண்ட அந்தக் கிணறு நிறைய நீரைத் தேக்கி வைத்திருந்தது.

"நீ பாத்துக்கிட்டேயிரு. நான் தண்ணி மொண்டு காட்டறேன்...!" செந்தில் சொல்லியபடி, தேங்காய் நார் கயிற்றில் கட்டப்படிருந்த இரும்பு வாளியை இலாவகமாய் இறக்கினான். மேலே அழகான சக்கரம் சுழல அது நடனம் ஆடியபடியே இறங்கியது. மெல்ல இறங்கிய அது, திடீரென வேகமெடுத்து நீருக்குள் 'சடால்' என ஒலியெழுப்பிக் கொண்டு பாய்ந்தது. வட்ட வட்டமாய் அலைகள் பாய நீர் வாளிக்குள் நிரம்ப, மறுபடியும் கயிற்றை விட்டுவிட்டு இழுத்தான் செந்தில். வட்ட விளிம்பில் வாளி நிற்க, ஒரு கை எட்டி பிடித்துக் கொண்டு மீதமிருக்கும் கயிற்றை விட்டு விட்டு இன்னொரு கையாலும் பிடித்துத் தூக்கிவிட்டு என்னைப் பெருமிதமாகப் பார்த்தான்.

நான் கை தட்டினேன். "நான் தண்ணி எடுத்துப் பார்க்கட்டா..?"

"ம்..." துணி துவைக்கும் கல் அருகே நீரைக் கவிழ்த்துவிட்டு வெறும் வாளியை என் கைகளில் கொடுத்தான். நான் முயற்சி செய்து மெல்லக் கயிற்றை இறக்கினேன். கயிறு வேகமாய் இறங்கி என்னையும் உடனிழுத்தது. உள்ளங்கையில் எரிச்சல் எடுத்தது. தண்ணீரோடு கயிற்றை இழுத்து இழுத்து, மூச்சு வாங்கி கடைசியில் அவனிடமே கொடுத்தேன்.

கிணற்றடியைத் தாண்டி அருகே வரிசையாய்த் தென்னை மரங்கள் இருந்தன. நிறைய குறும்பைகள் கிடந்தன. செந்தில் கொஞ்சம் அவைகளை பொறுக்கி எடுத்து வந்து ஒவ்வொன்றாய் கிணற்றில் அடித்து விளையாடினான். நானும் எனது திறமையைக் காட்டினேன்.

தென்னை மரங்கள் தவிர, பெரிய மாமரம் ஒன்று, சீத்தா மரங்கள் இரண்டு, ஒரு கொய்யா, ஒரு எலுமிச்சை மற்றும் மல்லிகைச் செடிகள் இருந்தன. விதவிதமாய் இலைகள் பச்சை உலகை கவிழ்த்திருந்தன.

இதற்குள் அம்மாவோடு அக்கா வந்தாள்.

"என்னடா, தோட்டம் ஜாலியாயிருக்கா...?" என்று கேட்டாள்.

அம்மா, "எலுமிச்சம் எப்போடி கடைசியா காய்ச்சது..?" என்று கேட்க, அக்கா ஏதோ விவரங்களைச் சொல்லிக் கொண்டிருக்க நான் கொய்யாக்காய் தேடினேன். செந்தில் சரசரவென மரத்தின் கிளை களைப் பிடித்தபடி ஏறினான். ஏழெட்டு காய்களைப் பறித்துப் போட்டான். எடுத்துக் கடிக்க செங்காய். மிகச் சுவையாய் இருந்தது.

"செந்தில், நாலைஞ்சு எளநியைத் தூக்கி கிணத்துல போடு...!" அக்கா சொல்ல, தொப்பென்று மரத்திலிருந்து குதித்தான். இளநீர் காய்களை 'டமால்... டமால்...' என்று கிணற்றில் வீசினான். யாரோ குதிப்பது போல இருந்தது.

"எதுக்குடி....?"

"உள்ளே போட்டு வச்சா, குளிர்ச்சியாயிருக்கும். அவங்க காலையில எடுத்து குடிப்பாங்க...!"

எனக்கு எல்லாமே ஆச்சரியமாக இருந்தது.

ஆங்காங்கே சில காட்டுச் செடிகள் இருந்தன. செந்தில் என்னை ஜாக்கிரதையாய் அழைத்துச் சென்றான்.

"இதுதான் தொட்டாச்சிணுங்கி" என்று தொட்டு விளையாடினான். அது சிறு இலைகளை மூடிக் கொள்வதும் திறப்பதுமாய் இருந்தது.

கோவைக் கொடிகள் ஒரு காட்டுச் செடியோடு பின்னிப் பிணைந்திருந்தன. நிறைய காய்களும் பழங்களும் தொங்கிக் கொண்டிருந்தன.

"நா உனக்கு கோவப்பழம் தர்றேன்..." என்ற செந்தில் செடிகளை விலக்கிக் கொண்டு சென்று, எக்கி எக்கி சில பழங்களைப் பிடித்திழுத்தான்.

என்னிடம் கொடுத்தான். அவனது கையில் முட்கள் கிழித்து கொஞ்சம் ரத்தக்கோடுகள் இருந்தன. "ஐயையோ...!" என்றேன். "இதெல்லாம் ஒண்ணுங்கிடையாது...!" என்று சொல்லியபடி, கீழே குனிந்து ஒரு செடியிலிருந்து நாலைந்து இலைகளைப் பறித்து, உள்ளங்கையில் வைத்து கசக்கினான். கொஞ்சம் சாறு வந்ததும் அதை காயப்பட்ட இடத்தில் தடவிக் கொண்டான்.

"மருந்துச் செடி... இனிமே ரத்தம் வராது...!"

கோவைப்பழம் கொஞ்சம் பிடித்தது.

"பார்த்து, புழு இருக்கான்னு புட்டுப் பார்த்து தின்னு...!"

இன்று எனக்கு மிகவும் மகிழ்ச்சியாக இருந்தது. இந்த ஊரில் எனக்கு பசிக்கவேயில்லையே!

வேலிப்படலருகில் நாலைந்து மூங்கில் மரங்கள் முறுக்கிக் கொண்டு வளர்ந்திருந்தன. ஊசி ஊசியாய் அதன் பச்சை/பழுப்பு இலைகள் அழகான தோற்றத்தைக் கொடுத்திருந்தன.

"இப்போதுதான் மூங்கில் மரத்தை நேருல பாக்குறேன்...!" என்றேன்.

"உங்க ஊருல இதெல்லாம் கிடையாதா? சரி, சரி. நீ இங்கனயே நில்லு. இதுக்கு மேல வந்தா, தேளு, பாம்புன்னு இருக்கும். நான் மட்டும் மூங்கில் கழியை உடச்சுக்கிட்டு வர்றேன்...!" சொல்லியபடியே, புதர் களிடையே நின்று கொண்டான். எக்கி எக்கி ஒரு சிறு மூங்கில் கழியை வளைத்தான். அது அவனது கைகளிலிருந்து நழுவி, மறுபடி நிமிர்ந்து கொண்டது. இப்பொழுது மறுபடியும் வளைத்துப் பிடித்தான். அருகிலிருந்த கூரான கருங்கல்லால் வளைத்த கழியின் ஒரு பகுதியை நையப்புடைக்க வைத்து, நார்நாராய் சிதறிடச் செய்தான். பிறகு, ஒரு அடி அளவு கழியை பிய்த்து எடுத்தான்.

"மோந்து பாரு, வாசனையாக இருக்கும்...!"

உண்மைதான். "இதுக்கா இவ்வளவு கஸ்டடப்பட்டே?"

"இரு. உனக்கு குமுட்டி அடுப்புல வாட்டி புல்லாங்குழல் செஞ்சு தர்றேன்...!" என்றான்.

'ஆ, செந்தில்தான் எவ்வளவு நல்லவன்!'

அதற்குப் பிறகு, பாக்குக்கொட்டை அளவுள்ள பொன்வண்டு பிடித்துத் தந்தான். கண்ணை மூடிக் கண்ணைத் திறப்பதற்குள் தவ்விப் பாயும் பெரிய வெட்டுக்கிளிகளைப் பயமில்லாமல் பிடித்து, தனது கால்சட்டையில் ஊற விட்டுக் கொண்டான். பாம்புக்குட்டி ஒன்று கல்லிடுக்கில் தூங்கிக் கொண்டிருந்தது. அதன் தலையையும் வாலையும் பிடித்து தூக்கிக் காட்டினான் பயமே இல்லாமல். நான் அரண்டு போனேன்.

"ஐய்யோ... கொத்திடப் போகுது...!" என்று கத்தினேன்.

"அதெல்லாம் என்னை ஒண்ணும் பண்ணாது...!"

"பயம் கிடையாதா?"

"ஊஹூம்..."

"நம்ப முடியலியே..."

"பூச்சிங்கள்லாம் நாம பயப்படறோம்னு தெரிஞ்சாத்தான் கடிக்கும். அதே மாதிரிதான் பாம்புக்குட்டியும் பயப்படறோம்னாதான் கொத்தும். நம்ம உடம்புல பயமில்லன்னா அது மண்புழுமாதிரிதான் கிடக்கும்...!"

'என்ன இவ்வளவு சாதாரணமா சொல்றான்...!' என்று நினைத்தேன். பாம்புக்குட்டி கண்களை உருட்டி, பிளவுபட்ட புழுமாதிரி நாக்கி விசுக்... விசுக்கென்று நீட்டியபடியிருந்தது. அதனை மறுபடியும் கல்லிடுக்கில் படரவிட்டான்.

மதியமாயிருந்தது. சுடச்சுட சாதம், சாம்பார், பொரியல், வடை, பாயசம் சாப்பிட்டேன். எனக்கு தூக்கம் கண்களைச் சுழற்றிக் கொண்டு வந்தது. அம்மாவின் மடியில் சும்மாதான் தலைவைத்திருந்தேன். எப்போது தூங்கினேன் என்று தெரியாது.

நான் கண்கள் எரிய விழித்தபோது, அத்தான் வலைப்பின்னிய தேக்கு நாற்காலியில் காலாட்டியபடி அமர்ந்து வெற்றிலை போட்டுக் கொண்டிருந்தார். என்னைப் பார்த்து, முறுக்கு மீசையோடு ஒரு புன் முறுவல். எனக்கு ஏனோ வெட்கமாக இருந்தது.

“என்ன பாண்டிச்சேரி பெரிய மனுஷனா...?” என்றார். நான் எழுந்து உட்கார்ந்து புன்னகைத்தேன்.

“போய் முகத்தை கழுவிக்கிட்டு வா.. பேர்லஸ்ல ‘குடியிருந்த கோயில்’ போட்டிருக்கான். எம்.ஜி.ஆர். படம் போகலாம்...!” என்றார்.

செந்திலையும் ஜீவா அக்காவையும் காணவில்லை.

இரவு முழுவதும் தூக்கமே வரவில்லை. பாவம் சின்ன அண்ணன். அவன் தனியாய் அம்மா இல்லாமல் தவிப்பான். என்னோடு வந்திருந்தால் நன்றாக இருந்திருக்கும். அடுத்த முறை வரும்போது அவனையும் கூட்டி வரவேண்டும். செந்திலுடன் அவனை விளையாட வைக்க வேண்டும்.

அன்று முழுவதும் நான் புது உலகத்தில் அல்லவா வாழ்ந்திருக் கிறேன்...? இருந்தாலும் காலனி பிள்ளையாரை அன்று முழுவதும் பார்க்காதது என்னவோபோல இருந்தது.

சுவர்க்கோழி அனாயாசமாய்க் கத்திக் கொண்டிருந்தது. அத்தான்தான் எத்தனை நல்லவராய் இருக்கிறார்! இரண்டு எம்.ஜி.ஆர். நடித்த, குழைத்த கலர் சினிமா. செமஜாலியாய் இருந்தது. ‘இடைவேளையில்’ முறுக்கும் ஸ்வீட் பன்னும் வாங்கிக் கொடுத்தார். படம் விட்டு வரும்போது ரிக்ஷாவில் அழைத்து வந்தார். எனக்கு பாண்டிச்சேரி பிடிக்காமல் போய்விடும் போலிருந்தது. ஆனால், நாளைக்கு புறப்பட வேண்டுமாம். அம்மா சொன்னாள்.

அம்மா குறட்டை விட்டுக்கொண்டு தூங்கிக் கொண்டிருந்தாள். அம்மாவின் முகம் இன்றுதான் அமைதியாய் இருக்கிறது. அத்தான், “ஒரு வாரம் இருந்துட்டு போங்க...” என்றார். ஆனால், அம்மா ஒத்துக் கொள்ளவில்லை. நாளைக்கு எப்போது புறப்படப் போகிறோம் என்று தெரியவில்லை. குடை ராட்டிணத்தில் சுற்றியதுபோல சந்தோஷம் கொப்பளித்துக் கொண்டிருந்தது, போய்விடுவோம் என்ற கவலையில் மயங்கிக் கொண்டிருக்க, ஒரு கட்டத்தில் உறங்கிப் போனேன்.

ஏதோ அலறும் சப்தம் கேட்டு எழுந்தேன். அம்மா, “ஏ... படு.... படு...” என்றாள். முற்றத்தில் ஜீவா அக்கா அழுது கொண்டிருக்க, அத்தான் கையை ஓங்கி மறுபடி அவளை அடிக்கத் துரத்தினார். மனோன்மணி அக்கா அத்தானை தடுத்தாள்.

“தம்பி விடுங்க, அவளைப் போட்டு ஏன் இப்பிடி அடிக்கிறீங்க...?” என்றாள் அம்மா.

"இப்பிடியே உட்டா திமிரு அதிகமாயிடும், தடிக் கழுதை. முப்பது தேங்காய திருட்டுத்தனமா கடத்தெருவுல வித்திருக்கா...! ஓடிப்போ... இன்னும் கொஞ்சம் நின்னியன்னா... கழுத்த நெறிச்சுப்புடுவேன். திருக்கவாலு பிஞ்சுப்புடும்...!"

அக்கா அவளை "அப்புறம் வா..." என்று அனுப்பி வைத்தாள். அத்தான் நாற்காலியில் வந்து அமர்ந்தார்.

"சரி விடுங்க... ஏதோ வயித்துப் பொழைப்புக்கு வித்துருக்கா...!"

"அதுதான் மூணுவேளை சோத்த போடுறேனே... இன்னிக்கு தேங்காயில ஆரம்பிச்சது... தவிடு மூட்ட அரிசி வரைக்கும் போய் நிக்கும்...!"

அதன் பிறகு, ஆப்பமும் தேங்காய்ப்பாலும் சாப்பிட்டு விட்டு, அத்தான் வெளியே கிளம்பினார்.

"நான் கும்பகோணம் வரைக்குப் போறேன். வர்றத்துக்கு நாலு மணியாகும்...!" என்றார்.

"அப்போ நாங்க மத்தியானம் புறப்படறோம் தம்பி...!" என்றாள் அம்மா.

"சரி, போயிட்டு வாங்க. அடுத்த தடவை பத்து நாள் தங்குற மாதிரி வாங்க. அம்மாவுக்கு விதைக் கடலையும், உளுந்தும், தேங்காயும் கட்டிக்கொடு...!" என்றார் அக்காவைப் பார்த்து. என்னிடம் பத்து ரூபாய் நோட்டொன்றைக் கொடுத்தார்.

எனக்கு இன்னும் ஜீவா அக்கா அழுத பிம்பம் மறையவேயில்லை. இயந்திரமாய் பணத்தை வாங்கிக் கொண்டேன்.

"என்னடி, இப்பிடி காட்டு அடி அடிக்கிறார்...?"

"ஆமாங்கம்மா. எப்போவாவது பிராந்தி சாப்பிட்டா கோவம் பொத்துகிட்டு வந்துடும். சின்ன தப்பு செஞ்சாக்கூட பெரிசாக்கிடுவார். அடி உதைதான். இங்க மட்டுமில்ல, ஊருலேயும்தான். பாவம், ஜீவா...!" என்றாள் அக்கா.

"அவ ஏண்டி அப்பிடி செஞ்சா...?"

"நான்தான் வித்துட்டு வரச்சொன்னேன். எப்போதாவது கைச் செலவுக்கு உதவும். ஆனா, இன்னிக்கு உங்களுக்கு கொஞ்சம் பணம் கொடுத்து உடலாம்னுதான் விக்கச் சொன்னேன். பாவம், மாட்டிக்கிட்டா...!"

"அட பயித்தியக்காரி, ஏண்டி இப்பிடியெல்லாம் செய்யிறே...?"

அக்கா, முக்காலி ஒன்றில் ஏறிக்கொண்டு, அத்தானின் எம்.ஜி.ஆர். புகைப்படத்தை எக்கித் துடைத்தாள். அவளது புடைவை முழங்கால் வரை ஏறிக் கொண்டது. பின்னங்காலில் வரிவரியாய் 'கன்னிப்போன' வடுக்கள். திருக்கைவாலால் அடித்த, ஜீவா அக்காவின் முதுகிலிருந்தது போன்ற தடயம். நான் திடுக்கிட்டேன். ஏனோ, அதனை அம்மாவிடம் சொல்ல தைரியமில்லை!

31

தோப்புத்தாத்தா வாழைக்கொல்லையை ஒட்டி கவுண்டன் பாளையம் வரை நெல்வயல்கள் உண்டு. வயலுக்குப் போக வழுதாவூர் பிரதான சாலையிலிருந்துதான் முடியும். கள்ளுக்கடைக்கு முன்னே... சின்ன பம்பு செட்டு ஒன்று குறிப்பிட்ட நேரங்களில் கருத்த இரும்புக் குழாயிலிருந்து திடுதிடுவென்று வெண்மையான நீரை நுரைபொங்க ஊற்றிக் கொண்டிருக்கும். தொட்டிக்குள் இறங்கி சிலர் குளித்துக் கொண்டிருப்பார்கள். அல்லது யாரும் தொட்டிக்குள் இல்லாவிடில் தண்ணீர் வெளியேறும் சிமெண்ட் கட்டைகள் போட்ட பாதையில் அமர்ந்தும் குளிக்கலாம். ஆனந்தமாக இருக்கும். நானும் நொண்டிச் செல்வமும் சில சமயங்களில் தைரியமாக அங்கு குளித்திருக்கிறோம். சிலசிலுவென்று உழன்றோடும் நீரில் உடம்பை நனைக்கையில் வெடவெடன்று குளிர் தாக்கும். ஆனால், பழகப்பழக குளிர் மறைந்து போகும்.

பச்சைப் பசுமையான வயல் வெளிகளின் வரப்புகளில்... சேறுபார்த்து நடந்து செல்கையில் பூமி வேகமாக ஓடும். உடம்பு முழுதும் அறையும் காற்று சுகம். 'வழுக்கி விழுந்து விடுவோமோ?' என்ற நினைவில் கால்கள் தனக்கான பாதுகாப்பு உணர்வை எடுத்துக் கொள்ளும். சின்ன அண்ணனும் அவனது நண்பர்களும் வயலுக்குள் ஓடிப்பிடித்து விளையாடுவார்கள். அண்ணன் மின்னல் வேகத்தில் அங்குமிங்கும் தாவிப் பறப்பான். சில சமயம் சகதியில் புரளுவதுண்டு. எத்தனைதான் தேய்த்துக் குளித்தாலும் களிமண் கறை அவனுக்கு அம்மாவிடம் அடியைப் பெற்றுத் தந்துவிடும்.

அறுவடை முடிந்த காலங்களில், கதிர் அறுத்த தடங்கள் காய்ந்த கட்டைப் புற்களாய் சின்ன விளக்குமாறை செருகி செருகி வைத்தாற் போன்று இருக்கும். அதில் செருப்பு போட்டுக் கொண்டு நடந்தாலோ ஓடினாலோ மெத்து மெத்தென்று பாதங்களுக்குள் இன்பத்தை உண்டு பண்ணும்.

பயிரிடும் காலங்களுக்குமுன் உரங்களும் சாணங்களும் போட்டு உழுவார்கள். நான்கு நாட்கள் அந்த வெளிக்கே போக முடியாத நாற்றம் குடலைப் பிடுங்கும். நீர் பாய்ச்சி, ஏர் உழுது நிலத்தைப் பக்குவப் படுத்தியபின் விதைநெல் தெளிப்பார்கள். சில நாட்களில் இளம்

நாற்றுகள் பச்சை முடிகள் மாதிரி சிலுசிலுக்கும். அதற்குப்பிறகு வரும் சமயங்கள்தாம் வயலுக்கே பேரழகை தருவன. நாற்றுப்பிடுங்கி நட்டவுடன், காலங்களை உணர்த்துவதுபோல பயிர்ப்புற்கள் பச்சை நிறத்திலேயே பல நிறங்களைக் காட்டிக் காட்டி வளரும். தூரத்திலிருந்து பார்க்கையில் அப்படியே நிலத்தில் தலைவைத்து படுத்து தூங்கலாம் என்றிருக்கும்.

யாரும் குளிக்காத சமயங்களில் துணி வெளுப்பவர்கள் தமது துணிகளை அங்கே ஒரு கருங்கல்லில் வெளுத்து வாங்குவார்கள். ஓடிவரும் பளிங்கு நீரில் முக்கிமுக்கி அலசுவார்கள். துணிகள் பல வண்ணங்களில் முறுக்கிப் பிழியப்பட்டு விரித்து வைத்த மற்றொரு படுதாவில் ஓடிப்போய் விழும்.

ஒரு தடவை நானும் நொண்டிச் செல்வமும் எங்கள் வயல் ஆட்டங்களை முடித்து விட்டு, மோட்டார் செட்டின் பின்புறம் சார்ந்துள்ள செடிகளில் வண்ணத்துப் பூச்சிகளை பிடிக்க முயன்று கொண்டிருந்தோம். விளையாட்டு மும்முரத்தில் முதலில் கவனிக்கவில்லை. எங்களை நோக்கி ஒரு ஆண் முதுகுப்புறமும் ஒரு பெண்ணின் முதுகுப் புறமும் தெரிந்தன. அந்த ஆளின் விரலில் சிகரெட் புகைந்து கொண்டி ருந்தது. எங்கள் அரவம் கேட்டு திரும்பினார்கள். அந்த அக்கா நிறைய மையிட்டுக் கொண்டு பார்க்கும்படியிருந்தாள். அந்த ஆள் - 'ஆ... சுரேந்திரநாத்!' மூக்குநீட்டியின் பெரிய மகன்.

எனக்கு என்ன செய்வதென்று தெரியவில்லை. சட்டென்று பழகிய ஆளைப் பார்த்ததும் புன்னகைத்து விட்டேன். என்னைப் பார்த்ததும் கங்குகளோடிருந்த சிகரெட்டை வாசனையோடு சுண்டியெறிந்தார் அண்ணன்.

நொண்டிச் செல்வமோ, "அட..... அட..... சுரேந்திரண்ணன்?" என்று கத்தினான்.

அந்தப் பெண் மினுமினுக்கும் நெஞ்சில் வெள்ளை முத்து மாலை அணிந்திருந்தாள். சற்று கலவரமடைந்திருந்தாள். கண்களாலேயே சுரேந்திரநாத்திடம் ஏதோ பேசினாள்.

"டேய்... டேய்... இங்க வாடா...! என்றார் சுரேந்திரநாத்.

அருகில் போனோம். இப்பொழுது அவளின் உதட்டுக்கருகில் எள் மாதிரி ஒரு மச்சம் செம்பழுப்பில் இருந்தது. தாவணியை இழுத்து சரிசெய்து கொண்டாள்.

"நான் சிகரெட் பிடிச்சதை யார்ட்டையும் சொல்லக்கூடாது...!" கெஞ்சுவது போல இருந்தது.

"சரி..." என்றேன்.

"டேய்... நீயும்தான்...!"

"சரி ..." என்றான் அவனும்.

"இந்தா போயி பால்பன் வாங்கிச் சாப்பிடுங்க...!" என்று சொல்லியபடியே சட்டைப் பையில் கையைவிட்டு தாமரை பொறித்த பித்தளை இருபது பைசாவைக் கொடுத்ததும் எனக்கு பரவசமானது. "என்ன சிகரெட் பிடிச்சதை சொல்லக்கூடாது...!" இப்பொழுது கட்டளையிட்டார் அண்ணன்.

நொண்டிச் செல்வம், "அய்... இந்தப் பொண்ணு சிரிக்குது...!" என்றான்.

சட்டென்று எங்கள் இருவரது தோள்களையும் அண்ணன் பிடித்தார். "கொஞ்சம் நில்லுங்கடா...!" என்றவர், மறுபடியும் பையில் கையைவிட்டு மேலும் இரண்டு இருபது பைசாக்களை அவன் கையில் வைத்தார். "போயி எதுவேணும்னாலும் தின்னுங்க. சிகரெட்டையும் இந்த அக்காவைப் பத்தியும் யார்ட்டயும் மூச்சு விடக்கூடாது...!"

புதையல் கிடைத்த சந்தோஷத்தில் ஓடினோம்.

அதன்பிறகு, சுரேந்திரநாத் என்னை எப்பொழுதும் சுள்ளென்று விழுவதில்லை. பக்கோடா துண்டுகள் / பஜ்ஜி விள்ளல்கள் என்று பார்க்கும்போதெல்லாம் கொடுப்பார்.

நொண்டிச் செல்வம் உரிமையாக, "திங்க ஏதாவது காசு குடு அண்ணே...!" என்று பல் இளிப்பான். சிடுசிடுத்துக் கொண்டே இரண்டு (அ) மூன்று பைசாவைக் கையில் வைப்பார் சுரேந்திரநாத்.

எனது ஒரு நாள் கனவில் அந்த அக்காவும் அவளது மச்சமும் மணிமாலையும் நிழலாடினர்.

பாகம் : இரண்டு

1

அன்றிவு 'வைக்கோல் பைத்தியம்' என்னோடு கைகோத்துக் கொண்டு நடைபோட்டாள்.

அவள் எத்தனை ஆண்டுகளானாலும் அப்படியே இருக்கிறாள். இப்பொழுது மிகமிக அருகாமையில் அவளைப் பார்க்க எனக்குப் பயமாகவேயில்லை.

"இதென்ன மீசை கீசையெல்லாம்... சின்னப்பயலே...?" என்று கேட்டாள். ஒரு கிழவனாரின் குரல் அது. கட்டைக்குரல் என்றும் சொல்லலாம்.

"உன்னோட... உங்களோட பேர் என்ன...?" நான் ஆவலாகக் கேட்டேன்.

"பா...ண்...டி...!" என்றாள். எனக்கு மெய்சிலிர்த்தது.

"இத்தனை நாள் நீ எங்கே போயிருந்தே...? மண்ணாடிப்பட்டுக்கா...?" இது அவளது கேள்வி.

"அந்தமான் தீவுக்கு. தீவுன்னா.. சுத்தியும் கடல் தண்ணீ. ஆமா, மண்ணாடிப்பட்டுதான் உங்க ஊரா...?"

"அது அவன் ஊரு...!"

"யாரவன்...!"

"ம்... கொம்புத்தலை அரக்கன்!"

"அதாரது...?"

"அது விளங்காது. பைத்தியம் நீ...!" அவள் உறுதியாகச் சொன்னாள்.

"பாண்டி உங்களுக்கு விஷயம் தெரியுமா? நீங்க அந்தமானுக்கு சிலசமயங்கல்ல வருவீங்க... ஆனா, எப்போ வந்தாலும் எனக்கு பயம்தான். குளிர்காலங்கள்லே ஹீட்டரைமீறி ஒரு உதறல் எனக்கு எடுக்கும். புஷ்ஷுன்னு ஒருத்தன்..."

"அவனா... அந்தக் கொம்புதலை அரக்கனா...?"

"ம்ஹீம், அவன் என்னோட தங்கியிருந்த அறை நண்பன் புஷ் ஆண்டர்சன். நான் நீங்க வந்தப்போ பயந்து அலறுவதைப் பார்த்து வேற ஜாகைக்குப் போனவன்...'

"நான்னா எல்லாருக்கும் பயம்... அருவருப்பு... ஆனா... எனக்கு எல்லா மனுஷங்ககிட்டேயும் பிரியம் அதிகம். அந்த அரக்கனைத் தவிர..."

"கொம்புத்தலை அரக்கனா? யாரவன்...? உங்க புருஷனா...?"

வழிக்காத தன் தடித்த நாக்கைப் பிதுக்கிக் காட்டினாள். தலையை வலதும் இடதுமாய் ஆட்டினாள். என்னை தீர்க்கமாகப் பார்க்க ஆரம்பித்தாள். உண்மையாக அந்தப் பார்வை எனக்கு பயத்தை ஏற்படுத்தவேயில்லை. நானும் அன்பொழுக நோக்கிக் கொண்டிருந்தேன். இப்பொழுது 'வைக்கோல் பாண்டி' தன் கையை தோளில் சுமந்திருந்த அழுக்குப் பையில் விட்டு எடுத்தாள். வைக்கோல் துண்டுகளாக இருக்கும் என்று சாதாரணமாயிருந்தேன்.

அவள் கையில் இரண்டு மூன்று *'பாண்லே' பால் பைகள். பாலிதீன் பைகள். சட்டென்று ஒன்றை வாயில் போட்டு மெல்ல ஆரம்பித்தாள். எனக்கும் ஒன்றை நீட்டினாள். நான் மிகுந்த அதிர்ச்சியோடு அதனை வாங்கிக் கொண்டேன்.

அவள்தான் எப்படி சூயிங்கம் மாதிரி மென்று விழுங்கிக் கொண்டிருக்கிறாள்? ஏதோ ஞாபகம் வந்தவளைப்போல் என்னைப் பார்த்தாள். எனக்கு அவள் கோபித்துக் கொள்ளக் கூடாதே என்பதால், நானும் மெல்ல ஆரம்பித்தேன். பெரிய குமிழ் ஒன்றை வெளிப் படுத்தினேன். அது என்னைவிட பெரியதாகி அப்படியே தன்னுள் என்னை நுழைத்துக் கொண்டு அழுத்திக் கொள்ள எனக்கு மூச்சுத் திணறியது. கைகளை நீட்டி காப்பாற்ற வேண்டி அலறினேன். எனது ஓலக்குரல் அவளுக்கு கேட்கிறதா என்று என்னால் உணர முடியவில்லை.

அவள் அமைதியாக இன்னொரு பையை விழுங்கிக் கொண்டிருந்தாள்.

---

* பாண்டிச்சேரி அரசு வெளியீடும் பதப்படுத்தப்பட்ட பால் (பாலிதீன் பைகளில் Lait-லே என்றால் பிரெஞ்சில் பால் என்று பொருள்.
பாண்லே - Ponlait - என்பது பாண்டிச்சேரி பால்.

தோப்புத்தாத்தா இறக்கையைச் சுமந்து கொண்டு படபடத்தவாறு பறந்து வந்தார். பச்சைப்பசிய வாழையிலையைப் போல் இறக்கைகள்! ஊஹூம், அவரால் என்ன செய்தும் என்னைக் காப்பாற்ற முடியவில்லை. பிறகு அவருக்கு என்ன தோன்றியதோ தெரியவில்லை. என்னை 'பைக் குமிழோடு' எட்டித் தள்ளினார். இதோ, அவரது தோப்பு தெரிகிறது. வாழை மரங்கள் என்னை முதலில் ஆச்சரியமாய்ப் பார்க்கின்றன. பிறகு, தாத்தாவிடம் முறையிடுகின்றன.

"எனது குருத்துக் குழந்தைகளை ஒடித்துத் தின்றவன் இவனே...!" அவற்றின் குற்றச்சாட்டுக்கு தேரைகளும் தவளைகளும் "உண்மை... உண்மை..!" என்றன.

உடனே, 'தோப்புத்தாத்தா' என்னை உருண்டையாக ஓங்கி உதைத்தார். நான் அப்படியே மேலே பந்து போல எழும்பினேன். சற்று அந்தரத்தில் ஊசலாடி, பூமி ஈர்க்க வேகமாக விழத் தொடங்கினேன். இடையே முத்துக் கொட்டை மரக்கிளைகள் என்னை தாங்கிக் கொண்டன. எனது குமிழியின்மேல் பச்சை முள்கள் சூழ்ந்த காய்கள் மொய்த்துக் கொண்டன.

நான் சற்று அசைந்தாலும் மரத்தின் பிடியிலிருந்து விழுந்து விடுவேன். கீழே புதைசேறு போல வெட்டிவைத்த பாத்திகள் பாம்புக் குட்டிகளோடு! சூழ்நிலையில் வெற்றிலைச் சாற்றின் வீச்சம்!

வாழைமரங்களின் நடுவே, 'வைக்கோல் பாண்டி' நின்றாள். தோப்புத்தாத்தாவிடம் ஏதோ முறையிட்டாள். அவரும் ஏதோ வாக்குவாதம் செய்தார். அவ்வப்பொழுது தனது இறக்கைகளைப் படபடவென்று அடித்துக் கொண்டார். பாண்டி ஏதேதோ சமாதானம் சொல்வது போலிருந்தது. இறுதியில், தாத்தா சிரித்து தலையசைத்தார். தனது வேட்டியை பாய்ச்சிக் கட்டிக் கொண்டார். இறக்கைகளால் உந்தி உந்தி பறந்து மரத்தினில் ஒட்டிக் கொண்டிருந்த என்னை உள்ளங்கையில் ஏந்தி இறக்கினார்.

அதன்பிறகு ஏதேதோ பச்சை வண்ணங்கள் என்னை ஆட்கொள்ள, இறுதியில் மூவரும் அமர்ந்து உருளைக் கிழங்கு பொரியல் சாப்பிட்டோம்!

2

ஒரு பெரிய புகைவண்டி கடந்து சென்றதுபோல எனது குடும்பம் தடதடத்து ஓடியிருப்பதுபோல உண்மையாய் உணர்ந்தேன்.

நானும் சின்ன அண்ணனும் அம்மாவும் எஞ்சினோம். இப்பொழுது நாங்களே வாழ்ந்தாக வேண்டிய நிலை. நான் எட்டாம் வகுப்பு படிக்கையில் சின்ன அண்ணன் பாலிடெக்னிக்கில் மின்சாரம் குறித்து படிக்கச் சேர்ந்திருந்தான். அவரவர்களுக்கு குடும்பம் குழந்தைகள் என்றாகிவிட யாரை எதிர்பார்க்க முடியும்? பெரிய அக்கா மட்டும் உள்ளூரில் இருந்தாள்.

திலாசுப்பேட்டையில் ஒரு அறையில் குடியேறினோம். ஒரு அறையென்றால் வாடகை குறைவு. எழுபத்தைந்து ரூபாய் வாடகை.

எனக்கு பள்ளியில் மதியச் சாப்பாடு உண்டு. அதனோடு, சாப்பாட்டு மணியில் ‘பசங்களை’ சரியாக வரிசையில் அனுப்புதல், குழம்பு ஊற்றுதல், பொரியல் போடுதல் போன்ற உதவிகளைச் செய்யும் வேலையை நான் மேற்கொண்டதால், மீதமாகும் சாப்பாட்டை வேண்டிய அளவு நான் எடுத்துக் கொள்ளலாம். அந்தச் சாப்பாடு எங்கள் பசியினைப் போக்கியது. அம்மா சோற்றை மறுபடி நன்கு வேகவைத்து, தனது கைப்பக்குவங்களைக் காட்டி குழம்பு, ரசம் வைத்து இரவில் எங்களுக்குப் பரிமாறுவாள். மற்றச் செலவுகளுக்கு? எங்களுக்கு காலனி ஐயர் ஞாபகம் வந்தது. அவர்கள் வீட்டில் காகிதப்பைகள் தயார்செய்து கடைகளுக்குப் போடுவார்களே? அதை செய்தால் என்ன?

அரைகிலோ பொருட்கள் கொள்ளும் காகித உறை ஒரு பைசா. ஒரு கிலோ உறை இரண்டு பைசா. வாழ்க்கைச் சக்கரம் உருள ஆரம்பித்தது.

வார இதழ்களும் தினசரிகளும் சின்ன அண்ணன் கிலோ கணக்கில் வாங்கிவர எங்கள் வேலை ஆரம்பமாகும். முதலில் தேவைக்கேற்ப அளவிற்கேற்ப வெட்டிக்கிழித்து வைத்து, பிறகு ஒவ்வொரு காகிதத்தையும் உருளை வடிவம் செய்ய வேண்டும். மடித்து மடித்து ஆட்காட்டி விரலால் பசைதடவி உருளைகளை உருவாக்க வேண்டும்.

அது சற்று காய்ந்ததும் ஒரு பக்கம்மட்டும் மடித்து பசை தடவி காய வைக்க வேண்டும். உறைகள் தயார். அதனை நூறுநூறாகக் கட்டி பைகளில் அடுக்கி நானும் அண்ணனும் மளிகைக்கடைகளை நோக்கி விற்பனைக்குச் செல்வோம். பாலித்தீன் பைகள் புழக்கத்தில் அறவே இல்லாத காலம் அது. ஏழெட்டு கிலோ மீட்டர்கள் நடந்தால் அன்றைய பொழுது மறையும். இந்தக் காகித உறைகளோடு எங்கள் படிப்பும் தொடரும்.

எதற்குதான் போட்டியில்லை? வாழ்க்கையில் தடுமாறும் பல குடும்பங்கள் இதே தொழிலைச் செய்கையில்... போட்டிகளும் தடங்கல்களும் உண்டு. சில சமயம் வியாபாரம் இல்லையென்று வாங்க மாட்டார்கள். சிலர் குறைந்த விலைக்கும் விற்றுச் சென்றிருப்பார்கள். கனத்த பைகளைச் சுமந்து மறுபடி விற்பனையாகாமல் கொண்டு வருகையில் அழுகையாக வரும். கால்கள் நடந்து அலைந்த களைப்பால் விண்விண்ணென்று தெறிக்கும். தொடர்ந்து ஒட்டவும் முடியாது. மீதமிருக்கும் சரக்கை விற்றால்தான் புதிதாக காகிதங்கள் வாங்க முடியும். மழைக் காலங்கள் என்றால் விற்பனை அறவே நின்றுவிடும். பிறகு, எல்லாவற்றுக்கும் பழகிக் கொண்டோம். ஆனாலும், வாழ்வின் கடினம் அப்போது புரிந்து கொள்ள இயன்றது.

இடையே வெங்கடேஸ்வரா டூரிங் டாக்கீஸில் இரவு சினிமா பார்ப்போம். அது மட்டுமே எங்கள் எல்லோருக்கும் ஆறுதல்.

பெரிய அக்காவுக்கும் உதவ இயலா நிலை வந்தது. அப்பொழுதுதான் பஞ்சாலை நட்டத்தில் இயங்குகிறது என்று மூடப்பட்ட நேரம். ஊரில் பல குடும்பங்கள் தற்கொலை செய்து கொண்டன. பட்டினியால் செத்தன. மாதம் பிறந்தால் சம்பளம் என்ற கோட்பாட்டில் வாழ்ந்த பஞ்சாலைத் தொழிலாளர்கள்... ஆலை மூடப்பட்டவுடன் பட்ட கஷ்டங்கள் கொஞ்ச நஞ்சமல்ல. தப்பிப்பிழைத்தது சிலர்தான். அக்காவும் வறுமையில் வாடிக் கொண்டிருந்தாள்.

நான் பள்ளிக்காலங்களில் விளையாட வேண்டிய தருணங்களை இழந்து, அனுபவிக்க வேண்டிய சந்தோஷங்களைத் துறந்து குடும்பத்தில் மிகுந்த கவலைப்பட ஆரம்பித்தேன்.

அம்மா எங்களையெல்லாம் நினைத்து பல சமயங்களில் அழுவதுண்டு.

பெரிய அண்ணனின் கதைதான் எல்லாருக்கும் நம்ப முடியாததாய் இருந்தது. மகனும் மகளுமாய் சந்தோஷத்தோடு வாழ்ந்து கொண்டிருந்தது உண்மை. அண்ணனுக்கு ஆலையில் வந்த வருமானம் போதவில்லை. ஆனால், தன்னை நாடி வருபவருக்கு உதவி செய்யும் மனசு. எனவே, கையில் பைசா மிஞ்சுவதில்லை. மெத்தப் படிக்கும் அறிவாளி. வீட்டில் நிறைய புத்தகங்களைக் குவித்து வைத்திருப்பார். தமிழ் பண்டிட் படிப்பில் சேர்ந்து கொஞ்ச காலம் படித்தவர். பிறகு, மூத்தவர் என்பதால் குடும்பத்தினைக் கவனிக்க வேண்டிய படிப்பை பாதியிலேயே முடித்துக் கொண்டார். கிடைத்த சின்ன சின்ன வேலைகளைச் செய்தார். அப்புறம், ஆலை வேலை. அதிலும் சரியாக வேலைக்குச் செல்லாமல் ஒரு சித்த வைத்தியரிடம் வைத்தியம் கற்கிறேன் என்று கூறிக்கொண்டு, அந்த வைத்தியருக்கு கடுக்காய் அரைத்துக் கொடுப்பார். இடையில் வைத்தியரின் ஒடிசலான மனைவிக்கு மிளகாய்தூளும் அரைத்துக் கொடுப்பார்.

மூக்கு ஒழுகிக் கொண்டிருந்தால் ஏதோ காரமாய் சூரணத்தை நாக்கில் தேனோடு தடவுவார். இனிப்பும் எரிச்சலுமாய் மூக்கு ஒழுகுவது நின்றுபோகும்.

‘தலைவலிக்குது...!’ என்று அம்மா சொன்னால், ஏதோ கறுப்பான களிம்பை நெற்றியில் பூசுவார். அம்மா, “தலைவலி போயிடுச்சுடா. ஆனா... மருந்து பூசுன இடம்தாண்டா கபகபன்னு எரியுது...!” என்பாள்.

“அதுக்கு இன்னொரு மருந்து போட்டா போகப்போகுது...!”

“ஏம்ப்பா... அந்த ஆளையே கட்டிக்கிட்டு அழுதிட்டிருக்கியே? ஒழுங்கா வேலைக்கி போனாவாவது முழு சம்பளம் கிடைக்கும்...”

“ஒரு கலையைக் கத்துக்கிடணும்னா... எதையாவது இழந்துதான் ஆகணும்... வைத்திய படிப்புக்கு எழுதிப் போட்டுருக்கேன். படிப்பை முடிச்சா... டாக்டர் ஆயிடலாம்...”

“என்னவோ போ...!”

கொஞ்ச மாதத்திலேயே ஏதோ ஆர்.எம்.பி. எச்.எம்.பி. என்று போட்டு டாக்டர் என்று ஒரு பெயர்ப்பலகையே தொங்கப் போட்டார். அதில் பரிவு எண் எல்லாம் குறித்திருந்தது.

தபால் அண்ணன் கேட்டார். “ஏண்டா... நிசமாலுமே பாஸாயிட்டியா...?”

“ஆமா...!”

“இல்ல ஏதாவது காசு கொடுத்து சர்டிபிகேட் வாங்கிட்டு வந்திட்டியா...?”

“அம்மா நீ போட்ட குட்டிங்களுக்கு பேச நல்லா வரும்...!” என்றார் அண்ணன்.

வீட்டில் ஒரு மேசைமேலே புதிய போர்வையை விரிப்பாக விரித்தார். அகண்ட பேசினில் வரிசையாய் மருந்துப் புட்டிகளை அடுக்கி வைத்தார். மருந்துக்காக உருண்டை உருண்டையாய் எல்லாமே வெள்ளை நிறத்தில் இருந்தன. சின்ன சின்ன பெயர்தாங்கிய காகிதத்தை அதன்மேலே ஒட்டியிருந்தார். முதன் முதலில் ஸ்டெத்தாஸ்கோப் ஒன்றை வாங்கி வந்தார். நாங்கள் அதனை ஆச்சரியமாய்ப் பார்த்தோம். சின்ன அண்ணன் பெருமையாய்க் காதில் மணிபோல அணிந்து எனது நெஞ்சில் வைத்து பார்த்தான்.

“டொக்கு டொக்குன்னு இருதயம் ஓடுது....!” என்றான்.

அதன்பிறகு, நான், அம்மா, தபால் அண்ணன் எல்லோரும் அணிந்து பார்த்து சந்தோஷப்பட்டோம்.

ஆலைக்குப் போகும் சமயங்கள் தவிர்த்து, காலை மாலை இரு வேளை களிலும் நோயாளிகள் வருவார்கள். பலர் சும்மாதான் வைத்தியம் பார்ப்பார்கள். எப்பொழுதாவது இரண்டு ரூபாய், மூன்று ரூபாய்கள் என்று கல்லாவில் விழும். அந்தக் காசையும் ‘நாளைக்குத் தர்றேன்’ என்று வாங்கிப் போய்விடும் ஆட்களும் வந்தார்கள்.

“இது மத்த டாக்டர் தொழில்போல் கிடையாதா...?” என்று கேட்ட அம்மாவிடம் அண்ணன் சொன்னார்.

“ஏதோ ஏழை, பாழைகளுக்கு உதவினா சரி... எவனாவது பணக்கார நோயாளி வந்தா அவனா வைத்தியத்துக்கு தகுந்த கூலி தருவான்...”

ஆனால் அண்ணனின் புகழ் பேட்டையான்சத்திரம் பூராவும் பரவியது. அப்புறம், ஆயுர்வேத பல்பொடி தயாரித்தார். ஆயிரக் கணக்கில் தகர டப்பாக்கள் வந்திறங்கின. அம்மாவுக்கு வெள்ளையான மாவில் அண்ணன் தரும் மருந்தை கலக்கும் வேலை.

எங்களுக்கு பல்பொடியை டப்பாவில் போட்டு லேபிள் ஒட்டும் வேலை. ‘நவன் ஆயுர்வேத பல்பொடி’ பங்க் கிழவி கடையில் விற்றது. அண்ணன் அட்டைப்பெட்டியில் டப்பாக்களை அடுக்கிக் கொண்டு பாண்டிச்சேரி கடைவீதிகளில் விற்பனைக்கு வைத்தார்.

நாங்கள் பல்பொடியை உபயோகப்படுத்திப் பார்த்தோம். இனிப்பும் விறுவிறுப்புமாய் மென்தால்வாசம் வாய்பூராவும் அடித்தது. நுரைதான் பொங்குவது கடினமாயிருந்தது.

பல்பொடியோ (அ) மூக்குப்பொடியோ எது விற்றாலும் சரியான விற்பனைத் தொகையைப் பெறுவதும் சரக்கு கொடுப்பதும் வியாபார நியதி. அண்ணனால் இதை சரிவரச் செய்ய முடியவில்லை. களேபரத்துடன் ஆரம்பித்த வியாபாரம் படுத்துவிட்டது.

இதனிடையிலே 'சாமிகளே இல்லை' என்று புது அவதாரம் எடுத்துக் கொண்டு வீட்டிலிருந்த சாமிபடக் காலண்டர் முதற்கொண்டு அனைத்தையும் மூட்டை கட்டி கடலில் எறிந்தார் அண்ணன். அம்மா பதைபதைத்தாள். சிறிது காலங்கழித்து, பெந்தகோஸ்தேவில் சேர்ந்தார். குழுப்பாடல் பாடிக்கொண்டு திரிந்தார். அண்ணி குழம்பிப்போய் கிடக்க, அண்ணனின் போக்குகள் தாறுமாறாய்ப் போய்க் கொண்டிருந்தன. பெந்தகோஸ்தே கோஷ்டியை விட்டுவிட்டு, ஸ்ரீ ராகவேந்திரர் பக்கம் கவனம் செலுத்தினார். எண்ணற்ற புத்தகங்களைப் படித்து தானும் ஒரு சிந்தனைப்புத்தகம் எழுதினார். பிறகு, யாருமே எதிர்பாராத ஒரு காரியம் செய்தார். அப்துல் வஹ்ஹாப் என்று பெயரை மாற்றிக் கொண்டார். ஜிப்மர் மருத்துமனையில் படுத்துக் கொண்டு குடும்பத்தை வரவழைத்தார் அனைவரும் போனோம்.

நிறைய தாடி, குல்லா சகிதமாக முஸ்லிம் மக்கள் சூழ்ந்திருக்க, அண்ணன் பிளாஸ்திரிகள் போடப்பட்டு படுத்து கிடந்தார்.

சுன்னத் (குஞ்சு கல்யாணம்) செய்து கொண்டுவிட்டாராம், இனி முழு முஸல்மான். வேதனையாக இருந்தது. இப்படி அம்மா, மனைவி, மக்களை விட்டுவிட்டு கிறுக்குத்தனம் செய்யும் அண்ணனை என்னதான் செய்வது? "உண்மையிலேயே எல்லாம் தெரிஞ்சுதான் செய்றானா?" என்று கேட்டாள் அம்மா. யாருக்கும் பதில் சொல்ல முடியவில்லை. எல்லோரும் வருத்தப்பட்டனர்.

புதிதாகக் கட்டப்பட்ட மசூதிக்கு தொழுகைக்காக தொடர்ந்து சென்றார் அண்ணன். குறுந்தாடியைப் பார்த்தால் முஸ்லிம் மாதிரியே இருந்தார்.

பிறகு ஒருநாள், எங்கள் வீட்டிற்கு இருபது கிலோ அரிசி, கொஞ்சம் பருப்பு, எண்ணெய் வகைகளைப் போட்டுவிட்டு அண்ணியையும் பிள்ளைகளையும் சொந்த ஊருக்கு அழைத்துச்

சென்று விட்டார். பிறகு வீடு திரும்பவேயில்லை. அண்ணிக்கும் செய்தியில்லை. வாழ்க்கையின் பளுதாங்க இயலாமல் எங்கோ ஓடிவிட்டாராம்.

மசூதியில் விசாரித்ததற்கு, "திருநெல்வேலி போகப்போறதா சொன்னாக..." என்ற பதில் வந்தது.

ஒருவாரம் கழித்து அம்மாவுக்கு பெரிய கடிதமொன்று வந்தது. அது இறுதியில் இப்படி முடிந்தது.

'என்னால் சமாளிக்க முடியவில்லை. எப்படியாவது பசங்களைக் கரையேற்றுங்கள். அல்லாஹ்வின் அருள் இருந்தால் அடுத்த ஜென்மத்தில் நாம் ஒன்று சேருவோம்...!'

அழுவதைத் தவிர வேறென்ன செய்யமுடியும்? அழுது தீர்த்தோம்...! திருச்சியிலிருந்து அப்பா இறைவனடி சேர்ந்தார் என்று செய்தி வந்தது. எல்லோரும் போய் வந்தோம். அப்பாவின் இழப்பை மிகச் சரியாய் உள்வாங்க இயலாத போராட்ட வாழ்க்கை. எனக்கு அப்பாவைவிட, இன்று ஒட்டிய உறைகள் விற்பனையாகி விடுமா என்ற கவலையே அதிகமாயிருந்தது!

காகிதப் பைகள் ஒட்டி ஒட்டி எங்களது ஆட்காட்டி விரல்களின் இரேகைகள் அழிந்து போயின. சின்ன அண்ணன் படிப்பை முடித்து ரொட்டிதயாரிப்பு தொழிற்சாலையில் வேலைக்குச் சேர, எனக்கும் அம்மாவுக்கும் பசை, காகிதங்களிலிருந்து விடுதலை கிடைத்தது.

3

வாழ்க்கையென்பது ஏன் எப்பொழுதும் இனிப்பாய் இல்லை? அது சில சமயம் சுகந்தமாய் இருக்கிறது. சில நேரம் புயலாய் ஆகிக் காட்சியளிக்கிறது.

போராட்டமே வாழ்க்கையாய் வாழ்ந்து கொண்டிருந்த எங்கள் கூட்டில் சின்ன அண்ணன் 'தலையெடுத்தபோது' எல்லாவற்றுக்கும் ஒரு விடிவுகாலம் வந்துவிட்டதாக நானும் அம்மாவும் நம்பினோம். எங்களோடு துன்பத்தில் பங்கு கொண்ட அண்ணனுக்குப் படிப்பு முடிந்ததும் ரொட்டி தயாரிக்கும் நிறுவனத்தில் பொறியாளனாக வேலை கிடைத்தது. தனியார் நிறுவனமெனினும் நாங்கள் வாழ அந்தச் சம்பளம் போதுமானதாய் இருந்தது. அண்ணனின் கனவுகளுக்கும் திட்டமிடுதலுக்கும் ஒரு வழிசெய்தது போலத் தன்னை தயார்ப்படுத்திக் கொண்டார்.

என்ன ஆச்சரியம்! நானும் சின்ன அண்ணனும் பட்டாம் பூச்சியைத் தேடிப்பிடித்த பாலகர்களாய் சுற்றித்திரிந்த காலம் ஓடிவிட்டதா... சிலவற்றை காலம் நம்ப வைத்து விடுகிறதே? இன்னும் என் கண்முன்னால் அண்ணன், தவிடு ரொப்பிய சோடா மூடியோடு தம்புவின் கண்களைக் குறிவைத்து துரத்தும் அண்ணனாகப் பார்க்க முடிகிறது.

எனது நண்பனை நான் காப்பாற்ற எடுத்துக் கொண்ட பிரயத்தனங்களும் மெனக்கெடல்களும் கவனங்களும் என்னைச் சுற்றிச்சுற்றிச் சுழல்கின்றன.

காகித உறைகளை நூறுநூறாய் கட்டுக்கட்டி முதுகில் சுமந்து பல காததூரம் அலைந்து திரிந்து கடைகளில் விற்கச் சென்ற காலங்களை மறக்க முடியுமா? நெஞ்சில் திகில் நிறைந்திருக்கும். அன்று விற்பனை செய்தால்தான் அரிசி, மண்ணெண்ணெய் என்பது பயமுறுத்திக் கொண்டேயிருக்க... சாக்குப்பை பாரமாய் இருக்கும். சொல்லி வைத்தாற் போல சில சமயங்களில் விற்பனை ஒன்றுகூட இருக்காது. கால்வலியும் அழுகையும் சேர்ந்து கொள்ளும். அம்மாவின் தவிப்பைக் காண மனம் ஏற்காது.

அண்ணன் மேட்டுப்பாளையத்தை நோக்கி தன் பயணத்தைத் தொடர, நான் சாரம் வரை பைகளைச் சுமப்பேன். இருவரும்

எதிரெதிர் திசை. இதில்வட ஒரு போட்டியை வைத்துக் கொள்வோம். யார் நிறைய விற்று வருகிறார்கள் என்று.

நான் பலமுறை வெற்றி கண்டிருக்கிறேன். அந்த மாதிரி சமயங்களில் அண்ணனும் அம்மாவும் என்னை மிகவும் உற்சாகப்படுத்துவார்கள். எனக்கு மறுபடி சுமந்து வருதலென்பது பிடிக்காத சங்கதியாய் இருக்கும். 'மறுநாள் காசு வாங்கிக்குறேன்...!' என்று சொல்லியாவது உறைகளைத் தள்ளிவிடுவேன்.

இரவில் அம்மா சமைக்கும் புளிக்குழம்பு, உருளைக்கிழங்குப் பொரியல் வாசனை தெருவையே புரட்டிப்போடும். எப்பொழுது சமையல் முடியும் என்று நானும் அண்ணனும் காத்துக் கொண்டிருப்போம்.

தெருவில் என் வயதையொத்தவர்கள் ஆரவாரமாய் விளையாடிக் கொண்டி ருக்கையில் நானும் அண்ணனும் பைகளை ஒட்டி தயார் செய்து கொண்டிருப்போம்.

அண்ணன், முதல் சம்பளம் வாங்கிய அன்று மிக மிக மகிழ்ந்தோம். அண்ணனுக்கு நிறைய கனவுகள் இருந்தன. அம்மாவிடம் சொல்லிக் கொண்டிருப்பார்:

"உங்களுக்கு தங்கச் செயின் ஒண்ணு பண்ணிப் போடணும். நல்ல அடுப்பு ஒண்ணு வாங்கிட்டு, விறகு கண்ணெரிச்சல்லேர்ந்து விடுதலை தரணும். கொஞ்சம் பெரிய வீடா குடியேறணும். இவனை நல்லா படிக்க வைக்கணும்...!"

கனவுகள் கொஞ்சம் கொஞ்சமாய் நனவாகிக் கொண்டு வந்தன.

பொதுத்தேர்வில் நானெடுத்த மதிப்பெண்களுக்கு திருச்சிராப்பள்ளி 'உணவு கலைக் கல்லூரியில்' மேற்கொண்டு படிக்க இடம் கிடைத்தது. நட்சத்திர விடுதிகளுக்கான வரவேற்புத் துறைக்கான படிப்பில் சேர்ந்தேன். அண்ணன்தான் சேர்த்து விட்டார். சீருடைகளும் டை, ஷூக்கள் என என்னைப் பார்த்ததும் சிரித்தார்.

"ஒழுங்கா படி என்ன?"

தலையாட்டினேன்.

அம்மா "அதென்னடா படிப்பு...?" என்றாள்.

"நான்தான் ஸ்கூரு டிரைவர் பிடிச்சிக்கிட்டு இருக்கேன். ராஜியாவது ஒழுங்கா படிக்கட்டும். கோட்டு சூட்டெல்லாம்

போட்டுக்கிட்டு ஜிலுஜிலுன்னு ஏ.ஸி.ரூம்ல வேலை செய்யலாம். நேரம் அமைஞ்சா கல்ஃபீக்கு கூட வேலைக்குப் போகலாம். துபாய்ல இந்த மாதிரி படிப்புக்கு நிறைய வாய்ப்பு உண்டும்மா...!" என்றார் அண்ணன்.

கல்லூரியில் சேர்ந்தாகிவிட்டது. விடுதியில் தங்கினேன். மாதாமாதம் பணம் அனுப்புவார்.

நான் எனது பொறுப்பை சரியாகச் செய்து முடித்தேன். கல்லூரி வளாகத்தில் நடந்த நேர்முகத்தேர்வில் வெற்றிபெற்று அந்தமானுக்கு செல்ல வேலை உத்தரவு பெற்றேன்.

போர்ட் பிளேயரில் பெரிய நட்சத்திர விடுதியில் பணி. பெரிய குழுமத்தைச் சேர்ந்த விடுதி. எதிர்காலம் சிறப்பாக இருக்கும் என்றார்கள். எனக்கு படிப்பு முடிய ஒரு மாதமே பாக்கியிருந்தது.

கடிதம் மூலம் அண்ணனிடம் செய்தியைச் சொன்னேன். மிகவும் மகிழ்ந்தார்.

'எதைப் பற்றியும் கவலைப்படாதே. கண்ணை மூடிக்கிட்டு கப்பல்ல ஏறிடு. எல்லாத்தையும் அப்புறம் பேசிக்கலாம். நல்ல வேலைதான் முக்கியம்...!" என்று பதில் எழுதியிருந்தார்.

அண்ணனின் சில கனவுகள் நிறைவேறியிருந்தன.

எல்லாவற்றையும்விட, மறுபடியும் பேட்டையான்சத்திரத்திற்கே குடிவந்து விட்டதாக கடிதம் எழுதியிருந்தார்.

'மேகநாதபத்தர் காலனிக்கு பின்புறம் பால்காரர் வீடு இருக்குமே, அதற்குப் பக்கத்து வீட்டு மாடியில் ஒரு பெரிய அறையும் சமையலறையும் கூடிய தனிப்பகுதி. நானும் அம்மாவும் சந்தோஷமாக இருக்கிறோம். நீ இல்லாத குறை மட்டுமே. தேர்வு முடிந்து விடுமுறை எத்தனை நாட்கள் விடுவார்கள்? எப்பொழுது கப்பல் ஏற வேண்டும்?'

நான் அக்கடிதத்தை பலமுறை வாசித்தேன். நாங்கள் விழுந்து புரண்ட மண்ணுக்கே மறுபடியும் போய்விட்டோமா? எனக்கு பளபளவென்று அக்காலங்கள் துலங்கின.

பத்தர் காலனியில் கொஞ்சம் பேராவது இருப்பார்கள். தோப்புத்தாத்தா, ஓவியக்கிழவியைப் பார்க்கலாம். கல்லூரி முடிந்ததும் இதே சீருடையின் (கறுப்பு பேண்ட், வெள்ளை முழுக்கைசட்டை, கறுப்பு டை, ஷூக்கள்) சகிதமாக 'டொக்... டொக்...!' என்று 'டை' காற்றில் பறக்க... அந்த வீதியில் பெருமையாய் நடைபயில வேண்டும். கோபால்நாத் அண்ணனிடம் 'இங்கிலீஷில், பேசி அசத்த வேண்டும்.

நட்சத்திர விடுதிகளுக்கு ஆங்கிலம் முக்கியம் என்பதால் கல்லூரி எங்களுக்கு ஆங்கிலம் பேசத் தனியாக ஆசிரியரை நியமித்திருந்தது. அதனால், தைரியமாகப் பேச எங்களுக்குப் பயிற்சி அளிக்கப்பட்டிருந்தது.

கருங்கல் மேடைப் பிள்ளையாரை மனமுருகப் பார்க்க வேண்டும். கரிய எண்ணெய்ப் பளபளப்பில் ஒரு தந்தம் ஒடிந்திருக்க, கடைவாயில் ஒழுகும் அந்த புன்சிரிப்பை ஆத்மார்த்தமாய்க் காண வேண்டும்.

அன்று மிக மிக மனநிறைவுடன் உறங்கினேன்.

எல்லாம் மிகச் சரியாக நடந்தன. ஆனால், ஒரே ஒரு குறை. எனக்கு விடுமுறை அளிக்கப்படவேயில்லை. தேர்வு முடிவு வரும் முன்னரே நான் அந்தமானுக்குப் புறப்பட்டுவிட ஏற்பாடு செய்திருந்தார்கள். கப்பலுக்கான பயணச்சீட்டு, பணிக்கான உத்தரவு மற்றும் முதல்வரின் அறிவுரைகள் எனக்கு கொடுக்கப்பட்டன. சனி மாலை பாண்டிச்சேரிக்குப் புறப்பட்டேன்.

ஞாயிறன்று அம்மாவின் சமையலை வயிறுமுட்டச் சாப்பிட்டேன். நான்கு புது உடைகளை அண்ணன் வாங்கிக் கொடுத்தார். எனக்கு புது வீடு பிடித்திருந்தது அங்கு மொட்டை மாடியிலிருந்து பார்க்கையில் பத்தர் காலனியை ஒட்டிய தென்னைமரம் மட்டைகளோடு தலைவிரித் தாடுவது தெரிந்தது. அக்கா வீட்டிற்குப் போய் சொல்லிக் கொண்டேன்.

மாலை ஞாயிறு சந்தையில் அண்ணன் எனக்குத் தேவையான அனைத்துப் பொருட்களையும் வாங்கிக் கொடுத்தார். எட்டு மணி வாக்கில் பிள்ளையார் கோயிலுக்குச் சென்று பிள்ளையாரைப் பார்த்தேன்.

"விடிகாலைல நாம கிளம்பும்போது புத்துக் கோயிலுக்குப் போகலாம்...!" என்றார் அண்ணன்.

ஞாயிறு என்பதால் பத்தர்காலனி ஆட்கள் அரவமின்றி மங்கிய குண்டுபல்பு ஒளியில் காட்சியளித்தது. அனேகம்பேர் சினிமாவிற்கோ, கடற்கரைக்கோ சென்றிருக்கலாம்.

குறைந்தபட்சம் ஒரு வார விடுமுறை கொடுத்திருந்தாலாவது நன்றாக இருந்திருக்கும். இருப்பினும், 'வேலைக்குச் செல்லப் போகிறோம்' என்ற பெருமை என்னுள் குடிகொண்டிருந்தது.

இரவு முழுவதும் மூவரும் தூங்கவேயில்லை. வளவளவென்ற பேச்சு. கல்லூரியில் நடந்த சுவையான சம்பவங்களையும் விழாக்களில் நான் பெற்ற சில பரிசுகளையும் ரிக்கார்ட் புத்தகத்தையும் காட்டினேன்.

அம்மா என்னை வியப்பாகப் பார்த்தாள். 'இந்த சின்ன மண்ணு போய் கடல் கடந்து சம்பாதிக்கப் போகுதா? ஏம்ப்பா அந்தமான் பாதுகாப்பா இருக்குமா?''

அண்ணன் சொன்னார். "அருமையான தீவு. மெட்ராஸ்லேர்ந்து இரண்டரைநாள் கப்பல் பயணம். ஏறக்குறைய மூவாயிரம் மைல் இருக்குமா? ஏ.ஸி. அறையில தூங்குற வசதி டிக்கெட் கொடுத்திருக்காங்க. பச்சப்பசேல்னு தீவு அட்டகாசமாக இருக்கும். அங்கே ஹோட்டலுக்குப் போயிட்டா அவங்களே சாப்பாடு, தங்குற இடம் எல்லாம் குடுத்திடறாங்க. இப்பிடி வாய்ப்பு கிடைக்கிறது அபூர்வம்...!''

விடியலில் கிளம்பினோம். அம்மா விபூதி இட்டு அழுதாள். அண்ணன் என்னை வழியனுப்ப உடன் வந்தார். மதியம் ஒரு மணிக்கு கப்பல் புறப்படுகிறது. பத்தரை மணிக்கெல்லாம் துறைமுகத்தில் இருக்க வேண்டும்.

"பணம் பத்திரம்...!'' என்றார் அண்ணன்.

"போய் சேர்ந்தவுடனே ஆபீஸ்க்கு போன்பண்ணி சொல்லிடு...! ஹோட்டல் நம்பருக்கு நான் வெள்ளிக்கிழமை பேசறேன்...!'' என்றார்.

எம்.வி. நஜத் என்ற பெயருடைய கப்பல் மிகப் பிருமாண்டமாய் காத்திருந்தது. கப்பலைப் பார்க்கவே பயமாய் இருந்தது. யானை பிளிறுவது போல சப்தம் கொடுத்தது அடிக்கடி. முதல் பயணம் என்பதால் வயிற்றில் திகில் அமர்ந்து கொண்டது.

எல்லா சம்பிரதாயங்களும் முடிந்தவுடன் பன்னிரெண்டு மணிவாக்கில் கப்பலிலிருந்து நீண்ட இரும்புப்பாதை துறைமுகத் தரையோடு சேர்ந்தமாதிரி வந்து நின்றது. பயணிகள் ஏற்றப்பட்டோம். மேலே சென்று அண்ணனுக்கு கை அசைத்தேன். அவரும் சிரித்துக் கொண்டு கை அசைத்தார்.

அதுதான் நான் அண்ணனை கடைசியாகப் பார்ப்பது என்பது எனக்குத் தெரியாது.

சரியாக ஆறாவது மாதம். என்னால் என் கண்களை நம்பமுடியவில்லை. தபால் அண்ணன் என் அறைவாசலில் நின்று கொண்டிருந்தார்!

"ஆ... நம்பவே முடியலண்ண! என்ன திடீர்னு? எனக்கு சொல்லவேயில்லியே...?''

சிறு பெட்டியையும் தொங்கு பையையும் வாங்கி, வைத்தேன். கட்டிலில் அமர வைத்தேன். என் சக அறை நண்பர்கள் பகல் வேலைக்குச் சென்றிருந்தார்கள். நான் இரவுப் பணி முடித்துவிட்டு ஏழுமணிக்கு வந்திருந்தேன். மறுபடியும் இரவுக்குத்தான் செல்ல வேண்டும்.

"எப்படியிருக்கீங்கண்ண? அண்ணி... பாப்பால்லாம் சவுக்கியமா? அம்மா... அண்ணன்லாம் எப்பிடியிருக்காங்க...?"

"எல்லாரும் நல்லாயிருக்கோம்.. உன்னோட பயிற்சியெல்லாம் முடிஞ்சுடுச்சா...?"

"இதோ பதினாலாம் தேதியோட ஆறுமாசப் பயிற்சி முடியுது. அதுக்கப்புறம், நிரந்தரம் செஞ்சுடுவாங்க....! ஆமா... என்ன திடீர்னு... சொல்லாமக் கொள்ளாம..."

"இதுதான் உன்னோட அறையா? கப்பலைவிட்டுட்டு, நேரா ஒட்டலுக்குத்தான் போனேன். அங்கிருந்த ஒருத்தர்தான் போற வழிதான்னு எனக்கு இங்கே அடையாளம் சொன்னார். உங்கூட மூணுபேரா தங்கியிருக்காங்க?"

"ம் ஹூம்... ஒரு கட்டில் காலி. பெங்காலிக்காரர் ஒருத்தர் இருந்தார். போனவாரம்தான் கல்கத்தாவுக்கு போயிட்டார். அங்கேயே வேலைக்குப் போயிட்டார்...!"

"ம்... நீ நல்லாயிருக்கியா, ராஜீ....?"

"ம்... எனக்கென்ன குறைச்சல்? வேலை நேரத்துல ரெண்டு வேளை சாப்பாடு உண்டு. ஒரு வேளைக்கு இங்க ஒரு சவுத் இந்தியன் ஓட்டல் இருக்கு. சுத்த சைவம். மத்த ஹோட்டல்ல சப்பாத்தி பரோட்டா கிடைக்கும். தொட்டுக்க மீன்கறி குடுப்பாங்க. இங்க மீன்தான் ரொம்ப மலிவு. உருளைக்கிழங்கு கிலோ நாப்பது, அம்பது ரூவா...!" என்றேன்.

அண்ணன் ஆறு நாட்கள் விடுப்பில் வந்திருக்கிறாராம். மறுபடியும் திங்களன்று கப்பல் புறப்படுகிறது. அண்ணன் குளிக்கச் சென்றிருந்தார். நான் எந்தெந்த இடங்களைச் சுற்றிக் காட்டுவதென்று பட்டியல் தயார் செய்து கொண்டிருந்தேன். இன்றைய இரவுப் பணியை முடித்துவிட்டு, மேலாளரிடம் சொல்லி இரண்டு மூன்று நாட்கள் விடுப்பு எடுத்துக் கொள்ள வேண்டும் என்ற முடிவிலிருந்தேன்.

போர்ட் பிளேர் மெயின்பஜாருக்குச் சென்று, அண்ணனுக்கு சப்பாத்தி வாங்கிக் கொடுத்தேன். எனக்குத் தேவையான பற்பசை, சோப்பு இத்தியாதிகளை அண்ணன் வாங்கிக் கொடுத்தார்.

“புது பிரேம் ஒன்று மாத்திக்கோ...!” என்று சொல்லி, கண் கண்ணாடி கடையில் அழகிய புதிய பிரேமுக்கு ஆர்டர் செய்து பணம் செலுத்தினார்.

“தலையை வலிக்குது. அறைக்குப் போகலாமா?” என்றார். பிரயாணக் களைப்பு இருக்காதா, என்ன?

திரும்பினோம். நண்பரின் கட்டிலை தயார் செய்தேன். அண்ணன் என் அருகில் அமர்ந்தார்.

“ராஜி, நா ஒரு சேதி சொல்லணும். சேதியைக் கேட்டு கவலைப்படக் கூடாது...!”

“என்ன சேதி...?”

“முதல்ல எனக்குச் சொல்லு. நா சொல்றதை தாங்கிப்பியா...?”

‘தாங்கிக் கொள்ள வேண்டி ஒரு செய்தியா?’ ஏதோ கெட்ட செய்திதான் என்பதை உணர்ந்தேன்.

“என்ன சொல்லுங்கண்ணா...?”

“போன சனிக்கிழமை, நம்ம சின்னவனும் அம்மாவும் ஒரு கல்யாணத்துக்குப் போயிட்டு வர்ற வழியிலே ஏதோ லோடு லாரி அடிச்சு... நம்பளையெல்லாம் விட்டுட்டுப் போயிட்டாங்கடா...!” அண்ணன் தான் சொன்ன செய்தியைத் தொடர்ந்து அழ ஆரம்பித்து விட்டார்.

எனக்கு ஏதோ கதை சொல்வது போலிருந்தது. நம்பவே முடியவில்லை. ஏதோ விளையாட்டுக்கு அவர் சொல்லி விடுவதுபோல எண்ணினேன். பிறகு, மெல்ல ஞாபகங்கள் சேரச் சேர அம்மாவின், அண்ணனின் முகங்கள் வர, நெஞ்சுக்குள் அந்த அன்பின் பிடிமானங்கள் குடிகொள்ள, குபுக்கென்று பீறிட்டது என் அலறல். தேம்பித் தேம்பி அழுதேன்.

அண்ணன் கைகளைப் பிடித்துக் கொண்டு, முதுகைத் தடவிக் கொடுத்தார்.

“நம்ம மோசமான நேரம்டா. லாரியை அடையாளம் தெரியலை. தெரிஞ்சுத்தா என்ன ஆகிடப்போகுது? ரொம்ப சிதைஞ்சு போனதால ஒண்ணும் செய்ய முடியலை. உனக்கும் தகவல் தர முடியலை. தரவும் யாரும் விருப்பப்படலை. சின்னவனோட கனவு, நீ டிரெயினிங்கை ஒழுங்கா முடிச்சு பெரியாளாகிடணும். அந்தமானுக்கு தகவல் கொடுத்து.... நீ தனியாளா இருக்கிறப்போ... அது எப்பிடி சாத்தியமாவும் சொல்லு...?”

4

அம்மாவும் சின்ன அண்ணனும் ஓடிவந்து என்னைக் கட்டிக் கொள்ள மாட்டார்களா என்று ஆசையாய் இருந்தது. தூரத்திலிருந்த எங்கள் வீட்டை நோக்கினேன். பெரிய பெரிய கனவுகளைச் சுமந்திருந்த அது இப்பொழுதும் அப்படியே இருந்தது. வேறு யாரோ குடியேறிய அடையாளமாய் மனிதர்களின் நடமாட்டம். மேலும், அங்கு நிற்க பிடிக்காமல் நடைபோட்டேன்.

அப்படியே தெற்கு நோக்கி போனால், பம்புசெட்டும் வயல் வெளிகளும் எதிர்ப்படுமே... என்றுதான் போனேன். எல்லாமே அதிர்ச்சிகரமாய் இருந்தன. வயல்வெளிகள் 'கபளீகரம்' செய்யப் பட்டிருந்தன. அங்கே புதிதாக அடுக்குமாடிக் குடியிருப்புகளும் தனி வீடுகளும் முளைத்திருந்தன.

சரக்கென்று தாவி, துள்ளிப் பாய்ந்தோடும் தவளைகள் பார்க்க பயமாகவும் அதே சமயம் வேடிக்கையாகவும் இருக்கும். வெட்டுக்கிளிகளும் அட்டைப்பூச்சிகளும் காண தேடிப்போக வேண்டும். தலைப் பிரட்டையை மீனென்று வாதாடி புட்டியில் மிதக்க விட்டதை இனி எந்தக் குழந்தை செய்யப்போகிறது? இனி, ஞாபகங்கள் எப்படி சுவாரசியமாய் இருக்கக்கூடும்?

மனிதர்களே இடம்மாறி, தடம்மாறி போயிருக்கையில்... இயற்கையை மனிதர்கள் எப்படி விட்டு வைப்பார்கள் என்ற சமாதானத்தை எனது மனது ஏற்கவில்லை.

வெட்டவெளியில் அப்படியே நின்று 'ஓ'வென்று கதறவேண்டும் என்றிருந்தது.

எனது உடம்பு பூராவும் நடுங்கியது.

"ஏதோ மெட்ராஸ், பாம்பேன்னா பரவால்ல...! அதா நேரில வந்தேன். நீ எதுக்கும் கவலைப்படக் கூடாது. அம்மாவோட, சின்னவனோட ஆசையை நிறைவேத்தணும்!" அண்ணன் வெகுதூரத்தில் நின்று கொண்டு அறிவுறுத்துவதுபோல நான் தூரமாகிப்போயிருக்க பிறகு, மயக்கம் வந்தது.

நாங்கள் துள்ளியோடிய செம்மண் சாலைகள், தார்பூசிக் கொண்டிருக்கின்றன. பல புதையல் அற்புதங்கள் கொண்டிருந்த சாக்கடைக் கும்பிகள், சிமெண்டுப்பெட்டிக்குள் கொப்பளித்துக் கொண்டிருக்கின்றன...!

கொஞ்சமாய் இருந்த மனிதத் தலைகள் இப்பொழுது பன்மடங்கு பெருகி, எருமைக் கூட்டங்களாய் தாறுமாறாக சாலைகளில் ஒழுங்கின்றித் திரிந்து கொண்டிருக்கின்றன. அவர்களில் அனேகம்பேர் குடித்திருக்கின்றனர். பெருமைவேறு பேசிக் கொள்கின்றனர். என்ன தெரியுமா...?

“உள்ளூர்க்காரன் குடிச்சுட்டு வுழ மாட்டான். வெளியூர்க்காரன் தான் குடிச்சுட்டு மல்லாந்துப்பான்...!”

எனது புண்ணிய க்ஷேத்திரத்தை, குடிக்ஷேத்திரமாக முழுமையாக்கி யிருக்கின்றனர்.

எனது உயிர் ஊரை பல சாத்தான்கள் கூறுபோட்டு, வெட்டித்தள்ளி, குலைநடுங்கப் புதைத்திருக்கிறார்கள். மதுக்கடை சாத்தான், இரண்டு சக்கர சாத்தான், ஆட்டோ சாத்தான், டெம்போ சாத்தான், டவுன்பஸ் சாத்தான், விரைவு உணவு சாத்தான் என எல்லா சாத்தான்களும் இணைந்து, கை கோத்து எனது அழகான தாவணிபோட்ட தோழியை களங்கப்படுத்தயிருக்கின்றன.

‘வெள்ளை நகரம்’ என்று சொல்லப்படும் கடற்கரை ஒட்டிய பகுதிகளை வடநாட்டு ஆசிரமத்தார் வாங்கிக் கொண்டு தான் மட்டும் வாழ்ந்து கொண்டிருக்கிறார்கள்.

புராதனம் மிளிரும் பிரெஞ்சுக் குடியிருப்புகளில் பல தனவந்தர்களும் சொல்தாக்களும் (பிரான்சு தேசத்தில் பணிபுரிந்தவர்கள்), மாமிச, மது வகைகளில் மூழ்கித் திளைப்பதாக எனது சொல்தா நண்பர் மிசே அன்துவான் வருத்தப்பட்டார். மீதமிருக்கும் பகுதிகளை அரசியல் வல்லுநர்கள் தம் பங்குக்கு ஓட்டல்களாகவும், மதுக்கடைகளாவும், பல டிஜிட்டல் பேனர்களாகவும் மாற்றியமைத்திருக்கிறார்கள்.

அதோ அந்த மேகநாத பத்தர் காலனி என் முன்னே நிழலாடுகிறது. ஒவ்வொரு விடியலும், ஒவ்வொரு அஸ்தமனமும் ஆயிரமாயிரம் உணர்வுகளைத் தந்த அந்த தருணங்கள் வந்து கதை பேசுகின்றன.

"ஐயர் வீட்டம்மா, ஆலைக்காரன் கொடுத்த புது வீட்டுக்குக் குடிபோன ஒன்பதாம் நாள். வேலையை முடிச்சுட்டு வந்த ஐயர் சைக்கிளோட கீழே விழுந்தவர் எழுந்திருக்கவேயில்லியாம். 'முண்டச்சியா நிக்கறாண்டி உமா...!'ன்னு ஐயரம்மா புலம்புச்சு...!" என்றாள் அக்கா.

"ஒரு பொண்ணு இருந்துச்சே...?"

"ஆமா. அதை காரைக்குடியிலே ஒரு கோயில் குருக்களுக்கு கட்டிக் குடுத்துட்டாங்களாம்..!"

"அந்த கிழவி என்னாச்சுக்கா...?"

"எது...?"

"ஐயரோட அம்மா...!"

"அதையாரு விசாரிச்சா? என்ன... மண்ணுக்குள்ளதான் போயிருக்கும்...!" அசாதாரணமாகச் சொன்னாள்.

"ஒவ்வொரு குடும்பத்துக்குள்ளேயும் எத்தனை விதமான அம்சங்கள் பாருக்கா...!"

"பின்னே...? வாழ்க்கைன்னா சும்மாவா...?"

நான் என் கடந்த கால நினைவுகளை, என் ஊரின் பசுமைகளை முடிச்சுப் போட முடியாமல் தவித்துக் கொண்டிருக்கும் ஒரு பைத்தியமாய் அசை போட்டு அசைபோட்டு தளர்ந்து போகிறேன். ஆட்டுக்குட்டி தம்புவும், அம்மாவும், சின்ன அண்ணனும் அவ்வப்பொழுது கனவில் வருகிறார்கள். 'வைக்கோல் பாண்டி' அடிக்கடி என்னோடு பேசுகிறாள்.

ஒரு காலகட்டத்தில் நான் முழுப்பைத்தியமாய் இதோ இந்தப் பாண்டிச்சேரியின் அல்லது புதுச்சேரியின் நேர்க்கோட்டுச் சாலைகளில் அலைந்து திரிந்து கொண்டிருப்பேன்.

(முற்றும்)

★ ★ ★

ஆசிரியர் குறிப்பு

- **புதுடெல்லி :** கதா விருது (1996) மற்றும் தேசிய விருது (2001-02) ஆகியவற்றை தமது இலக்கியப் படைப்புகளுக்குப் பெற்றவர். மேலும், இலங்கை யாத்ரா விருது. புதுச்சேரி அரசு கம்பன் புகழ் விருதுகள். ரோட்டரி சங்க விருது உட்பட பல்வேறு பரிசுகளைப் பெற்றவர்.

- **இலங்கை :** இலக்கியக் கலாச்சார விழாவில் சிறப்பு விருந்தினராகப் பங்கேற்றவர் (ஏற்பாடு : சாகித்திய அகாடமி மற்றும் இந்தியக் கலாச்சார மையம், புதுடெல்லி)

- 29ஆவது சார்க் (SAARC) இலக்கிய மாநாட்டில் பங்கேற்று, ஆங்கிலத்தில் சிறுகதை வழங்கியுள்ளார்.

- **இவரது கதைகள் :** ஆங்கிலம், பிரெஞ்சு, இந்தி, மலையாளம், தெலுங்கு உட்பட பல்வேறு மொழிகளில் வெளிவந்துள்ளன.

- இவரது புத்தகங்கள் பல்கலைக்கழக மாணவர்களால் பட்டம் பெற ஆய்வு செய்யப்பட்டுள்ளன.

- மறைந்த பிரபல நகைச்சுவை எழுத்தாளர் திரு. பாக்கியம் ராமசாமியின் அப்புசாமி-சீதாப்பாட்டி கதைகளை தொடர்ந்து எழுதி, நகைச்சுவை இலக்கியத்திலும் தடம் பதித்து வருகிறார் ரா. ரஜனி.